விவசாயிகள் போராட்ட பூமியில்
25 நாட்கள்!

கொள்ளையனே வெளியேறு!

சி.மகேந்திரன்

முதல் பதிப்பு 2021
பக்கங்கள் 256
நூலின் அளவு (14X21.5) டெமி
விலை ரூ. 200

வெளியீடு
நக்கீரன் பப்ளிகேஷன்ஸ்
105, ஜானி ஜான்கான் சாலை
இராயப்பேட்டை
சென்னை 14
தொடர்புக்கு 044 43993029

நூலழகு
துரை.கணேசன்

கட்டமைப்பு
ஆர்.எஸ்.பைண்டர்ஸ்
சென்னை 5

அச்சாக்கம்
சாருபிரபா பிரிண்டர்ஸ்
சென்னை 14

Vivasayigal Poratta Poomiyil
25 Naatkal

Kollayane Veliyeru

C.Mahendiran

First Edition 2021
Pages 256
Book Size (14X21.5) Demy
Price Rs. 200

Published by
Nakkheeran Publications
105, Jani JahanKhan Road
Royapettah, Chennai 14
Ph 044 43993029

Layout by
Durai.Ganesan

Binding by
R.S.Binding Works
Chennai 5

Printed at
Saaruprabha Printers
Chennai 14

விவசாயிகள் போராட்ட பூமியில் 25 நாட்கள்

கொள்ளையனே வெளியேறு!

சி.மகேந்திரன்

நக்கீரன் வெளியீடு

சமர்ப்பணம்!

தமிழக விவசாய இயக்கத்தின்
மூத்த தலைவர்கள்,
பொதுவுடைமை இயக்கப் போராளிகள்,
நூறு ஆண்டு வாழ்வை நிறைவு செய்த
தோழர் **என்.சங்கரய்யா** அவர்களுக்கும்,
நூறு ஆண்டுகளை
நிறைவு செய்யவிருக்கின்ற
தோழர் **ஆர்.நல்லகண்ணு** அவர்களுக்கும்
அர்ப்பணிப்பு.

ஆசிரியர் உரை

சி. மகேந்திரேன்
-நூல் ஆசிரியர்

காலம், ஒரு தேசத்தின் நெருக்கடிகளை எளிதாகவே புரிந்து கொண்டுவிடுகிறது. புரிந்துகொண்ட அந்த தருணத்திலே அதன் பெரும் துயரங்களை அகற்றுவதற்கு தகுந்த சூழலை உருவாக்கும் தீவிரத்தில் இறங்கிவிடுகிறது. காலத்தின் இந்த நுட்பத்தைப் புரிந்து கொள்ளாததுதான் இன்றைய பிரச்சினை. காலம் பிரச்சினைகளைப் புரிந்துகொள்வதைப் போல நாம் பிரச்சினைகளை புரிந்து கொள்வதில்லை. ஒதுங்கி வேடிக்கை பார்க்க மட்டுமே பழகியிருக்கிறோம்.

மக்கள் அனைவரும் வாய்பிளந்து பார்க்கும் போராட்டம் ஒன்று டெல்லியைச் சுற்றி இப்பொழுது நடைபெற்றுக்கொண்டிருக்கிறது. கோபம் கொப்பளிக்கும் இந்த மக்கள் நதி எங்கிருந்து புறப்பட்டு இங்கு வந்து சேர்ந்தது? நதிகளின் மூலத்தை அறிய முடியாததை போலவே போராட்டங்களின் மூலத்தை அறிவதும் அவ்வளவு எளிதானதல்ல. சிறுக சிறுக மக்களிடம் துளிர்விடும் கோபங்கள் ஒருங்கிணைந்து மக்களின் கோப பெருநதி உருவாகிவிடுகிறது. இலக்குகளை நிர்ணயித்து, ஆர்ப்பரித்து பயணத்தை தொடங்கி விடுவதுதான் இதன் சிறப்பு.

டெல்லியின் கழுத்துப் பகுதியில்தான் போராட்ட பூமி அமைந்துள்ளது. இதன் கொதிநிலையை உலகமே வியந்து பார்க்கிறது. இது, நாள்கணக்கில் தொடங்கி மாதங்களாகி வருடங்களை நோக்கி நகர்ந்து செல்லும் முற்றுகைப் போராட்டம். இந்தப் போராட்டம் போராட்டக்காரர்களுக்கு எல்லாம் ஒரு நவீன பரிசோதனைக் கூடம். ஒருநாள் ஒருபொழுதில்

அங்கு சேர்ந்தபோது எனக்கு புதிய அனுபவத்தை அது தந்தது. நானும் பரிசோதனை அனுபவத்தை, நேரில் பெற்றுக்கொண்டேன். புதுப்புது சிந்தனைகள் பிறந்துகொண்டே இருந்தன. அதன் விளைவுதான் இந்த நூல்.

இன்றைய உலகமயம் இதுவரை இல்லாத வித்தியாசமான உருவம் கொண்டது. லாப வெறிகொண்டு அலையும் இது எந்த சூழ்ச்சியையும் செய்யத் தயாராக இருக்கிறது. இதை ஒன்றுமே செய்ய முடியாது என்ற அவநம்பிக்கை திட்டமிட்டு வளர்க்கப்பட்ட காலத்தில்தான், இதை அடித்து வீழ்த்த முடியும் என்ற நம்பிக்கையை விவசாயிகளின் போராட்டம் உருவாக்கியிருக்கிறது. இதுதான் இன்றைய புதிய அரசியல்.

இந்தியக் குடும்ப வாழ்க்கை மற்றவர்களால் அறிந்துகொள்ள முடியாத ஆழத்தைக் கொண்டது. அன்பு, பாசம், தியாகம் என்ற அனைத்தும் நிரம்பி நிற்கும் பேராற்றலைக் கொண்டது. விவசாய போராட்டம் குடும்பங்களின் கூட்டமைப்பாக தெரிகிறது. ஒவ்வொரு கிராமமும் குடும்பமாக குடிபெயர்ந்து போராட்டக் களத்தில் புதிய வாழ்க்கையை நடத்துகிறது. இவையெல்லாம் எப்படி ஒரு கூட்டு குடும்பமாக வாழ்ந்து வருகிறது என்கின்ற அந்தக் கேள்விக்கான விடையை என்னால் கண்டறிய முடியவில்லை. அதை அறிந்துகொண்டபோது நான் மிகவும் திகைத்துப் போனேன். போராட்டத்தில் தாக்குப் பிடிக்கும் தன்மை இதில்தான் அமைந்துள்ளது.

உயிர் மூச்சை பறிப்பதற்கு ஆதிக்க சக்திகள் முயற்சி செய்யும்போது அதை எதிர்த்து நிற்க, காலங்கள்தோறும் சமூக கட்டுமானங்கள் மக்களால் உருவாக்கப்படுகின்றன. பொருளாதார சமத்துவமின்மை எவ்வாறு ஒரு சமூக மாற்றத்தின் கருவியாக அமைகின்றதோ அதே போலவே சமூக சமத்துவத்திற்கான போராட்டங்களும் சமூக மாற்றத்தின் கருவியாக அமைகிறது. டெல்லியில் நடைபெறும் விவசாய போராட்டம் பொருளாதார சமத்துவ நீதியையும் சமூக சமத்துவ நீதியையும் புரிந்து கொண்டு செயல்படுவதாக உணர்ந்தபோது எனது மனம் புதிய எல்லையை நோக்கி நகரத் தொடங்கியது. இன்றைய இந்திய பிரச்சினை அனைத்திற்கும் தீர்வுகாண முடியும் என்ற நம்பிக்கையை இந்த போராட்டம் எனக்குள் உருவாக்கிவிட்டது. இதனை எத்தனை முறை மனதுக்குள் பூட்டி வைத்தாலும் புது புது சாவிகளால் திறந்து கொண்டு மக்களை சென்றடையும் தீவிரத்தில்தான் இருந்தது. இந்த நூலை அந்த தீவிரத்தின் வெளிப்பாடாக கருதிக்கொள்கிறேன்.

நான்கு மாதங்களுக்கு மேலாக நக்கீரன் இதழோடு நான் தொடர்ந்தது பயணம் செய்ததின் விளைவாக பிறந்ததுதான் இந்த

நூல். இந்த தொடரை தொடர்ந்து வாசித்து ஊக்குவித்த நக்கீரன் வாசகர்களுக்கு எனது நன்றியை தெரிவித்துக்கொள்கிறேன். ஆசிரியர் கோபால் அவர்களுக்கும் எனக்கும் ஏற்பட்ட தோழமை மிகவும் ஆழமானது, உயிர்ப்பானது. எனக்கு உருவாக்கப்பட்ட நெருக்கடியில் அவரும், அவருக்கு உருவாக்கப்பட்ட நெருக்கடியில் நானும் நேர்மையோடு பங்கேற்று வளர்த்துக்கொண்ட ஆழம் காண முடியாத தோழமை உறவு இது. இதைப்போன்றே பொறுப்பாசிரியர் கோவி. லெனின் சிறந்த சிந்தனையாளர். திராவிட இயக்கம் குறித்த இவரது கருதுகோள்கள் மிக முக்கியமானவை. இவர் எனது நண்பரின் மகன். இருவருக்கும் எனது நன்றியைத் தெரிவித்துக் கொள்கிறேன். எனக்கு சிறந்த ஒத்துழைப்பை கொடுத்து தொடரை நூல் வடிவமாக உருவாக்கி அளித்த நக்கீரன் குடும்பத்தினர் அனைவருக்கும் என் நன்றி. நான் இதைக் குறித்து எழுதுகிறபொழுது தொடர்ந்து ஆலோசனை வழங்கி காலத்தில் உதவி செய்த எனது நண்பர் குருஷ் டேனியல் அவர்களுக்கும் எனது நன்றியை தெரிவித்துக்கொள்கிறேன்.

நன்றி!

பதிப்புரை!

அரிய ஆவண நூல்!

பொதுவுடைமைப் போராளி அன்புத் தோழர் சி.மகேந்திரன் எழுதியிருக்கும் விவசாயிகள் போராட்டம் குறித்த இந்த ஆவணக் கட்டுரைத் தொகுப்பை, நக்கீரன் குழுமம் பெருமையுடனும் மகிழ்வுடனும் அழகிய நூலாக வெளியிடுகிறது.

மகேந்திரன் அவர்கள் நாடறிந்த அரசியல் தலைவர் -நல்ல பேச்சாளர் -கருத்தாளர் -சிவப்புச் சிந்தனையாளர் -எதையும் சுவைபட எழுதும் முற்போக்கு எழுத்தாளர்.

தஞ்சை மாவட்ட விவசாயக் குடும்பத்தைச் சேர்ந்த இவர், உயிர்ப்பலிகளுக்கு நடுவிலும் கடந்த பல மாதங்களாகத் தொடர்ந்து நடந்துகொண்டிருக்கும் நம் விவசாயிகளின் போராட்டத்திலே கலந்துகொண்டு, களத்தில் அவர்களோடு 25 நாட்கள் தங்கியிருந்து, அந்தக் கள அனுபவங்களை நக்கீரனில் சூடு பறக்க எழுதிய கட்டுரைகள்தான், இங்கே விவசாயிகளின் போராட்ட பூமியில் 25 நாட்கள் என்னும் தலைப்பில் அழகிய தொகுப்பாக வடிவம் பெற்று, உங்கள் கைகளில் தவழ்கிறது.

இந்த நூல், விவசாயிகள் போரட்டத்தின் நியாயத்தை உரத்துச் சொல்வதோடு, அவர்களின் போராட்டக் களத்துக்கே நம்மையும் அழைத்துச் செல்கிற கள நூலாகும். அதனால் இந்த நூலில் போராட்டக் களத்தின் வெப்பக் காற்றையும், போராடும் விவசாயிகளின் தன்னலமற்ற அர்ப்பணிப்பு உணர்வையும், அவர்களின் மனப்பக்குவத்தையும் நாம் அறிந்துகொண்டு பிரமிக்க முடிகிறது.

இந்தியா முழுக்க கொரோனா தீவிரமாக மரண வேட்டையை நடத்திக்கொண்டிருந்த நேரத்தில், ஏற்கனவே கொரோனா தாக்குதலுக்கு ஆளான மகேந்திரன் அவர்கள், அந்த நிலையிலும் தனது உயிரைப் பற்றிக் கவலைப்படாமல், விவசாயிகளின் போராட்டக் களத்திற்குப் போயிருக்கிறார் என்பது திகைக்க வைக்கும் முயற்சியாகும். அதிலும் ஒன்றிய அரசின் அடக்குமுறைத் தாக்குதல்கள் ஒரு பக்கமும், கடும்குளிர் ஒரு பக்கமும் முற்றுகையிட்டிருந்த களத்திற்குச் சென்றிருக்கிறார் என்பது சவாலான ஒன்று. அங்கே போராடும் விவசாயிகளோடு ஒரு விவசாயியாய், அவர்கள் அனுபவித்த நெருப்பு

நாட்களைத் தானும் அனுபவித்திருக்கிறார் மகேந்திரன்.

அப்படி, தான் அனுபவித்த அந்த போராட்ட நாட்களைத்தான் அவர் தொடர்கள் மூலம் நக்கீரன் வாசகர்களுக்குப் பந்திவைத்தார். அந்த அனுபவங்களுக்கான புகைப்படப் பதிவுகளையும் அவரே சேகரித்து அனுப்பி, அந்தக் கட்டுரைத் தொடருக்கு அவர் உயிர்ப்பையும் ஏற்படுத்தினார். அதனால்தான் அந்த கட்டுரைகள், வெளியானபோதே நக்கீரன் வாசகர்களின் மத்தியில் அமோக வரவேற்பைப் பெற்றது.

கடந்த ஜனவரி 13-ந் தேதி போகி அன்று, அந்தக் களத்துக்கு நமது நூலாசிரியர் மகேந்திரன் செல்கிறார். இங்கிருந்து டெல்லிக்குச் சென்று அங்கிருந்து மெட்ரோ ரயிலில் ஜஹாங்கீர்பூர் சென்று, அங்கிருந்து ஷேர் ஆட்டோவில் சக பயணிகள் 6 பேரோடு நெருக்கியடித்தபடி பயணிக்கிறார். அங்கே ஒரு இடத்தில் ஆட்டோ நிறுத்தப்பட்டுவிடுகிறது. அங்கே வைக்கப்பட்ட தடுப்புகள், முள் கம்பிகள் போன்றவை, அங்குள்ள தீவிர நிலையை உணர்த்துகிறது அந்த இடம் சிங்கு எல்லை. அங்கு அவர் செல்லும் காட்சியை, அவர் விவரிக்கும்போதே ஒரு திரில்லர் நாவலைப் படிப்பது போன்ற பரபரப்பும் பதட்டமும் நம்மைச் சூழ்ந்துகொள்கிறது. இந்தக் கட்டுரை நூலில் வெறும் போராட்டத்தைப் படம் பிடிப்பதோடு நிறுத்திக்கொள்ளாமல், எண்ணற்ற தகவல்களையும் போகிற பாக்கில் தந்து, இதை ஒரு சிறந்த அனுபவ நூலாகவும், தகவல் களஞ்சியமாகவும் மாற்றியிருக்கிறார். கூடவே அரசியல் விமர்சங்களையும், அதற்கு ஏற்ற புதிய புதிய அனுசரணைச் செய்திகளையும் மாலை தொடுப்பதுபோல் தொடுத்து, நேர்த்தியாக அனைத்தையும் நூலாசிரியர் வெளிப்படுத்தியிருக்கிறார்.

வக்கற்ற மோடி அரசு கொஞ்ச கொஞ்சமாக பொதுத்துறை நிறுவனங்களை எல்லாம் தனது தோழமைக்குரிய கார்ப்பரேட் நிறுவனங்களிடம் விற்று, கல்லா கட்டத் துடிப்பது போலவே, விவசாயத் தொழிலையும் கார்ப்பரேட் கம்பெனிகளில் அடகு வைக்கத் துடித்துக் கொண்டிருக்கிறது. அதற்காகத்தான் இந்த வேதனைக்குரிய வேளாண் சட்டங்கள் பலத்த எதிர்ப்புகளுக்கு நடுவிலும் நிறைவேற்றப்பட்டன. இந்தியா இப்படி விவசாயிகளுக்கு எதிராக செயல்பட்டுவரும் நிலையில்... பிரான்ஸ், ஜெர்மன், ஆஸ்திரியா, ஹங்கேரி, நெதர்லாந்து, இத்தாலி உள்ளிட்ட பல நாடுகள், விவசாயம் தொடர்பான கார்ப்பரேட் நிறுவனங்களுக்குத் தடை விதித்திருக்கிறது என்பதையும் சுட்டிக்காட்டி ஆச்சரியத்தில் ஆழ்த்துகிறார் நூலாசிரியரான விவசாயப் போராளி.

போகிறபோக்கில் சீக்கிய மதத்தைப் பற்றி இவர் சொல்லும் செய்திகளும் மனதைக் கொள்ளையடிக்கிறது. இதயத்திற்குள் காமம்,

ஆத்திரம், பேராசை, பற்று, அகந்தை என்ற 5 திருடர்கள் நுழையக்கூடாது என்று சீக்கியம் உணர்ந்துவதை நம்மிடம் உணர்த்துகிறார். இப்படிப்பட்ட தகவல்கள் கட்டுரையின் மதிப்பை பல மடங்கு உயர்த்துகிறது. இதுமட்டுமா? அரசாங்கம் பிறப்பித்த சட்டங்களைத் தடுத்து நிறுத்தும் அதிகாரம் சுவிஸ் மக்களுக்கு இருக்கிறது என்று நம்மை ஏங்கவைக்கிறார்.

சங்ககால தமிழர்கள் போருக்குச் செல்லும் இடங்களில் பாடி வீடுகளை அமைத்துக் கொண்டது போல்... போராடும் விவசாயிகள் டிராக்டர்களைப் பாடிவீடுகளாக அங்கே மாற்றியிருந்தார்கள் என்கிறார். போராட்டக் களத்தில் லட்சக்கணக்கான விவசாயிகள் குடும்பம் குடும்பமாக தங்கியிருந்தபோதும், அவர்களின் ஒழுக்கத்தாலும், உண்ணும் பயிர் வகை உணவுகளாலும் அவர்களில் ஒருவருக்குக் கூட கொரானாத் தொற்று ஏற்படவில்லை என்பதையும் சொல்லி மலைப்பை ஏற்படுத்துகிறார்.

போராட்டக் களத்தில் அத்தனை போராளிகளுக்கும் உணவு, உடை, குடிநீர், மருத்துவம், தங்குமிடம் எதற்கும் விலையில்லை. அது விலையில்லாத உலகம் மட்டுமல்ல; விலை மதிப்பற்ற உலகம் என்றும் ஆச்சரியத்தில் நம்மை ஆழ்த்துகிறார்.

இப்படிப்பட்ட இந்த ஆவணப் பெட்டகம், வருங்காலத் தலைமுறையின் கைகளுக்கும் செல்லவேண்டும் என்ற ஆவலோடுதான், இந்த கட்டுரைத் தொகுப்பை உங்கள் முன் கொண்டுவருகிறது நக்கீரன் குழுமம்.

இந்த கட்டுரை நூல், விவசாயிகளின் போராட்டத்திற்கு உரத்துக் கொடுக்கப்பட்டிருக்கும் ஆதரவுக் குரல். அவர்களின் தியாக உணர்வுக்கும் அவர்கள் தாங்கும் காயங்களுக்கும் கொடுக்கப்பட்டிருக்கும் ஒத்தடம். அவர்களின் போராட்ட வெற்றிக்குக் கட்டியம் கூறும் பறையோசை.

எனவே, பொதுவுடைமைப் போராளி தோழர் சி.மகேந்திரன் அவர்களின் இந்த கட்டுரை நூலை, நக்கீரன் குழுமம் பெருமிதத்தோடு வெளியிடுகிறது. இந்த நூலுக்கும் வழக்கம் போல் உங்கள் அனைவரது பேராதரவும் கிடைக்கும் என்று நம்புகிறேன்.

என்றென்றும் அன்புடன்,

நக்கீரன் கோபால்

1

அடங்கா நெருப்பு

டெல்லியை ஒட்டியது அரியானாவின் குண்ட்லி. அதைச் சார்ந்து நான்கு கிலோமீட்டர் தூரத்தில் அமைந்திருக்கிறது சிங்கு எல்லை.

பொதுவாக இரண்டு தேசங்களைப் பிரித்து வைக்கும் கோடுகளைத் தான் எல்லை என்று அழைப்பார்கள். சீன எல்லை, பாகிஸ்தான் எல்லை, பங்களாதேஷ் எல்லை என்பதைப்போல இப்பொழுது, சிங்கு எல்லை, டிக்கிரி எல்லை, காஜிப்பூர் எல்லை போன்ற புதிய பெயர்கள் வந்துவிட்டன. அரசாங்கம் எல்லை போட்டு ராணுவ வீரர்களை நிறுத்தி பிரித்து வைத்துவிட்டது. மக்களின் நியாயமான கோரிக்கைளைப் புறக்கணித்து, பிரித்து வைத்து, பிரிவினையை யார் உருவாக்கிறார்கள். அரசாங்கமா? மக்களா? என்ற கேள்வி இப்பொழுது எழுந்துள்ளது. இந்தக் கேள்வியை முன்வைத்தே எனது பயணம் சிங்கு எல்லையை நோக்கிச் செல்கிறது.

சென்னையிலிருந்து அவசர அவசரமாக டெல்லி விமானத்தைப் பிடித்து, பயணச்செலவு அதிமாகிவிடக் கூடாது என்பதால், டெல்லியில் மெட்ரோ ரயில் ஏறி, ஜாஹாங்கீர்பூர்

வந்து சேர்ந்தேன். அங்கிருந்து சிங்கு எல்லைக்கு ஷேர்ஆட்டோ பயணம். ஆறுபேர் மூட்டை முடிச்சுகளுடன் திணித்து வைக்கப்பட்டதால் ஆட்டோ மூச்சுவிட முடியாமல் திணறியது. ஆனாலும் பயணத்தைத் தொடர்ந்தது.

டெல்லியும் அதைச் சுற்றியுள்ளப் பிரதேசங்களும் மிகவும் வேறுபட்டவை. மொழியறியாதவர்களுக்கு கொஞ்சம் கூடுதல் சிரமத்தைக் கொடுத்துவிடுகிறது. வித்தியாசமான ஆட்டோ பயணத்தில் சில மனிதர்கள் பிடித்துப்போனார்கள். அவர்களும் சிங்கு எல்லை போராட்டம் தொடர்புடையவர்களாக இருக்கலாம். புதிய மனிதர்களிடம் வேறுபாடு கொள்ளாது, அவர்களின் சிரமங்களைப் புரிந்துகொள்ளும் பார்வை அவர்களிடம் இருந்தது.

காலை 11:00 மணி என்றபோதிலும் சுற்றியிருப்பவை மங்கலாகக் காணப்படுகிறது. மக்கியப் பொருட்களின் நாற்றம் குடலைப் புரட்டுகிறது. இருபுறமும் மலைகள் இருப்பதைப் போலத் தெரிகிறது. அனைத்தும் குப்பைமேடுகள். அழகிய பொருட்கள் நிறைந்த அந்தக் குப்பைமேடுகள் எல்லாமும் கார்ப்பரேட் வாழ்க்கையில் அதன் லாபத்திற்காக கட்டாயப் படுத்தி வாங்கவைத்து, அதனால் குவிந்த குப்பைகள். வானுயர்ந்து நிற்கும் இவை சென்னைக் கொடுங்கையூர் குப்பை மேட்டை

ஞாபகப்படுத்துகிறது. மனதுக்குள் ஒருவித கசப்பு.

மங்கலாக சாம்பல் நிற சுற்றுப்புறத்தில் மேலும் ஒரு சிறிய சாம்பல் நிறம் சிறகடித்துப் பறப்பதைப் போலத் தெரிகிறது. உற்றுப் பார்க்கிறேன். புறாக்கள் கூட்டம். மசூதிகளும் குருத்துவாரக்களும் ஆலயங்களும் நிறைந்த டெல்லியில், எல்லா இடங்களிலும் புறாக்களுக்கு பஞ்சம் இல்லை. ஏதோ இங்கு, இந்த வழிபாட்டுதலங்களில் ஒன்று இருக்க வேண்டும். புறாக்கள் அமைதியின் குறியீடு. எனக்கு விபரம்தெரிந்த பள்ளி பருவத்தில் நேரு இந்தியாவின் பிரதம மந்திரி. அவரையும் அவரோடு இணைந்த டெல்லியையும், டெல்லியின் அமைதிப் புறாக்களை யும் பாடப்புத்தகங்களில் பார்த்திருக்கிறேன். டெல்லியின் குப்பை மேடு தந்த கசப்பு மறைந்து, புறாக்கள் பற்றிய நினைவில் கொஞ்சம் மகிழ்ச்சி கிடைக்கிறது. இந்த உணர்வு அதிக நேரம் நீடிக்கவில்லை.

கலகலப்பாகவும் உற்சாகமாகவும் ஓடிவந்த ஆட்டோ ஒரு இடத்தில் மௌனமாகி நின்றுவிடுகிறது. திடுக்கிட்டுத் திரும்பிப் பார்க்கிறேன். முள் கம்பிகள் கண்ணுக்குத் தெரிகின்றன. மனித நடமாட்டங்கள் முழுமையாகக் கண்காணிக்கப்படும் ஒரு

பிரதேசம். கான்கிரீட் கட்டைகளால் அமைக்கப்பட்ட வரிசையாக மூன்று அடுக்கு தடைகள். சிறிது தூரத்தில் மிக உயரத்தில் தற்காலிகமாக அமைக்கப்பட்ட கண்காணிப்புக் கோபுரம். பெரும் எண்ணிக்கையில் ராணுவ வாகனங்கள். சிறிய எண்ணிக்கையில் வாட்டர் கேனன் வாகனங்கள். இயந்திரத் துப்பாக்கிகள் சூழ அச்சசுறுத்தி நிற்கிறது சிங்கு பார்டர். இதுவரை நான் நம் நாட்டின் எந்த எல்லைப்புறத்தையும் பார்த்ததில்லை. தைரியமானவர்களைக்கூட கொஞ்சம் அச்சுறுத்திதான் பார்க்கிறது.

இப்பொழுதெல்லாம், எந்தப் போராட்டம் நடந்தாலும் வாட்டர் கேனன் வாகனம் முன்வரிசைக்கு வந்து குறிபார்த்து நிற்கிறது. பனிக்கட்டிகள் தரையில் விழும், குளிர் மிகுந்த காலம். போர்குணம் கொண்ட மக்கள் அடங்க மறுக்கிறார்கள். அச்சுறுத்தி அவர்களை அடக்கிவைக்க முதன் முதலில், ஹிட்லர் வாட்டர்கேனன் வாகனத்தைப் பயன்படுத்தியதாகக் கூறப்படுகிறது. இந்தியாவின் மோடி அரசும் குளிர் காலங்களில் போராடும் மக்களை விரட்டியடிக்க வாட்டர் கேனன்களைப் பயன்படுத்தி வருகிறது. குறிப்பிடத்தக்க எண்ணிக்கையில் வாட்டர்கேனன் வாகனங்கள் நிறுத்தப்பட்டுள்ளன.

அரசாங்கம் கோடு கிழித்து போட்டுள்ள பாது காப்பு மண்டலத்தைக் கடந்து விவசாயிகளின் சிங்கு பிரதேசத்திற்குள் நுழைகிறேன். நான் அங்கு போய் சேந்த நாள் ஜனவரி 13. அன்று தமிழ் மக்களுக்கு போகி பண்டிகை. பஞ்சாப் மக்களும் ஒரு கொண்டாட்டத்தில் இருந்தார்கள். குளிர்மிகுந்த அந்த மாலை

நேரத்தில் தீ மூட்டி அதை சுற்றிச் சுற்றி வந்து ஆண்களும் பெண்களும் நடனமாடிக்கொண்டிருக்கிறார்கள். லோடி என்பது பஞ்சாபிய மக்கள் சூரியனை மையமாகக் கொண்டு வழிபாடு நடத்தும் திருவிழா. இவர்கள் முன்னோர்கள் அறுவடை முடித்து தானியங்களை வீட்டில் கொண்டு வந்து சேர்த்துவிட்ட அந்த புராதன மகிழ்ச்சி இன்று இவர்கள் முகத்தில் தெரிகிறது. காலங்கள் மாறிக்கொண்டேயிருந்தாலும், தங்கள் முன்னோர்களின் கொண்டாட்டம் இவர்களிடம் இன்னமும் உயிர்ப்புடன் வாழ்ந்துகொண்டிருக்கிறது நமது பொங்கலைப் போல.

சிங்கு எல்லையில் லோடி விழா விவசாயிகளின் கோரிக்கையும் மோடியின் எதிர்ப்பையும் தன்னோடு இணைத்துக் கொண்டுவிட்டது. புதுப்புது முழக்கங்களோடு மக்கள் கூட்டம் கூட்டமாக சென்று கொண்டேயிருக்கிறார்கள். பலர் டிராக்டர்களில் லோடியையும் போராட்டத்தையும் கொண்டாடிக் கொண்டிருக்கிறார்கள். இது போராட்டக் களமா என்ற சந்தேகம் எனக்கு வந்துவிட்டது. நின்று நிதானித்து ஒவ்வொன்றாகப் பார்க்கிறேன். ஒவ்வொன்றும் அதனதன் எல்லைக்குட்பட்டு தீவிரமாக இயங்கிக்கொண்டிருக்கிறது. அனைத்து செயல்பாட்டிலும் ஒருவித ஒருமை தெரிகிறது. இது தான்

போராட்டம் நீண்ட நாட்கள் உயிர் வாழ்வதற்கான உயிர்ப்பைத் தந்து கொண்டிருக்கிறது என்பதைப் புரிந்துகொள்கிறேன்.

நாள் முழுவதும் அலைந்து களைத்துப்போன உடல் ஓய்வுக்கு, ஒரு டெண்ட் கிடைக்கிறது. ஒருவர் மட்டும் தங்கிக்கொள்ளும் வசதி கொண்டது. வெட்டவெளியில் ஏழடி அடி நீளம், நான்கடி அகலத்தில் அமைக்கப்பட்டுள்ளது டெண்டு. சிரமப்பட்டு டெ ண்டில் நுழைகிறேன். கை, கால்களை கூட நீட்ட முடியாமல் இருக்கிறதே என்ற ஒரு சிறு நெருடல் ஏதாவது மனதுக்குள் இருக்கிறதா? என்று தேடிப் பார்க்கிறேன். அப்படி எதுவுமே இல்லை. அதுதான் போராட்டங்கள், நம்மை அறியாமல் நம்மிடம் கட்டி எழுப்பியுள்ள சிதைக்க முடியாத மன வலிமை.

எப்படித் தூங்கினேன். எவ்வளவு நேரம் தூங்கினேன் என்று தெரியவில்லை. கண் விழித்தபோது உடல் கடும் குளிரில் நடுங்கிக் கொண்டிருந்தது. கை, கால்களை அசைக்க முடியவில்லை. மெதுவாக கையுறைகளை அகற்றி செல்போனை திறந்து பார்க்கிறேன். அதிகாலை மணி நான்கு. குளிர் மூன்று டிகிரிக்கு கீழே சென்று கொண்டிருக்கிறது. இதைப் பார்த்தவுடன் குளிரின் கொடுமையை கூடுதலாக உணர்கிறேன்.

டெண்டுக்கு அருகில் நெருப்பு மூட்டி, சிலர்

அமர்ந்திருப்பதை பார்க்கிறேன். குளிர் தாங்கமுடியாமல் டெண்டை விட்டு வெளியே வந்து அங்கு செல்கிறேன். நடக்க முடியாதவாறு உடல் நடுக்கம். கதகதப்பான வெப்பம் நோக்கி செல்கிறேன். குளிர் நடுக்கத்தை கொஞ்சம் குறைக்கிறது தீயின் அனல்.

ஆங்கிலமும் இந்தியுமாக தட்டுத் தடுமாறி அவர்களிடம் பேசத் தொடங்குகிறேன். பேச்சு எங்கெங்கோ சென்று ஒரு இடத்திற்கு வந்து சேருகிறது. முடிவில் ஒரு கேள்வியை முன்வைக்கிறேன். இது என் மனதில் சில நாட்களாக புகைந்துகொண்டிருந்த கேள்விதான். சில மாதங்களாக நடைபெறுகிறது போராட்டம். விவசாயிகளின் போராட்டம் வெற்றி பெறாவிட்டால் என்ன செய்வீர்கள் என்பதுதான் கேள்வி.

கேள்வியை மிக சர்வசாதாரணமாக நான் கேட்டுவிட்டேன். ஆனால் அதற்கு எனக்கு கிடைத்தப் பதில் என்னை நிலைகுலைய வைத்துவிட்டது. நான் இவ்வாறான பதிலை எதிர்பார்க்கவில்லை.

2
விவசாயிகளின் எதிரி!

அந்த அனல் தகிக்கும் வார்த்தைகளால் நான் எங்கோ அழைத்துச் செல்லப்படுகிறேன். கோபம் கொண்டு அவர்கள் வெளிப்படுத்திய அந்த வார்த்தைகள் மீண்டும் என் காதுகளில் ஒலித்துக்கொண்டே இருந்தது.

"உங்களுக்குப் பகத்சிங் தெரியுமா" என்றார் ஒருவர். அவரது பெயர் பக்சி சிங். ராணுவத்திலிருந்து ஓய்வுபெற்று பூர்வீக நிலத்தில், பூர்வீகக் கிராமத்தில் விவசாயம் செய்கிறார். அவரது கோபத்தின் காரணத்தை நான் புரிந்துகொண்டேன். பஞ்சாப்பின் பகத்சிங் யாருக்குத்தான் தெரியாது? அவர் கேட்டதன் பொருள் வேறு.

என் உணர்வுகள் கிளர்ந்தெழத் தொடங்கின. அந்த மாவீரன் எழுப்பிய 'இன்குலாப் ஜிந்தாபாத்', 'புரட்சி வாழ்க' என்ற முழக்கம் என் மனக்குகையில் ஒரு நூறுமுறை அந்தத் தருணத்தில் அதிர்வுகளை உருவாக்கத் தொடங்கியது.

மேலும் அவரிடமிருந்து வந்த வார்த்தைகள் முக்கியமானவை... "அன்றைய சுதந்திரத்திற்கு பகத்சிங் உயிர். இன்றைய விவசாயிகளின் வாழ்க்கையைப் பறிக்கும் சட்டங்களை ரத்து

செய்ய எங்கள் உயிர்" என்றார். கண்ணுக்கெட்டிய தூரம்வரை, என் கண்ணுக்குத் தெரியாமல் பனி போர்த்திய டிராக்டர் வண்டிகளிலும், இருள் கவிந்த டெண்டுகளிலும் இருப்பவர்கள் பகத்சிங்குகளாகவே எனக்குத் தெரிந்தார்கள். இதன்பின்னர் இதே கேள்வியை மேலும் பலரிடம் கேட்டுப் பார்த்தேன். அனைவரும் 'செய் அல்லது செத்து மடி' என்பதை, நெஞ்சில் நிறுத்தி பதிலளித்தவர்களாகவே தெரிந்தார்கள்.

ஒன்றிய அரசு கொண்டுவந்துள்ள விவசாய சட்டங்கள் எவ்வாறு மோசடித்தனமானவை என்பதை முதலில் உணர்ந்துகொண்டவர்கள் பஞ்சாப் மக்கள்தான். அவர்களின் கடந்த கால வரலாறு பல்வேறு புரட்சிகரமான உள்ளடக்கங் களைக் கொண்டிருந்தது. பகத்சிங், உத்தம்சிங், என்று இவர்களின் புரட்சிகர அனுபவம் தனித்துவம் வாய்ந்தது.

பகத்சிங், இந்துஸ்தான் சோசலிஸ்ட் ரிபப்ளிக் கட்சியைத் தொடக்கி, லாலா லஜபதிராயை கொன்றவனுக்கு மரண தண்டனை அளித்து, சூரியன் அஸ்தமிக்காத பிரிட்டிஷ் சாம்ராஜ்ஜியம், பெருமை பேசப்பட்ட காலம். அந்த பிரிட்டிஷ் இந்திய நாடாளுமன்றத்தில் வெடிகுண்டு வீசி, தூக்குத் தண்டனையை மனமகிழ்வுடன் ஏற்றுக்கொண்டவன். உத்தம்சிங், ஜெனரல் டயரை இங்கிலாந்திலேயே சுட்டுக்கொன்றான். இந்த சபதத்தை நிறைவேற்ற இவனுக்கு 21 ஆண்டுகள் தேவைப்பட்டன.

காஷ்மீர் வழியாக ஜெர்மன் தப்பிச்சென்று இத்தாலி, பிரான்ஸ், ஆஸ்திரியா போன்ற நாடுகளில் சில ஆண்டுகள் தங்கியிருந்து, உரிய தருணத்திற்காக காத்திருந்தான். 1940-ஆம் ஆண்டில் ஜாலியன் வாலாபாக் கொலைகாரன் ஜெனரல் டையரை சுட்டுக் கொன்ற குற்றத்திற்காக, இங்கிலாந்து பென்டோனோ சிறையில் தூக்கிலிடப்பட்டான்.

இன்றும் உலகின் பல நாடுகளில் வாழும் இந்தியர்களில் அதிக எண்ணிக்கையில் இருக்கிறவர்கள் பஞ்சாப் மக்கள்தான். குறிப்பாக சீக்கிய இன மக்கள். அவர்களுடைய இந்த உலக அனுபவம், ஒரு தேசத்தின் நிலத்தையும், வளத்தையும் எவ்வாறு கார்ப்பரேட் நிறுவனங்கள் மோசடியாக கைப்பற்றிக்கொள் கின்றன என்பதை நன்கு உணர்ந்திருக்கிறது. ஒன்றிய அரசு இந்த மூன்று விவசாய விரோதச் சட்டங்களை கொண்டு வந்தபோது அதை எதிர்த்து முதலில் போர்க்குணம் கொண்ட இந்த மக்கள்தான் போராடத் தொடங்கினார்கள்.

பஞ்சாபில் மொத்தம் 30-க்கும் மேற்பட்ட விவசாய சங்கங்கள் இருக்கின்றன. இவை எல்லாவற்றையும் ஒருங்கிணைத்து விவசாயிகளின் அந்தோலன் என்ற கூட்டு

சி.மகேந்திரன்

அமைப்பை முதலில் விவசாயிகள் உருவாக்கினார்கள். இவர்கள் செய்த தொடர் பிரச்சாரத்தின் மூலம் இந்த கொடிய சட்டங்களின் அபாயத்தை மக்கள் புரிந்துகொள்ளத் தொடங்கினார்கள். ஆகஸ்ட், செப்டம்பர், அக்டோபர் மாதங்களில் அதற்கான கோபத்தீ பஞ்சாப் முழுவதும் பரவத் தொடங்கிவிட்டது. ஆரம்பத்தில் கதவடைப்பு, போக்குவரத்தை நிறுத்துவது என்று போராட்டம் தொடங்கியது. கடைசியில் முழு ரயில் ஓட்டத்தையும் நிறுத்திவிட்டார்கள்.

பஞ்சாப் விவசாயிகளுக்கு யாரை எதிர்த்து போராடுகிறோம் என்பது மிகவும் நன்றாகவே தெரிந்திருக்கிறது. இதுதான் இவர்கள் போராட்டத்திற்கான முதல் வெற்றியாக நான் உணருகிறேன். அவர்கள் நால்வர் கூட்டணியை எதிர்த்து நிற்பதாக அறிவித்தார்கள் மோடி, அமித்ஷா, அம்பானி, அதானி என்று பட்டியலிட்டார்கள். கார்ப்பரேட் அரசியலுக்கு இருவர். கார்ப்பரேட் வியாபாரத்திற்கு இருவர் என்று, தங்கள் எதிரிகளை எவ்வளவு தெளிவாகக் கண்டுபிடித்து, இவர்களால் சொல்ல முடிகிறது என்று நான் ஆச்சரியப்பட்டுப் போனேன். யார் ஆட்சிக்கு வந்தாலும் முழு கார்ப்பரேட் பிடியிலிருந்து இந்தியாவை மீட்க வேண்டும். அதற்கான கொள்கை வேண்டும் என்ற உறுதி அவர்களிடம் இருந்தது.

அம்பானியின் கார்ப்பரேட் கொள்ளை உலகறிந்த ஒன்று, குஜராத்தில் மோடி ஆட்சியைக் கைப்பற்றியபோது, தேவையான

பணத்தை கொடுத்து, ஆரம்பத்தில் தேர்தலுக்கு உதவியவரும், ஆட்சிக்கு வந்தபின்னர் பயன் முழுவதையும் ஆதாயப்படுத்திக் கொண்டவர் அதானி. காலப்போக்கில் மோடி ஒன்றிய ஆட்சி பொறுப்பேற்ற பின்னர் இவரது வியாபாரக் கொள்ளை கொடிகட்டிப் பறக்கத் தொடங்கியது. மோடியின் கூட்டு, அக்ரோ இண்டஸ்ட்ரி என்ற பெயரில் இந்திய நிலங்களில் பெரும் பகுதியையும் விவசாயப் பொருள்களின் விற்பனை உரிமையையும் கைப்பற்றிக் கொள்ளும் சூழ்ச்சிக்குத் தூண்டியது.

இன்று விவசாயம் ஒரு தொழில் என்று அழைக்கப்படுகிறது. தங்கள் பொருளை மதிப்பூட்டும் பொருளாக மாற்றி தாங்களே விற்பனை செய்யும் கூட்டு விநியோக முறை பற்றி விவசாயிகள் இன்று பரவலாக யோசித்துவருகிறார்கள். இதை அக்ரோ இன்டஸ்ட்ரியாக மாற்றி, விவசாயிகளின் முழு விற்பனை உரிமையையும் நிலத்தையும் தானே எடுத்துக்கொள்ள ஆசைப் படும் அதானியின் சூழ்ச்சியை விவசாயிகள் ஆரம்பத்திலேயே புரிந்துகொள்ளத் தொடங்கிவிட்டார்கள்.

இந்தச் சூழலில் பஞ்சாப் மாநிலத்தில் மிகவும் பிரமாண்டமான சேமிப்புக் கிடங்குகளை கட்டத் தொடங்கினார் அதானி. தங்கள் மாநிலத்தில் விவசாய விளைப்பொருளையும் குறைந்த விலைக்கு வாங்கி கிடங்கில் பதுக்கி, கூடுதல் விலைக்கு விற்கும் சூழ்ச்சி நிறைந்த அயோக்கியத்தனம் இது என்பதை தெளிவாகப் புரிந்துகொண்டார்கள் விவசாயிகள். அரியானா மாநில விவசாயிகளும் இந்த ஆபத்தைக் கொஞ்சம் கொஞ்சமாக உணரத்தொடங்கினார்கள். போரட்டம் வேகம் கொண்டது.

போராடும் விவசாயிகளிடம் இந்த கறுப்பு சட்டங்கள் பற்றி பேசிப் பார்த்தேன். அவர்கள் தரும் விளக்கங்கள் மிகுந்த ஆழத்தைக் கொண்டிருந்தது.

3
மூன்று சட்டங்கள்

இந்த மூன்று விவசாயச் சட்டங்களும் ஜனநாயகப்பூர்வமாக இயற்றப்படவில்லை என்பது விவசாயிகளின் குற்றச்சாட்டு. அவர்களின் குற்றசாட்டை ஆழமாக பரிசீலனை செய்தால் அதில் இருக்கும் உண்மையை நம்மால் எளிதில் புரிந்துகொள்ளுதல் இயலும்.

சட்டங்கள் இயற்றப்படுதலில் வெளிப்படை தன்மை இருந்தால் மட்டுமே அதனை உண்மையான ஜனநாயகம் என்கிறார்கள். சட்டம் ஆட்சியில் உயர் மட்டத்தில் உள்ள ஒருசிலரின் விருப்பம் இல்லை. மக்களின் விருப்பம். தங்கள் விருப்பத்தை நிறைவேற்ற தங்கள் பிரதிநிதிகளை நாடாளுமன்றத்திற்கு மக்கள் அனுப்புகிறார்கள். அவர்கள் தான் மக்களுக்கான சட்டத்தை இயற்றவேண்டும்.

இன்னமும் சில நாடுகளில் வேறு நடைமுறைகளும் இருக்கின்றன. நாடாளுமன்றங்கள் இயற்றப்போகும் சட்டத்தில் மக்களுக்கு விருப்பம் இல்லை என்றால் வாக்கெடுப்பின் மூலம் அரசாங்கத்தை அதை திரும்பப் பெற வைக்கலாம். அதில்தான் உண்மையான ஜனநாயகம் இருக்கிறது என்று கூறுகிறார்கள்.

சுவிட்சர்லாந்து நாடாளுமன்றத்தில் சட்டங்களை மக்கள் திருப்பி அழைத்துக் கொள்ளும் முறை இருக்கிறது. தேர்தல் காலத்தில் மட்டுமல்லாது, எல்லா காலங்களிலும் மக்கள் ஏமாற்றி, குறுக்கு வழிகளில் தேசவிரோத சட்டங்களை நாடாளுமன்றங்களின் மூலம் செயல்படுத்த விரும்பினால் அந்த சட்டத்தை தடுத்து நிறுத்தும் அதிகாரம் மக்களுக்கு இருக்கிறது என்கிறது சுவீஸ் நாடு. சட்டங்களை இயற்றி செயல்படுத்துவதில் மன்னராட்சிக்கும் மக்கள் ஆட்சிக்கும் நிறைய வேறுபாடுகள் உண்டு.

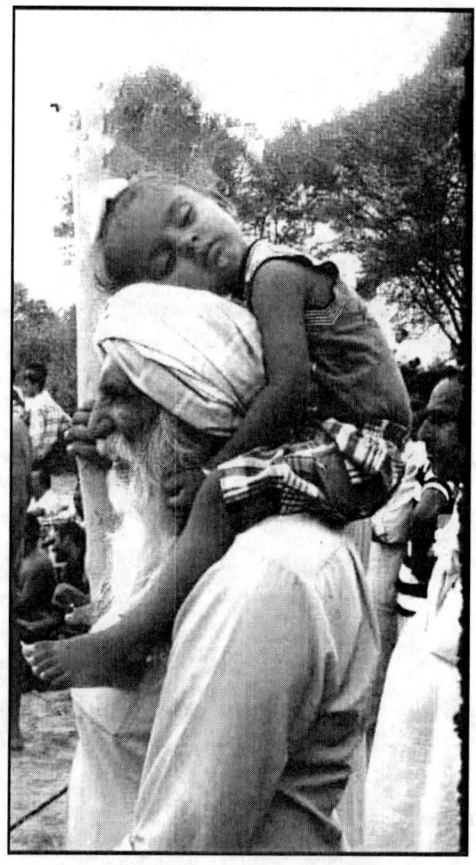

போராட்டக் களத்தில் விவசாயிகள் இந்த கறுப்புச் சட்டம் எவ்வாறு இயற்றப்பட்டது என்ற கேள்வியை எழுப்புகிறார்கள். கொரானாவால் தினம் தினம் பிணம் ஆயிரக்கணக்கில் விழுந்து கொண்டிருக்கிறது, முகமூடி அணிந்த நாடாளுமன்ற உறுப்பினர்கள் உயிரை கையில் பிடித்துக்கொண்டு, சபையில் அமர்ந்திருக்கிறார்கள். இந்த நிலையில் சட்டத்தை நாடாளுமன்றத்தில் முன்வைக்கிறது ஒன்றிய அரசு. அகாலித்தளத்தைச் சார்ந்த பெண் அமைச்சர் ஒருவர் பதவியை துறந்துவிட்டு வெளியேறுகிறார். நாடாளுமன்றத்தில் தீர்மானம் நிறைவேற்றிய ஐந்தாவது நாளில் குடியரசுத் தலைவரின் ஒப்புதலோடு சட்டம் நிறைவேறுகிறது. கொரானா காலத்தில் இவ்வளவு அவசரமாக உலகில் எந்த நாட்டிலும் சட்டம் இயற்றியிருப்பார்களா? இங்கு ஏன் இத்தனை

சி.மகேந்திரன்

அவசரம் என்ற விவசாயிகளின் கேள்வியில் நியாயம் இருக்கிறது.

இந்த அவசரங்கள், கார்ப்பரேட் கம்பெனிகளுக்கென்று மோடியால் கொண்டு வரப்பட்டது. நிலங்களை கையகப்படுத்துதல் மின்சாரம் தண்ணீர் நிபந்தனையற்று வழங்குதல், வரியில்லாமலேயே தொழில் நடத்த அனுமதி கொடுத்தல் என்று இந்த அவசரகால நடவடிக்கைகளை அவர்களுக்காக அரசு முன்னரே கொண்டுவந்துவிட்டது.

மக்கள் கூட்டமாக கூட்டமாக செத்துப் போகும் அபாயம் இருந்தாலும் கவலைக் கொள்ளாமல், அதில் அவசரம் காட்டாமல், கார்ப்பரேட் நலனுக்காகவே இந்த மூன்று சட்டங்களும் அவசர மாக இயற்றப்பட்டன. மரண ஓலங்களுக்கு இடையில் எதிர்ப்பு இல்லாமல் இவ்வாறு சட்டத்தை நிறைவேற்றிக் கொள்வது அவர் களுக்கு எளிதாகி விட்டது. ஆனால் இது எத்தகைய மோசடித் தனமானது? இதற்கு இந்திய விவசாயப் பொருளாதாரத்தின் மீது கார்ப்பரேட்டுகளுக்குள்ள பேராசைத்தான் காரணம். அது ஒருவிதமான வெறியாக இன்று மாறிவிட்டது. இந்த வெறி செயல் படுத்தப் பிறந்தவைதான் இந்த மூன்று விவசாயச் சட்டங்களும். இதனைக் கறுப்புச் சட்டங்கள் என்கிறார்கள் விவசாயிகள்.

இவைதான் அந்த மூன்று சட்டங்களும்.

1. வேளாண் விளைபொருள் வர்த்தகம் மற்றும் வணிகம் (ஊக்குவித்தல் மற்றும் வசதி ஏற்படுத்துதல்) மசோதா, 2020.

2. விலை உத்தரவாதம் மற்றும் வேளாண் சேவைக்கான விவசாயிகள் (அதிகாரம் அளிப்பு மற்றும் பாதுகாப்பு) ஒப்பந்த மசோதா 2020

3. அத்தியாவசியப் பொருட்கள் (திருத்த) மசோதா 2020

இந்திய விவசாயத்தின் நிலவுரிமையும், பொருள் விற்பனை பேர உரிமையையும் பறிப்பதையும் பொது விநியோக முறையை அழிப்பதையும் தவிர வேறு எதுவுமே சட்டத்தில் இல்லை என்கிறார்கள் விவசாயிகள்.

இந்திய விவசாயிகளின் கடன் நெருக்கடியில் மூன்று லட்சத்திற்கும் அதிகமான விவசாயிகள் தற்கொலை செய்து கொண்டு இறந்து போனார்கள். விளைபொருள் விற்பனை உரிமை விவசாயிகளின் கையில் இல்லை என்பதுதான் இந்தக் கடன் சுமைக்கு காரணம் என்று ஆய்வறிக்கைகள் அனைத்தும் கூறுகின்றன. இந்த விளைபொருள் விற்பனை விவசாயிக்கு நிரந்தரமான வருமானத்தை தரவேண்டும். இந்த விவசாய சட்டம் ஒருபுறம் விளை பொருள் விற்பனை உரிமையை மட்டுமல்லாது

நிலவுரிமையையும் பறிமுதல் செய்து கார்ப்பரேட்டுக்களுக்கு கொடுத்துவிட்டு, இதை மூடி மறைக்க மறுபுறத்தில் விவசாயிகளுக்கு சலுகை செய்ய போவதாக பொய் தோற்றம் காட்டுகிறது சட்டம்.

இந்திய விவசாய பொருளாதாரத்தின் மதிப்பு 23 டிரில்லியன் என்று சொல்லலாம். அதாவது 23 லட்சம் கோடி ரூபாய்கள். இதை கைப்பற்றுவது கார்ப்பரேட் நிறுவனங்களின் இன்றைய நோக்கத்தை நிறைவேற்றிக் கொள்ள இந்தியாவின் வாழ்க்கை

முறை இடம் தரவில்லை. நம் மக்களில் 58 சதவீத மக்களின் வாழ்க்கை விவசாயத்தைச் சார்ந்தே அமைந்திருக்கிறது. கிராமப்புற மக்களில் 70 சதவீதத்தினரின் வாழ்க்கை விவசாயம் சார்ந்தே இருக்கிறது. இதில் 86 சதவீதம் பேர், ஐந்து ஏக்கருக்கும் குறைவாக நிலம் வைத்திருக்கும் சிறு விவாசாயிகள். சுதந்திரத்திற்கு முந்தைய இந்தியாவில், விவசாயிகளின் விற்பனை முறை வேறுவிதமாக இருந்தது. இந்திய விவசாயிகள் நிரந்தரக் கடனாளிகள். பிரிட்டிஷ்

ஆட்சி முறையில் எல்லாவற்றையும் இழந்து அவர்களை கடனில் மூழ்க வைத்துவிட்டது. நிலபிரபுக்களும் ஜமீன்தார்களும் விவசாயப் பொருட்களின் விற்பனை உரிமையை, தங்கள் உரிமையாக வைத்துக்கொண்டிருந்தார்கள். விவசாயிகள் அவர்களின் அடிமை என்ற நிலை இருந்தது. இவர்களை விடுதலை செய்யும் முயற்சியில் சுதந்திரத்திற்குப் பின் உருவானதுதான் அரசு ஒழுங்குமுறை விற்பனைக் கூடங்கள். இதில் சில குறைபாடுகள் இருப்பதை விவசாயிகள் மறுக்கவில்லை.

இன்றைய விவசாய வர்த்தகம், அரசு ஒழுங்குமுறை விற்பனைக் கூடமான ஏ.பி.எம்.சி. ஒழுங்குமுறை விற்பனை மண்டிகள் மூலம் நடைபெற்று வருகிறது. இதன்படி அரசும் விவசாயிகளும் இணைந்து நடந்தும் இந்த வர்த்தகம் பலருக்கு வாழ்வளித்து வருகிறது. இதற்கு ஒரு ஆதாரம். 2019-20ஆம் ஆண்டில் பஞ்சாப் மற்றும் அரியானாவில் கோதுமை மற்றும் உணவு தானியம் கொள்முதலில் விவசாயிகளுக்கு அரசு வழங்கியது, சுமார் ரூ.80 ஆயிரம் கோடி. அதில் பெரும்பாலானவர்கள் சிறிய மற்றும் விளிம்புநிலை விவசாயிகள். வேளாண் விளைபொருள் மார்க்கெட் கமிட்டிகள் மாநில சட்டங்களின் கீழ் உருவாக்கப்பட்டவை.. விவசாயிகள், மாநில முகவர்கள் அல்லது அங்கீகாரம் பெற்ற வியாபாரிகள் மூலம், ஓர் இடத்தில் தங்கள் விளைபொருள்களை வாங்கவும், விற்கவும் வசதி ஏற்படுத்துவதாக இவை உள்ளன. பஞ்சாப்பில் மட்டும் 90சதவீத வேளாண் விளைபொருட்கள் ஒழுங்குமுறை விற்பனை மண்டிகள் மூலம் கொள்முதல் செய்யப்படு கின்றன. அரியானா மற்றும் உத்தரப்பிரதேசத்திலும் இதே அளவுக்கு நடைபெறுகிறது. அதாவது, இந்த மாநிலங்களில் 10 சதவீத விளை பொருட்கள் மட்டுமே வெளிச்சந்தையில் விற்கப்படுகின்றன.

நாடு முழுவதும் மண்டிகள் பரவலாக இல்லை. 7 ஆயிரம் மட்டுமே இருப்பதாக கூறுகிறார்கள். இன்று இந்தியாவின் தேவை 42 ஆயிரம் அரசு ஒழுங்குமுறை விற்பனைக் கூடங்கள் என்று சொல்லப்படுகிறது. சட்டம், மண்டிகளிடம் குறையிருப்பதாக குறை கூறி, நீர்ப்பாம்பின் மீது பயம்காட்டி கடல் முதலையிடம் ஒப்படைப்பதை போல ஒப்படைக்கலாமா? என்ற கேள்வியை எழுப்பு கிறார்கள் விவசாயிகள். நான் பல்வேறு விவசாயிகளிடம் பேசிப் பார்த்ததில் அவர்களிடம் ஒரு தெளிவான புரிதல் இருக்கிறது. கார்ப்பரேட்டுகள் விவசாயத்தில் பெரும் கொள்ளையை நிகழ்த்திக் கொள்ளத்தான் இந்த சட்டங்கள் இயற்றப் பட்டுள்ளன என்கிறார்கள்.

4
வெட்டுக் கிளிகள்

இன்றைய சட்டங்களையொட்டி அரசாங்கம் சில விளக்கங்களைத் தருகிறது. அதை அப்படியே போராட்டக் களத்தில் ஒரு விவசாயிடம் கேட்கிறேன். ஒழுங்குமுறை விற்பனைக் கூடத்தை சட்டம் கலைக்குமாறு கூறவில்லையே? பின் விவசாயிகள் ஏன் கோபம் கொள்ள வேண்டும், அரசாங்கம் கேள்வி எழுப்பியுள்ளது. இதையே விவசாயிகளிடம் நான் கேட்கிறேன். அதற்கு அவர், 'தனியார் பங்கேற்கலாம் என்று சட்டத்தில் இருக்கிறதே' என்கிறார். அதற்கும் அரசு கூறிய பதிலையே அவரிடம் சொல்கிறேன்.

அந்த விவசாயின் முகம் சிவந்து விடுகிறது. அவர் கோபம் கொண்டு சொல்லுகிறார். அந்த விவசாயி, 'சட்டத்தில் தனியாரும் பங்கேற்கலாம் என்ற ஒரு வரி மட்டும் இருப்பது உண்மைதான். ஆனால் அதிலுள்ள உண்மையைப் புரிந்துகொள்ள வேண்டும். அது ஒரு வரி அல்ல. ஒரு துளி விஷம்' என்றார். அவரது புரிதலை பார்த்து நான் திகைத்து விட்டேன். விஷம் ஒரு துளிதான் அதை ஒரு குடம் பாலில் ஊற்றினால் நிலைமை என்னவாக இருக்கும்? அந்த விவசாயியின் புரிதலில் இருந்த உள்ளர்த்தம் என்னை

சி.மகேந்திரன்

மிகவும் வியப்புற வைத்துவிட்டது.

கார்ப்பரேட் வர்த்தகத்தில் இந்த சிறிய விவசாயிகளும் காணாமல் போய்விடுவார்கள். சிறு, குறு விவசாயிகள் தனியார் கார்ப்பரேட் நிறுவனங்களுடன் பேரம்பேசி தங்கள் விலையைப் பெற்றுக்கொள்ள இயலாதவர்கள். சூழ்ச்சி செய்து இந்த எளிய மக்களை கார்ப்பரேட் முகவர்கள் ஏமாற்றிவிடுவார்கள்.

ஒரு கட்டத்தில் ஒழுங்குமுறை விற்பனைக்கூடங்களும் காணாமல் போய்விடும். ஒழுங்குமுறை விற்பனைக் கூடங்கள் கைவிடப்படும் அல்லது மூடப்படும்.

இன்றைய பொதுத்துறை நிறுவனங்களின் நிலைமையைப் போல கடைசியில் முழு ஆதிக்கமும் கார்ப்பரேட் கைகளுக்கு வந்துவிடும்.

இதில் அரசு நிர்வாகத்தையும், கார்ப்பரேட் நிர்வாகத்தையும்

ஒன்று என்று கூறமுடியுமா? அரசின் நடவடிக்கைகளில் மக்களுக்கு எதிர்ப்பு இருந்தால் அரசாங்கத்தையே அவர்களால் மாற்ற முடியும். கார்ப்பரேட் நிறுவனங்களை அவ்வாறு செய்தல் இயலுமா? அவர்கள் ஒரு நாட்டை நாசப்படுத்திவிட்டு அடுத்த நாட்டிற்கு தப்பிஓடும் வெட்டுக்கிளிகள்.

உலகில் பல நாடுகளில் விவசாயம் சார்ந்த பல கார்ப்பரேட் கம்பெனிகள் தடை செய்யப்பட்டுள்ளன. கார்க்கில் மாண்சாண்டோ போன்றவை இதில் குறிப்பிட்டு சொல்லக்கூடியவை. மாண்சாண்டோ பிரான்ஸ், ஜெர்மனி, ஆஸ்திரியா, கிரீஸ், ஹங்கேரி, நெதர்லாண்டு, இத்தாலி டென்மார்க் முதலான பல நாடுகளில் தடை செய்யப் பட்டுள்ளது. இவர்களுக்கு உலக மக்களின் நலனோ, நாடுகளின் நலனோ முக்கியம் அல்ல. லாபம் தான் முக்கியம். எனவே மக்கள் சக்தி

அந்த நாடுகளிலிருந்து இந்தக் கார்ப்பரேட் கம்பெனிகளை அப்புறப்படுத்தியுள்ளது.

'இன்று நமக்கு தேவை மக்கள் அதிகாரமா? கார்ப்பரேட் அதிகாரமா?' என்ற கேள்வி எழுந்துள்ளது? 'சந்தையை இயக்கும் சக்தியாக கார்ப்பரேட்டுகள் கூடாது. இதற்கு மக்கள்தான் இயக்க வேண்டும்' என்கிறார்கள் அறிவுபூர்வமாக சிந்திக்கும் சில விவசாயிகள்.

சட்டத்தில் எழுந்துள்ள மற்றொரு பிரச்சனை குறைந்தபட்ச ஆதார விலை (Minimum support price) பற்றியது. சுவாமிநாதன் குழு உற்பத்தி செலவுடன் 50 சதவீதம் கூடுதலாக விலை நிர்ணயம் செய்ய வேண்டும் என்கிறது. குறைந்தபட்ச ஆதார விலை என்ற நடைமுறை, விவசாயிகள் கடனில் மூழ்கி செத்துப்போகாமல் இருக்க கொண்டுவரப்பட்டது. வெளிச்சந்தையில் விலை சரிவு ஏற்பட்டால், நிர்ணயிக்கப்பட்ட ஆதார விலையில் வேளாண் விளைபொருளை அரசு கொள்முதல் செய்து கொள்ளும்.

இதனால் விவசாயிகள் நிதி இழப்பு ஏற்படாமல் காப்பாற்றப் படுகிறார்கள்.

குறிப்பிட்ட ஒரு வேளாண் விளைபொருளுக்கு நாடு முழுக்க ஒரே ஆதார விலை அமலில் இருக்கும்.

ஆதாரவிலை மூலம் விவசாயிகளுக்கு பெரும் அளவில் இலவசம் வழங்கப்படுவது தேவைதானா? என்று சிலரால் கேள்வி எழுப்பப்படுகிறது. உண்மையில் விவசாயிகளிடமிருந்து அவர்களுக்குத் தெரியாமல் எடுக்கப்பட்ட பணத்தின் ஒரு சிறு பகுதிதான் இந்த இலவசம். உலகில் வளர்ச்சியடைந்த எல்லா நாடுகளும் விவசாயிகளுக்கு மானியம் வழங்குகிறார்கள். இதில் அண்மைக் காலத்தில் கூடுதல் மானியம் வழங்கும் நாடு சீன நாடுதான்.

ஒன்றிய அரசு பிறப்பித்துள்ள இந்த சட்டம் காலப்போக்கில் குறைந்தபட்ச ஆதார விலையை அகற்றிவிடும் என்கிறார்கள் விவசாயிகள்.

ஆதார விலைக்கும் குறைவாகக் கொள்முதல் செய்வதை கிரிமினல் குற்றமாக அறிவிக்க வேண்டும் என்றும், உணவு தானியங்களை - குறிப்பாக கோதுமை, நெல் ஆகியவற்றை அரசு கொள்முதல் செய்வதை கட்டாயமாக்க வேண்டும் என்பதும் கடந்த காலங்களில் முன்வைத்த கோரிக்கைகள்.

புதிய சட்டம் எல்லா உரிமைகளையும் பறித்துவிடுகிறது.

இதைப்போலவே இந்த சட்டத்தில் பதுங்கியிருக்கும் மற்றொரு அபாயம், நிலங்களை கார்ப்பரேட்டு கம்பெனிகள் கையகப்படுத்திக் கொள்ளுதல்.

பொது வினியோகமுறையின் வருகைக்கு ஒரு பின்புலம் கொண்ட கதை இருக்கிறது. ஒரு காலத்தில் பெரும் பஞ்சங்களால் நம் நாட்டில் பட்டினி சாவு நிகழ்ந்தது என்பது அனைவரும் அறிந்த ஒன்று. பஞ்சம் வந்தாலும் கோடிக்கணக்கில் மக்கள் செத்துப்போனதற்கான மற்றொரு காரணம் இருந்தது. இதை ஆங்கிலேயர் உருவாக்கிய வரலாறு மூடி மறைத்துவிட்டது. இரண்டு உலகப் பெரும் போர்கள். பிரிட்டிஷ் ராணுவத்தினருக்கு தேவையான உணவும் இங்குதான் சென்றது. போரால் உலகம் முழுவதிலும் கோடிக்கணக்கில் மக்கள் செத்துப்போனார்கள். போருக்கு உணவை அனுப்பிவிட்டு, இந்தியாவில் மக்கள் பல லட்சங்களில் செத்துப்போனார்கள் இதற்கான நிவாரணமாகத் தான் ரேஷன் முறை வந்தது. அந்த ரேஷன் முறையின் வளர்ச்சிதான் பொது வினியோக முறை.

சென்ற நூற்றாண்டின் அறுபதுகள் இந்தியாவிற்கு ஒரு நெருக்கடியான காலமாக அரசு உணர்ந்தது. உணவுப் பஞ்சம் வரப் போகிறது என்று அரசு கணக்கிட்டது. அரசு இதற்கு கையில் வைத்திருந்த ஒரே தீர்வு பொது விநியோக முறைதான். பஞ்சாப், ஹரியானா, மேற்கு உத்தரப்பிரதேச மாநில விவசாயிகளுக்கு மானிய விலையில் விதைகள் வழங்கப்பட்டன. உரங்களுக்கும் கிணறுகள் வெட்டுவதற்கும் தாராளமாக கடன் வழங்கப்பட்டது. உணவு தானிய உற்பத்தியில் இந்தியா தன்னிறைவு பெற்று, ஒன்றிய மத்திய தொகுப்புக்கு தானியங்கள் வந்துசேர்ந்தன. பொது விநியோக முறையால் பட்டினிச் சாவுகள் தவிர்க்கப்பட்டன.

அத்தியாவசியப் பொருள்கள் சட்டத்தில் திருத்தங்கள் செய்ததில் இந்த பொதுவினியோக முறை ஒழிக்கப்பட்டு, ரேஷன் முறை இல்லாமல் போகும். தங்கள் கொள்ளை லாபத்திற்கு இதுதான் ஏற்ற வழி என்று கார்ப்பரேட் நிறுவனங்கள் நினைக்கின்றன. புதிய சட்டமும் இதைத்தான் நிறைவேற்ற வேண்டும் என்கிறது.

இதற்கு ஏற்றாற்போல், அத்தியாவசியப் பொருட்கள் சிலவற்றை பட்டியலிலிருந்து நீக்கிவிட்டது ஒன்றிய அரசு. சில பயறு வகைகள், அவரை வகைகள், எண்ணெய் வித்துகள், வெங்காயம், உருளைக்கிழங்கு ஆகியவை இந்த பட்டியலில் இல்லை. ஆனால், இந்தப் பொருள்களை பெரிய சேமிப்புக் கிடங்குகளில் சேமித்து வைப்பதற்கு எந்த வரம்பும் இல்லை என்கிறது சட்டம். இது சட்டப்பூர்வமான பதுக்கல் என்பதை தவிர இதில் வேறு என்ன இருக்கிறது. இதன்மூலம் செயற்கையாக பற்றாக்குறை அல்லது பஞ்சத்தை ஏற்படுத்தி சந்தை ஆதிக்கத்தை உறுதிபடுத்திக் கொண்டு கொள்ளையை நிகழ்த்திக் கொள்வார்கள் கார்ப்பரேட் சூதாடிகள்.

சமீபத்தில் நிறைவேற்றப்பட்ட சட்டங்களில் எந்தத் திருத்தங்கள் செய்யவும் ஒன்றிய அரசு தயார் என்கிறது. இதனை ஏமாற்று வேலை என்கிறார்கள் விவசாயிகள். சட்டத்தில் எதுவுமே இல்லை. மயக்கி விவசாயிகளை ஏமாற்றும் நோக்கம் கொண்ட வாசகங்கள் நிறைந்து கிடக்கின்றன. அதனுள் மறைந்து கிடப்பது என்ன? நாங்கள் இதனை உணர்ந்துகொள்ள முடியாத முட்டாள்கள் அல்ல. இவை இந்திய விவசாயத்தை அழித்து முடிக்கும் கொடிய திட்டங்கள். எங்களுக்கு தேவையில்லை என்கிறார்கள்.

'நாடாளுமன்றத்தின் சிறப்புக் கூட்டத்தை ஒன்றிய அரசு கூட்டி மூன்று சட்டங்களையும் ரத்து செய்வதுதான் இதற்கான தீர்வு' என்கிறார்கள் விவசாயிகள்.

இந்த மசோதாக்களுக்கு முன்னதாக, ஜூன் மாதம் அவசர சட்டமாக இந்த நடைமுறைகள் அமலுக்கு வந்தபோது, பஞ்சாப் அரசு மற்றும் பஞ்சாப் விவசாய சங்கத்தினர் உடனடியாக எதிர்ப்பு தெரிவித்தனர். பஞ்சாப் முதல்வர் கேப்டன் அமரீந்தர்சிங், ஒன்றிய அரசுக்கு எழுதிய கடிதத்தில் 'ஏ.பி.எம்.சி. மண்டிகள் பஞ்சாப்பில் ஐந்து தசாப்த காலமாக நன்றாக செயல்பட்டு வருவதாகவும், இந்தியாவின் உணவுப் பாதுகாப்பில் முக்கிய பங்காற்றியிருப்பதாக'வும் கூறியுள்ளார். ஹரியானாவிலும் இதே நிலைதான் உள்ளது.

வளர்ச்சியடைந்த நாடுகள் என்று கூறப்படும் அமெரிக்கா, ஐரோப்பிய நாடுகளில் சந்தையை அடிப்படையாகக் கொண்ட எந்த வேளாண் பொருளாதார முறை தோல்வியடைந்துள்ளதோ அதை சட்டமாக நம் தலையில் சுமத்துகிறது மோடி அரசு.

இந்திய விவசாயிகளின் வாழ்வை மேம்படுத்த எத்தனை முன்மாதிரிகள் இருக்கிறது. இதில் அமுல் பால், காய்கறி விற்பனை முறைகளை உதாரணமாகக் கூறமுடியும் என்கிறார், வேளாண் பொருளாதார அறிஞர் தேவேந்தர சர்மா.

புகழ்பெற்ற டெல்லி 'சலோ இயக்கம்' இதன் பின்னர்தான் புறப்பட்டது. விவசாயிகள், நவம்பர் மாதம் 26-ஆம் தேதி பஞ்சாப் மாநிலத்திலிருந்து புறப்பட்டார்கள். கிட்டத்தட்ட 10 ஆயிரம் டிராக்டர்கள், டிராலிகளுடன் இவர்களது பயணம்

சி.மகேந்திரன்

தொடங்கியது. ஒன்றன் பின் ஒன்றாக டிராக்டர்கள் அணிவகுத்து டெல்லியை நோக்கிப் புறப்பட்டன.

பஞ்சாப் மாநிலத்தின் முதல்வர் கேப்டன் அம்ரீந்தர்சிங். அவரது காங்கிரஸ் அரசு இதற்கு எந்த தடையும் விதிக்கவில்லை. அரியானா மாநிலம் அவ்வாறு இல்லை. அங்கு பி.ஜே.பியின் மனோகர்லால் கட்டேரியின் ஆட்சி நடக்கிறது. ஒன்றிய அரசு அரியானா முதலமைச்சரைப் பயன்படுத்தி, போராட்டக்காரர்களை தடுத்து நிறுத்த பெரும் முயற்சி எடுத்தது.

பெரிய தடைகளும் தடுப்புச் சுவர்களும் கட்டப்பட்டன. அரை கிலோமீட்டர் தூரம் அமைந்த இந்த தடைகளை விவசாயிகளால் எதுவுமே செய்யமுடியாது என்று ஆட்சியாளர்கள் கருதினார்கள். வேடிக்கை என்னவென்றால் இந்தத் தடைகளை அகற்றிக்கொள்ள போராட்டக்காரர்களுக்கு இரண்டு மணிநேரம் மட்டுமே தேவைப்பட்டது. இது விவசாயிகளுக்கு கிடைத்த முதல் வெற்றி. மோடி அரசு மிகவும் அதிர்ச்சியடைந்து போனது. கோபம் கொண்ட விவசாயிகள் இன்னும் ஓரிரு நாட்களில் டெல்லிக்குள் நுழைந்துவிடுவார்கள் என்ற அச்சம் வந்துவிட்டது அரசுக்கு. கூடுதலாக ராணுவப் பொறியாளர்கள் தருவிக்கப்பட்டு 17 அடி ஆழமுள்ள பெரும் குழிகளை டெல்லி எல்லையில் வெட்டினார்கள்.

விவசாயிகள் திருப்பிப் போகவேண்டும் என்பதற்காகவே வெட்டப்பட்டக் குழிக்குள்ளேயே மோடி, அமித்ஷா ஆகியோரின் ராஜதந்திரம் எப்படி வீழ்ந்து, விழிபிதுங்கி நின்றது என்பது தனிக் கதை

5
வியூகம் வீழ்ந்தது

ஆட்சியாளர்கள் தங்கள் சுயநல பேராசையை நிறைவேற்றிக் கொள்ளும் நடவடிக்கைக்கு ராஜதந்திரம் என்று பெயரிட்டுக் கொள்கிறார்கள். இந்த விரல்விட்டு எண்ணக் கூடியவர்களுக்கு ராஜதந்திரம் உண்டென்றால், தொடர்ந்து அடக்குமுறைகளை சந்தித்து, உரிமைக்காக உயிரை பணயம் வைத்துப் போராடிக்கொண்டிருக்கும் வெகுமக்களுக்கு ராஜதந்திரம் இல்லாமல் போய்விடுமா? ஆனால் இவர்களின் ராஜதந்திரம் சூழ்ச்சி சார்ந்து அல்ல. பொதுநலம் சார்ந்தது.

உலகில் தலைகீழாக மாற்றத்தைக் கொண்டுவந்தவை என்று பிரஞ்சு புரட்சி, அமெரிக்க புரட்சி, ரஷிய புரட்சி, சீன புரட்சிகளைச் சொல்லுகிறோம். அந்த புரட்சிகள் அனைத்தும் வெகுமக்கள் உருவாக்கி செயல்படுத்திய ராஜதந்திரத்தால் வெற்றி பெற்றவை என்றாலும், தலைமை தாங்கியவர்களின் பங்களிப்பை யும் மறுக்கமுடியாது, ஆனாலும் வெகுமக்கள் உருவாக்கிய அணுகுமுறைகளே புரட்சியில் முதலிடத்தைப் பெறுகின்றன.

இதைப் போலவே டெல்லியில் போராடிவரும் விவசாயிகளும் சில அணுகுமுறைகளை வகுத்துக்கொண்டார்கள்.

சி.மகேந்திரன்

ஓரிரு நாட்களில் டெல்லிக்குள் நுழைந்துவிடுவார்கள் என்ற அச்சத்தில் அரசாங்கம் வெட்டிய 17 அடி ஆழமுள்ள பெரும் பள்ளத்தால் விவசாயிகளின் பயணத்தைத் தடுக்க முடியவில்லை. ராணுவ பொறியியல் பயிற்சியைப் போலவே விவசாயிகளுக்கும் மண் சார்ந்த பொறியியல் பயிற்சி இருக்கிறது. உடனடியாக ஒரு மரப்பாலத்தை அமைத்தார்கள். வரிசையாக அதில் டிராக்டர்கள் தங்கள் பயணத்தைத் தொடங்கின. கொடிய குளிரில் ஆட்சியாளர்களின் சதிகளை முறியடித்து, முன்னேறியவர்கள், முன்னர் அறிவித்த டெல்லி சலோ முழக்கத்தின்படி இவர்கள் டெல்லி சென்றிருக்க முடியும். ஆனால் செல்லவில்லை. அது விவசாயிகளின் தேர்ந்த செயல் தந்திரம்.

அப்படிச் சென்றிருந்தால், அவர்களில் சிலர் சுட்டுக் கொல்லப்பட்டிருக்கலாம். கைது செய்யப்பட்டு திகார் முதலான இந்திய சிறைகளில் அடைக்கப்பட்டிருக்கலாம். கூர்மதி கொண்ட விவசாயிகள் அதை விரும்பவில்லை. இரண்டு அடி பின்னால் என்பதைப் போல, பின்னோக்கித் திரும்பினார்கள். இந்த நடவடிக்கைதான் விவசாயப் போராட்டத்திற்கு புதிய வரலாற்றின் தகுதியை வழங்கிவிட்டது. இந்த நேரத்தில்தான் நெடுஞ்சாலைகள் இவர்கள் கண்ணில் பட்டன.

ஆங்கிலேயர் கடல் ஆதிக்கத்தைக் கையிலெடுத்து, காலனியை விரிவுபடுத்தியபோது, இந்தியா, செல்வங்களை கொள்ளையடித்துச் செல்வதற்கு ஏற்ற இடமாக ஆங்கிலேயருக்குத் தெரிந்தது. வளங்கள் அனைத்தையும் ஏற்றிச் செல்வதற்குரிய பாதைகளை அமைத்தார்கள். புதிய சாலைகள் அமைக்கப்பட்டன. அவை அனைத்தும் ரயில் நிலையங்களோடு இணைக்கப்பட்டன. ரயில் பாதைகள் அனைத்தும் துறைமுகங்களுக்குப் போய்ச் சேர்ந்தன. உலகின் தலைசிறந்த துறைமுகங்கள் இந்தியாவில் கட்டப்பட்டன. இதேநேரத்தில் பட்டினியால் பலகோடி மக்கள் இந்தியாவில் செத்துக்கொண்டிருந்தார்கள். இதுதான் ஆங்கிலேயேர் இந்தியாவிற்கு வளர்த்து தந்திருந்த நாகரிகம்.

ஒரு உண்மையை நாம் மறந்துவிட்டோம். ஆரம்பத்தில் இந்தியாவை கைப்பற்றியது பிரிட்டிஷ் அரசு அல்ல. ரிலையன்ஸ் கம்பெனியைப் போல, அதானியின் கம்பெனியைப் போன்ற ஒரு

கம்பெனி தான், அதன் பெயர் கிழக்கிந்திய கம்பெனி. 1660 ஆண்டு டிசம்பர் மாதம் 31 நள்ளிரவில் புத்தாண்டு பிறப்பதற்கான கொண்டாட்டங்களுக்கு இடையே, இந்தக் கம்பெனிக்கான அனுமதியை மகாராணி எலிசபத் வழங்கினார். சரியாக நூறு ஆண்டுகள் இந்த கம்பெனிதான் இந்தியாவை ஆட்சி செய்தது. இதன் பின்னர்தான் பிரிட்டிஷ் ஆட்சியாளர்களின் கைக்கு ஆட்சி மாறியது.

அண்மைக்கால சுதந்திர இந்தியாவிலும் மக்களின் செல்வங்களை எளிதில் எடுத்துச்செல்ல மக்கள் செலவிலேயே பெரிய பெரிய பாலங்களும், அகலமான சாலைகளும், அமைக்கப்படுகின்றன. கல்வி உரிமையும் மருத்துவ உரிமையும் பறிக்கப்பட்ட நாட்டில் பெரும் செலவில் யாருக்காக போக்குவரத்து கட்டமைப்பு வசதி? கார்ப்பரேட் கம்பெனிகளுக்கு என்பதில் சந்தேகமே இல்லை.

இதை நன்றாகவே புரிந்திருந்த விவசாயிகள். நெடுஞ்சாலைகளை மறியல் செய்வதன் மூலம் இவர்களுக்கு நெருக்கடி தர முடியும் என்று நம்பினார்கள். மறியல் என்றால் ஒரு நாள் அடையாள மறியல் அல்ல. விவசாய விரோத சட்டங்கள் ரத்து செய்யும் வரையிலான, மறியல். கார்ப்பரேட் கம்பெனிகளின் குரல்வளையில் கை வைக்கும் மறியல்.

இந்த மறியல் மிகவும் நேர்த்தியானது. பனி மூட்டம் சூழ்ந்த சிங்கு எல்லைக்குச் சென்று நேரில் பார்த்தால் அந்த நேர்த்தியை

ரசிக்கமுடியும். அவசரம், அவசரமாக தற்காலிகமாக அமைக்கப்பட்ட மனித வாழ்விடங்கள். இரவு பகலென்று இல்லாமல் ஆயிரக்கணக்கில் ஓடிய வாகன ஓட்டத்தை நெடுஞ்சாலை நிறுத்தி வைத்துவிட்டது, பல லட்சம் மக்கள் தங்குவதற்கு வசதி செய்து கொடுத்துவிட்டது. வாழ்க நெடுஞ்சாலை. இதனால் கார்ப்பரேட் கம்பெனிகளுக்கு எத்தகைய இழப்பு ஏற்பட்டிருக்கும் என்று மனம் கணக்குப் போட்டுப் பார்க்கிறது. மோடியின் ராஜதந்திர கணக்கைவிட விவசாயிகளின் கணக்கு வெற்றிபெற்றதில் மனம் குதூகலம் அடைகிறது.

மறிக்கப்பட்ட தேசிய நெடுஞ்சாலையின் பெயர் NH1. ஜம்மு காஷ்மீரில் இருந்து டெல்லிக்கு வந்துசேரும் நெடுஞ்சாலை. இந்திய நெடுஞ்சாலைகளில் அகலமானது இது. அந்த சாலையின் அகலம் எத்தனை இருக்கும் என்று அறிந்துகொள்ள நடந்துசென்று பார்க்கிறேன். அரை கிலோமீட்டர் அகலம் இருக்கலாம். சாலையில் 13 கிலோமீட்டர் தூரத்திற்கு போராட்டக்காரர்கள் தங்கள் தற்காலிக வாழ்விடங்களை அமைத்துக்கொண்டுள்ளார்கள். இதன் சதுர சுற்றளவு உலகில் இரண்டு நாடுகளை விட பெரியது என்றால் யாருமே நம்ப மாட்டார்கள். வாடிகன் நகரம் தனிநாடு. அதன் சதுர பரப்பு ஒரு சதுர கிலோ மீட்டர். மற்றொரு சிறிய நாடு மொனோகோ. இது இரண்டு சதுர கி.மீ. பரப்பளவைக் கொண்டது.

சிங்கு எல்லை, மற்றொன்றையும் என்னை யோசித்துப் பார்க்க வைக்கிறது. பிரபஞ்சத்தில் வாழும் உயிரினங்களில் மிகுந்த சுயநலமும் தந்திரமும் கொண்டவர்கள் மனிதர்கள். சில

நேரங்களில் சில மனிதர்களின் சுயநலம் நம்மை அருவெறுப்படைய வைத்துவிடுகிறது. பேருந்தில் ஏறினால் அடுத்தவர்களுக்கு இடம் தர மறுக்கும் சுயநலம். அடுத்தவர் வயல்வரப்பை மாற்றி, நிலத்தை சிறிது சிறிதாக அபரிக்கும் சுயநலம் என்று எத்தனை வகையான சுயநலம். இந்த சுயநலம், சிங்கு எல்லையில் இல்லை என்பது என்னை யோசிக்க வைத்தது.

சிங்கு எல்லையின் 13 கிலோமீட்டர் நீளத்தில் ஒரு பெரிய கிராமமும் ஒரு நகராட்சியும் இருக்கிறது. சிங்கு, கிராமத்தின் பெயர். குண்டலி என்பது நகரத்தின் பெயர். சிங்கு கிராமம் பத்தாயிரத்திற்கு மேல் மக்கள்தொகையைக் கொண்டுள்ளது. குண்டலி நகரம் ஒரு லட்சத்திற்கும் அதிகமான மக்கள்

தொகையைக் கொண்டுள்ளது.

பத்தாயிரம் டிராக்டர்களோடு விவசாயிகள் இங்கு வந்து சேர்ந்தபோது, இந்த மக்கள் எந்தவிதமான ஆட்சேபனையையும் தெரிவிக்கவில்லை. சிங்கு, குண்டலி ஆகியவற்றின் எல்லா பகுதிகளுக்கும் சென்று பார்த்தேன். வறண்ட நீர், வளமற்ற பகுதி. வறுமையும் வளர்ச்சியின்மையும் மிகமிக அதிகம். ரிக்‌ஷா சென்னையைப் போல இல்லை. பத்து ரூபாய் கொடுத்தால் போதும் எங்கு வேண்டுமானாலும் போய் இறங்கிக்கொள்ளளலாம்.

மக்களில் பல தரப்பட்டவர்களை சந்தித்து பேசிப் பார்த்தேன். அவர்களில் ஒருவர்கூட, போராட்டக்காரர்கள் பற்றி எந்த அதிருப்தியையும் வெளிப்படுத்தவில்லை. எல்லோருடைய வாழ்க்கையும் விவசாயத்தை ஆதாரப்படுத்தியிருக்கிறது. 'புதிய சட்டத்தால் நிலம் பறிபோனால் எல்லாம் பறி போய்விடும்' என்ற உணர்வு அவர்களிடம் வெளிப்படுகிறது.

காஷ்மீர் மிகவும் அழகிய நிலம். அதனினும் அழகியது நீலம் பூத்து நிற்கும் அதன் தால் ஏரி. அதன் நீளம் ஏழரை

கிலோமீட்டர். அகலம் மூன்றரை கிலோமீட்டர். அந்த ஏரியில் மிதந்துகொண்டிருக்கும் படகு வீடுகள் சுற்றுலாவாசிகளிடம் புகழ்பெற்றவை என்றால் இன்று டிராக்டர் வீடுகள் டெல்லியை சுற்றிய விவசாயப் போராட்டத்தில் புகழ் பெற்றுவிட்டன. ஆனால் டிராக்டர் வீடுகள் காஷ்மீரின் படகு வீடுகளைப் போன்று அல்ல. இந்திய விவசாயிகளின் ஒட்டுமொத்த கோபத்தின் மொத்தவடிவமாய் எழுந்து நின்று, அனல் வீச... ஆட்சி யாளர்களுக்கு புதிய எச்சரிக்கைகளை விடுத்துக் கொண்டி ருக்கின்ற வீடுகள்.

6

டிராக்டர் வீடுகள்

டிராக்டரை ஒரு ஆயுதமாகக் கொண்டு, உலகில் எந்த நாட்டிலாவது, யாராவது போராடியிருப்பார்களா என்பது, எனக்குத் தெரியவில்லை. ஏர்முனை தமிழர் வாழ்வோடு இணைந்த ஒன்று. தமிழர்களின் விவசாயப் பிறப்பை பத்தாயிரம் ஆண்டுகள் என்கிறார்கள். புதிய கற்காலம் நிறைவு பெற்று, இரும்பு காலத்தில் அடியெடுத்து வைத்தபோதுதான், மண்ணை உழுது, பயிரிடும் 'கொழு' கண்டுபிடிக்கப்பட்டு, நிலத்தை பண்படுத்தும் விவசாய முறை வந்தது. ஏர் என்னும் கலப்பையின் நவீன வடிவம்தான் இன்று டிராக்டர். பஞ்சாப், அரியானா விவசாயத்தின் பிரிக்க முடியாத அங்கமாகவே மாறிவிட்டது டிராக்டர்.

ஐந்து நதிகள் ஓடியதால் 'பஞ்சாப்' என்னும் பெயர்கொண்ட இதில் ஜீலம், செனாப், ராவி, பியாஸ், சத்லஜ் ஆகிய ஐந்து நதிகள் தவழ்ந்து வருகின்றன. பொங்கிப் பெருக்கெடுத்த நதிகள் ஓடியபோதிலும், பெரும்பகுதி நிலம் பாலைவனம். ஒட்டகங்களின் மேய்ச்சல் காடு. ஐந்தாண்டு திட்டத்தின் வழியாக வந்து சேர்ந்தது பக்ராநங்கல். அணை வந்த பின்னர் எல்லாமும் மாறிப்போனது. பாலைவனம் சோலைவன மானது.

பக்ராநங்கல் அணை ஒன்றல்ல, இரண்டு. பக்ரா அணையும், நங்கல் அணையும் தனித்தனியானவை. ஒன்றைத் தொடர்ந்து மற்றொன்று அமைந்திருக்கிறது. அணை, 1961-ஆம் ஆண்டில் திறக்கப்பட்டது. இதை ஒட்டி அடியெடுத்து வைத்த பசுமைப் புரட்சி ஒருபுறம் உணவுப் பஞ்சத்தைப் போக்கினாலும் மறுபுறத்தில், மண்ணை மலடாக்கி, மனித உடலில் விதவிதமான நோய்களைக் கொண்டுவந்து சேர்த்தது. பசுமைப் புரட்சியால் பல்வேறு சோதனைகளைச் சந்தித்த விவசாயிகளுக்கு, அது தந்த பரிசுப்பொருளாக அவர்களிடம் மிச்சமாய் இருப்பது டிராக்டர் மட்டும்தான். இதையும் பயனற்றதாக ஆக்கிவிட கார்ப்பரேட் உலகம் பெரும் சதி செய்யத் தொடங்கியபோது பஞ்சாப் -அரியானா விவசாயிகள் விழித்துக்கொண்டார்கள்.

கார்ப்பரேட்டுகள் டிராக்டர்களைக் கைப்பற்ற விரும்பவில்லை, அது அவர்களுக்குத் தேவையும் இல்லை. சொந்த தாயாக கருதும் விவசாய நிலங்களை வலுக்கட்டயமாக கைப்பற்றத்தான் அவர்கள் திட்டம் போட்டார்கள். நிலம் இல்லாமல் டிராக்டர்களால் என்ன செய்ய முடியும்? உலகில் பல நாடுகளில் நிலங்களை கைப்பற்றிய கார்ப்பரேட்டுகள், விவசாயிகளை அவர்கள் சொந்த நிலத்திலேயே கூலித்தொழிலாளியாக மாற்றியமைத்துவிட்டார்கள். இதற்கு உதாராணமாக நிகராகுவா, ஹோண்டுராஸ் ஆகிய நாடுகளைக் கூறமுடியும். இதை எல்லாம் உணர்ந்துகொண்ட விவசாயிகள் கோபத்தின் மொத்த வடிவமாய் எழுந்து நிற்பதால், டிராக்டர்களில் இன்று அனல் வீசுகிறது. இதை நவீன ஆயுதமாக மாற்றிக்கொண்டு விட்டார்கள் விவசாயிகள்.

பஞ்சாப், அரியானா ஆகிய இரண்டு மாநிலங்களிலும் 13 லட்சம் டிராக்டர்கள் இருக்கின்றன. டிராக்டரின் பயன்பாட்டை மிகவும் நன்றாகவே இந்த இரண்டு மாநிலத்தைச் சார்ந்தவர்களும் உணர்ந்திருக்கிறார்கள். இந்தப் பயன்பாடு எவ்வாறெல்லாம் அமைந்துள்ளது என்பதை சிங்கு எல்லையில் என்னால் பார்க்க முடிந்தது.

டிராக்டர்களால், நாற்று நட முடிகிறது, களைகளை அகற்ற முடிகிறது, அறுவடை செய்து, தானியங்களை டிராலிகளில் ஏற்றி, விற்பனைக் கூடங்களுக்கு எடுத்துச்செல்ல முடிகிறது என்பதை பெருமையுடன் கூறுகிறார்கள். உலகில் எங்கெல்லாம் நவீனமாக டிராக்டர்கள் கண்டுபிடித்து விற்பனைக்கு வருகிறதோ, அங்கெல்லாம் சென்று அதை தேடிப்பிடித்து, வாங்கி

வந்துவிடுகிறார்கள் பஞ்சாப் விவசாயிகள்.

இன்று டெல்லியை முற்றுகையிட்டு நிற்கும் டிராக்டர்கள் ஒரு புது பயன்பாட்டை வெளிப்படுத்தியுள்ளது. விவசாயிகளின் பாடி வீடாகவும் டிராக்டர்கள் மாறியுள்ளது. தொல்தமிழர்கள் போர்க்களங்களில் 'பாடி வீடு'களை அமைத்திருந்தார்கள். போர் தொடங்குவதற்கு முன்னர் அமைத்துக்கொள்ளும் பாசறைதான் பாடி வீடு. வேனிற் பாசறை, கூதிர் பாசறை, வாடை பாசறை

சி.மகேந்திரன்

என்று பருவ காலங்களுக்கு ஏற்ப பாசறைகள் இருந்ததாக, சங்க இலக்கியங்கள் கூறுகின்றன. தமிழர்கள் அமைத்துக்கொண்ட பாசறை வீடுகள் இப்பொழுது ஞாபகத்திற்கு வருகிறது. டெல்லியைச் சுற்றி விவசாயிகள் அமைத்துள்ள இந்தப் பாசறை உயிரைக் கொல்லும் பனிக் காற்றிலிருந்து விவசாயிகளைப் பாதுகாக்கும் பாடி வீடு. போராட்டக்களத்தில் குளிரில் பெரும் எண்ணிக்கையில் விவசாயிகள் செத்துப்போகாமல் காவல் தெய்வமாய் நின்று பாதுகாப்பை வழங்கியவை இந்த டிராக்டர் என்னும் பாடி வீடுகள் என்பதில் ஆழமான நம்பிக்கை கொண்டுள்ளனர் அந்த விவசாயிகள்.

ஒவ்வொரு டிராக்டர் டிராலியிலும் பெரியதாக இருந்தால் 25 பேர். நடுத்தரமாக இருந்தால் 15 பேர், சிறியதாக இருந்தால் 10 பேர் என்று தங்கும் வசதியை உருவாக்கிக்கொள்கிறார்கள். டிராலியின் அடியில் கோதுமை வைக்கோல், அல்லது நெல் வைக்கோல் வைத்து நிரப்பப்படுகிறது. அதன்மேல் மெத்தை, கம்பளி போர்வை என்று குளிருக்கான எல்லா பாதுகாப்புகளும் இருக்கின்றன. தங்கள் வீட்டில், தங்கள் கிராமத்தில் இருக்கும் உணர்வை ஒவ்வொரு டிராக்டரிலும் உருவாக்கிக்கொண்டு விடுகிறார்கள். தேசிய இனங்களின் மரபணுக்கள் பற்றிய ஆய்வுகள் நிறைய வருகின்றன. இவர்களின் இந்த வாழ்க்கை பஞ்சாபியரின் போர்க்கால வாழ்க்கையின் தொடர்ச்சியா? தேவையற்ற கவலைகளை உருவாக்கிக்கொள்ளாமல் போராட்டத்தில் என்று ஒன்றை நோக்கி முன்னேறிக்கொண்டிருக்கிறார்கள்.

டிராக்டர்களை உற்றுக் கவனிக்கிறேன். எத்தனை வகைப்பாடுகளில் டிராக்டர்கள், பல வண்ணங்களில், பல வடிவங்களில். இதைப்போலவே டிராக்குகள் இழுத்துச் செல்லும் டிராலிகளும் வகை வகையாக. குழந்தைப் பருவத்தின் மனப்பதிவுகள் ஆழமும் ரம்மியமும் கொண்டவை. எனது கிராமத்தில் நான் பார்த்தவற்றில் சில ஞாபகங்கள் என் நினைவுக்கு வருகின்றன. கிராம மக்களின் கொண்டாட்டம் உழவு மாடுகள்தான். இளம் கன்றுகளைத் தேர்வுசெய்து உழவு செய்வதற்கு பயிற்றுவித்தல், கொம்புகளை சீவி காளைகளை அழகுபடுத்துதல், சந்தைக்கு சென்று புது மாடுகளை தேர்வுசெய்து வாங்குதல், சில வருடங்கள் உழவுக்குப் பயன்படுத்திவிட்டுப் பின்னர் அதை விற்பனை செய்து புது மாடுகளை வாங்கி, அதனை வீட்டுக்கு அழைத்து வருதல் என்று வேளாண் குடும்பங்களில் காளைகளின் உலகம் குடும்ப வாழ்க்கையோடு இணைந்தவை.

காளைகள் மீதான இதே வாஞ்சைதான் பஞ்சாப், அரியானா விவசாயிகளுக்கு டிராக்டர்கள் மீது இருக்கிறது. போராட்டக் களத்திலும் டிராக்டர்களை தினம், தினம் கழுவி சுத்தம்செய்து, அழகுபடுத்தி வண்ண விளக்குகளுடன் வீதிகளில் அழைத்து வருகிறார்கள். பல வண்ணத்தில் மின்விளக்குகளால் டிராக்டர் அழகுபடுத்தப்படுகிறது.

பஞ்சாப், அரியானாக்காரர்களுக்கு இசையின் மீது தனி அலாதியான விருப்பம். அதிலும் பஞ்சாபியரின் 'பங்கரா' இசை யாரையும் ஆட வைத்துவிடும். டிஜிட்டல் ஒலி பெருக்கிகளை டிராக்டர்களில் அமைத்து, துள்ளல் நிறைந்த இசையை அவர்கள் அமர்ந்து ரசிக்கும் தோரணை உலகில் இப்படி ஒரு இன்பம் உண்டா? என்ற எண்ணத்தை வரவழைத்து விடுகிறது. பொதுவாக நீண்டநாள் போராட்டங்களில் பங்கேற்பவர்களுக்கு இயல்பாகவே மனச்சோர்வு வருவது இயற்கை மட்டுமல்ல... அது சில நேரங்களில் முக்கியப் பிரச்சினையாகவும் மாறிவிடும்.

சி.மகேந்திரன்

போராட்டத்தை நெருக்கடிக்கு உள்ளாக்கிவிடும்.

எல்லா இடங்களிலும் ஆடல்கள், எல்லா இடங்களிலும் பாடல்கள் என்று கலையின் வேர்களோடு ஒன்றிப்போன மக்கள் தங்கள் மனச்சோர்வை போக்கி, கலையின் மூலம் புத்துயிர்ப்பை பெற்றுக்கொண்டுவிடுகிறார்கள். இதுவும் பஞ்சாபியரின் போர்க்கால சமூக வாழ்க்கையின் தொடர்ச்சிதான் என்பதில் சந்தேகமே இல்லை.

போராட்டக்களத்தில் ஒரு முழக்கம் இன்று உச்சத்திற்கு வந்திருக்கிறது. இதுவும் ஒரு அரசியல் முழக்கம்தான். உறக்கத்திற்குச் செல்லும் முன்னரும், கண் விழித்துப் படுக்கையிலிருந்து எழுந்த பின்னரும், நமது காதுகளில் 'நரேந்திரமோடி முர்தாபாத்' என்னும் முழக்கம் கேட்டுக்கொண்டே இருக்கிறது. இது, மக்களின் நியாயமான உணர்வு நாடாளுமன்றங்களிலும், ஊடகங்களிலும் மறுக்கப்பட்டதன் வெளிப்பாடு. சர்வாதிகாரம் இதுதான் என்பதை உணர்ந்து கிளர்ந்தெழும் மக்களின் கோபப்புயல் முன்னறிவிப்பு.

அந்த முழக்கத்துக்குள் ஒரு எரிமலையின் தீவிரம் இருக்கிறது. இந்த தீவிரம் ஒருநாள் ஒருபொழுதில் ஏற்பட்டுவிடாது. இதற்கான காரணங்களை மனம் யோசிக்கத் தொடங்கிவிட்டது.

7
சீக்கிய மதம்

அவரது தலை துண்டாக வெட்டப்பட்டு, இந்துக்களும் சீக்கியர்களும் வாழும் குடியிருப்புப் பகுதிகளில் தொங்கவிடப் பட்டது. "நான் எனது தலையைத் தருவேன்; மதத்தையல்ல" என்று கொல்லப்படுவதற்கு முன் அவர் கூறிய வார்த்தைகள் இன்னமும் நூற்றாண்டுகளை கடந்து தேசங்கள்தோறும் உயிர் வாழ்ந்து கொண்டிருக்கிறது. இதன் வலிமையை ஆழ்ந்து யோசித்துப் பார்த்தால் மட்டுமே புரிந்துகொள்ள முடியும்.

குரு தேக்பகதூர், பத்து சீக்கிய குருமார்களில் ஒன்பதாம் குரு ஆவார். இஸ்லாம் மதத்திற்கு மதமாற்றம் செய்ய மறுத்ததால் அவர் கொல்லப்பட்டார். இந்த தகவல் தீவிரமாய் என் மனதில் இறங்கியபோது, சீக்கிய மதத்தை புரிந்துகொள்ளும் முயற்சியில் இறங்கினேன்.

சுமார் மூன்றுகோடி சீக்கிய மக்கள் இந்தப் புவிப் பரப்பில் பின்பற்றும் இந்த மதம், உலகின் ஐந்தாவது பெரிய மதம். முதல் நான்கு மதங்கள் கிறித்தவம், இஸ்லாம், இந்து, பௌத்தம் ஆகியவை. சீக்கியர் என்பதற்கு 'சீடர்', அல்லது 'கற்பவர்' என்று பொருள் கூறப்படுகிறது. சீக்கிய மதம் புதியவற்றைக் கற்பதில்

செயல்படுத்துவதில் ஆழ்ந்த நம்பிக்கைக் கொண்டிருக்கிறது. ஒவ்வொரு சீக்கியரும் அகங்காரம் எதுவும் இல்லாமல் வாழ்நாள் மாணவன் என்றும், தன்னை சுற்றியிருக்கும் உலகத்தை, தான் படித்து முடிக்கவேண்டிய பாடங்களாகவும் கருதிக்கொள்ள வேண்டும் என்பதையும் நான் வாசித்த போது, 'இது மத உலகில் புது உலகம்' என்று எண்ணிக்கொண்டேன்.

தன்னலமற்ற சேவை, பொது நலன், சமூக நீதிக்கான அர்ப்பணிப்பு ஆகியவற்றை சீக்கிய மதத்தில் இருப்பதை ஆராய்ந்து பார்த்தபோது எனது உடல் சிலிர்த்துப்போனது. இன்றைய சூழல் ஒவ்வொருவரின் வழிபாட்டு உரிமைக்கும் நெருக்கடி ஏற்பட்டுள்ள சூழல். இந்த நேரத்தில் இது இந்திய ஒற்றுமையை வலியுறுத்துகிறது என்பதில் மனதுக்குள் ஒரு சகோதர நேசம் தென்றலைப் போல தவழ்ந்து சென்றது.

பஞ்சாப் பகுதியில் 15-ஆம் நூற்றாண்டின் இறுதியில் சீக்கிய மதம் தோற்றம் பெறுகிறது. உலகில் உள்ள மிக இளமையான மதங்களில் இதுவும் ஒன்று என்பதுதான் பெருமை. இந்த மதத்தை, வழிகாட்டி அழைத்துச் செல்ல காலங்கள்தோறும் குருமார்கள் தோன்றிக் கொண்டேயிருந்தார்கள். மொத்தம் பத்து குருமார்கள்.

சீக்கியத்தின் கொள்கையை முதலில் உருவாக்கியவர் குரு நானக். மத மோதல்கள் அதிகரித்து இதன் பெயரால்

படுகொலைகள் நடைபெற்ற காலம். அப்பொழுது அந்தக் குரல் ஓங்கி உறுதியோடு ஒலித்தது. அது குருநானக் அவர்களின் குரல். இந்து மதம் இஸ்லாம் மதம் இரண்டிலுமே உண்மைகள் இருக்கின்றன என்றது. இந்துக்களையும் முஸ்லீம்களையும் ஒற்றுமையாக வாழ வைப்பதே தன் நோக்கம் என்பதை வெளிப்படையாகவே அறிவித்து, இந்திய மத நல்லிணக்கத்தின் குறியீடாக இது அமைந்தது.

புதிய மதம் என்பதால் புதுமைகளை ஏற்றுக்கொண்ட மதமாகவும் இது இருக்கிறது. துறவு பற்றிய சீக்கிய மதத்தின் கொள்கை கொஞ்சம் வித்தியாசமானது. அண்மையில் ஒரு நகைச்சுவை படித்தேன். அந்த நகைச்சுவை என்னை மிகவும் யோசிக்க வைத்துவிட்டது. ஒரு காலத்தில் துறவறம் பூண்ட சந்நியாசிகள் கையில் திருவோடு இருந்தது. மக்களிடம் அவர்களுக்கு பிச்சையிடும் அன்னம் இருந்தது. இப்பொழுது மக்களிடம் பிச்சை எடுக்கும் திருவோடு மட்டுமே இருக்கிறது. மற்ற எல்லாமும் கார்ப்பரேட் சாமியார்களிடம் இருக்கிறது என்றது அந்த துணுக்கு.

துறவு என்பது இல்லறத்தை துறப்பதல்ல, ஆசையை துறப்பது என்கிறது சீக்கியம். வாழ்க்கையைத் துறந்த துறவியையும் மனையறம் பூண்ட மக்களையும் கடவுள் ஒன்றாகவே கருதுகிறார். 'துறவிகள் எனபதால் அவர்களுக்கு எந்த தனிச் சலுகையையும் கடவுள் தருவதில்லை' என்கிறார் குருநானக்.

சீக்கிய சமயம் தியானத்தை வலியுறுத்துகிறது, தியானம் சிம்ரன் என்று அழைக்கப்படுகிறது. இன்றைய கார்ப்பரேட் உலகம் கட்டியமைத்துள்ள தியானமல்ல இது. இறைவுணர்வை, பாடல்கள் அல்லது சொற்கள் மூலம், திரும்ப திரும்ப சொல்வதன் மூலம் இறைவனை தங்கள் உள்ளதால் உணர முடியும் என்பது இவர்களின் நம்பிக்கை. இந்த புனித உணர்வை அன்றாடக் கடமையாக கடைபிடித்து வருகிறார்கள்.

இறையை உள்ளத்தால் உணர வேண்டும் என்றால் அதற்கு ஐந்து திருடர்களை நம் அருகில் வர அனுமதிக்க கூடாது என்கிறார்கள். காமம், ஆத்திரம், பேராசை, பற்று, அகந்தை ஆகியவைதான் அந்த 'ஐந்து திருடர்கள்' என்கிறது சீக்கிய மதம்.

சீக்கிய மதத்தை இந்தியச் சூழலில் ஒரு முக்கிய மதமாக பார்க்கத் தொடங்கினேன். மற்ற மதங்களை வெறுக்காத அவர்களுடைய மேன்மை என்னை மிகவும் ஈர்த்தது. இந்திய பன்மைத் தன்மையை ஏற்றுக்கொண்டு மதச்சார்பற்ற

சி.மகேந்திரன்

வாழ்க்கைக்கு உத்தரவாதம் தரும் இதன் உயர்வு என்னை இதன் மீது உடன்பட வைத்தது.

செயலுக்கும், செயலற்ற உபதேசங்களுக்கும் நிறையவே வேறுபாடுகள் உண்டு. சீக்கிய மதம் எல்லாவற்றையும் விட செயல்தான் முக்கியம் என்பதை வலியுறுத்துகிறது. செயல் நெறியற்றதாக இருந்துவிடக் கூடாது என்ற கவலையும் அதற்கு இருக்கிறது. செயல் 'உண்மை, விசுவாசம், சுயகட்டுப்பாடு, தூய்மை' ஆகியவற்றைக் கொண்டிருக்க வேண்டும் என்று கருதுகிறது. இதன் மூலம்தான் வாழ்வில் முழு நம்பிக்கை கொண்ட மனிதர்களை உருவாக்க முடியும் என்று சீக்கிய மதம் கூறுகிறது.

குரு கோபிந்த்சிங் சீக்கிய மதத்தின் பத்தாவது குரு ஆவர். மதம் மாற முடியாது என்ற லட்சியத்திற்காக உயிரை அர்ப்பணித்த குரு தேக்பகதூர் அவர்களின் புதல்வர் இவர். இவருக்கு பின்னர் குரு என்று யாருமே இல்லை. சீக்கியரின் புனித நூலான குரு கிரந்த் சாகிப் தான் அடுத்து நிரந்தர குரு என்பதை அறிவித்தார். இதுவே குருவாய் இருந்து வழிகாட்டும் என்றார். மொகலாயப் பேரரசர் அவுரங்கசீப்புடன் நடத்திய போரில் தனது தந்தை, தாய், நான்கு மகன்களை இழந்தார். அவரது காயப்பட்ட தலையுடன் அனந்தபூருக்கு தப்பிச் சென்றார் குரு கோவிந்த் சிங்.

இவரது இளமைக்காலம் பல்வேறு அனுபவங்களைக் கற்றுத் தந்திருந்தது. குரு கோவிந்த்சிங், சீக்கியர்களை வலிமையுடையவர்களாக்க வழிவகை செய்தார். இவர் பிறந்தது பீகார் மாநிலத்திலுள்ள பாட்னாவில். இவரது பிறப்பு நிகழ்ந்தபோது, தந்தை அஸ்ஸாம் மாநிலத்திற்கு மதத்தைப் பரப்ப சென்றிருந்தார். சிறுவயதிலேயே கோவிந்த்சிங் தைரியம், சுதந்திரம் போன்ற கொள்கைகளை இயல்பிலேயே கொண்டிருந்தார். பாட்னாவில் தனது மதப்பற்றின் காரணமாக தனது சுயகௌரவத்திற்கு அவமானம் ஏற்பட்டதாக உணர்ந்தார். தாய் மற்றும் பாட்டியாரின் சமாதான வார்த்தைகளை இவர் கேட்க மறுத்துவிட்டு, 'இந்த நாட்டில் இனியும் இருக்கமாட்டேன்... எனது தந்தையின் நாட்டுக்குச் செல்வேன்' என்று கூறி பஞ்சாப் சென்றுவிட்டார்.

சீக்கிய மதத்தின் சிறப்பு அதன் எல்லையில்லா வீரமும், கருணையும் தான். போராட்டக்களத்தில் சிலவற்றை நான் சீக்கிய மதத்துடன் ஒப்பிட்டுப் பார்க்கிறேன். இந்தியாவில் நான் பார்த்திராத பல சிறப்புகள் இதில் இருக்கிறது. பஞ்சாப்

நண்பர்களிடம் இது குறித்து கேட்டபோது, 'கல்சா' பற்றி முதலில் தெரிந்து கொள்ளுங்கள் என்கிறார்கள்.

'கல்சா' என்றால் 'தூய்மை' என்று பொருள். சமூகத் தூய்மை, தனிமனிதத் தூய்மை ஆகியவற்றை முன்வைக்கிறது கல்சா. இதை உருவாக்கியவர் யார் என்று கேட்டபோது சீக்கிய மதத்தின் பத்தாவது குருவான கோவிந்த்சிங் என்கிறார்கள். 1699-ஆம் ஆண்டில் சாதி, மத, இன மற்றும் பால்வழிப் பாகுபாடுகளையும். பிரித்தாள்வதை முடிவுக்குக் கொண்டு வர கால்சா எனும் அமைப்பை நிறுவினார். அது ஒருபுறம் போர் படையாகவும் மறுபுறம் பெரும் கருணை கொண்ட கடலாகவும் தெரிகிறது.

குரு கோவிந்த்சிங்

கால்சாவை உருவாக்கிய குரு கோவிந்த்சிங் அவர்கள், வலிமை வாய்ந்த கட்டமைப்பை உருவாக்கினார். அகாலி என்பதற்கு மரணமற்றவன் என்று பொருள் என்றார். இவர்கள் கடவுளின் சார்பில் பூமியில் அறத்தினை நிலைநாட்ட வேண்டும் என்று குரு கோவிந்த்சிங் வழிகாட்டுகிறார். இன்றும் சீக்கியர்கள்

சிங்கத்தோடு ஒப்பிடப்படுகின்றனர். ஆண், தன் பெயரின் பின் சிங் (சிங்கம்) என்றும், பெண், கெளர் (பெண் சிங்கம்) என்றும் பெயரின் பின் இணைத்துக்கொள்ளும் வழக்கம் இருக்கிறது. சிங்கத்தை அறம் சார்ந்த வீரத்தின் அடையாளமாக கருதுகிறார்கள். மனிதர் அனைவரும் சிங்கத்தினைப் போன்ற பலமும், அரசனைப் போன்ற சக்தியும், சுயமரியாதையும் உடையவர்களாக இருக்கவேண்டும் என்பது குரு கோவிந்த்சிங் அவர்களின் போதனை.

எல்லாவற்றிகும் செயல்தான் அடிப்படை என்று போதித்து வந்த இவர், அச்சமற்ற புத்துலகிற்கு பாதை திறந்துவைத்தார். போராட்டக்களம் அந்த மதம் சார்ந்த மன உறுதிப்பாட்டையும் அவர்களின் கூட்டுணர்வு மிக்க மனிதநேய செயல்பாட்டையும் புரிந்துகொள்ள எனக்கு உதவியது.

8

சிற்றரசுகளின் ஒன்றிய ஆட்சி

போராட்டக் களத்தில் பலருடன் பேசிப் பார்க்கிறேன். சீக்கிய மதத்தின் போர்குணம் பற்றி பல்வேறு தகவல்கள் கிடைக்கின்றன. இதில் முக்கியமானது சீக்கியர்களின் சிற்றரசு.

மொகலாயப் பேரரசர்களின் ஆட்சி காலத்தில் சீக்கிய மக்களுக்கு பல்வேறு நெருக்கடிகள் ஏற்படுகின்றன. முகலாய மன்னர்கள் எல்லாக் காலத்திலும் ஒரே மாதிரியாக இல்லை. சில மன்னர்கள் கொடுங்கோன்மை செலுத்திய போதிலும், சிலர் சீக்கியர்களோடு நட்புறவுக் கொண்டிருந்தார்கள் என்பதையும் மறுக்க முடியாது.

1707-ஆம் ஆண்டில் நிகழ்ந்த அவுரங்கசீப் மரணத்திற்குப் பின்னர் முகலாயப் பேரரசு சரிவுறத் தொடங்கியது. சீக்கிய மக்கள் சுயஉரிமை பெற்ற தங்கள் பிரதேசங்களை உருவாக்கிக் கொண்டனர். பஞ்சாப்பையும், சட்லெஜ், யமுனை நதியோர நாடுகளையும் கூட்டாக வென்றெடுத்து, அதை 12 பிரிவுகளாக பிரித்துக்கொண்டனர். ஒவ்வொரு பகுதிக்கும் மிச்செல் எனப்பெயரிட்டு கூட்டாக ஒரு சிற்றரசரை நியமித்தனர்.

இவை தன்னாட்சி உரிமை கொண்ட சீக்கிய சிற்றரசுகள்.

இது மட்டுமல்லாது சீக்கிய சிற்றரசுகளின் கூட்டமைப்பாகவும் இவை செயல்பட்டன. இந்தியாவின் மற்ற பகுதிகளிலிருந்த சிற்றரசுகளிலிருந்து இது பல வேறுபாடுகளைக் கொண்டுள்ளது. இதற்கு சீக்கியம் தாம் உருவாக்கிய கூட்டுணர்வு பண்பாடு, காரணமாகத் தெரிகிறது. அதிகாரத்தின் மூலமாக ஒருவரை ஒருவர், ஆதிக்கப்படுத்திக் கொள்ளாத கூட்டமைப்பு இது. சீக்கிய சிற்றரசுகள் படைபலத்திலும், பரப்பளவில் ஏற்றத்தாழ்வுகள் இருப்பினும், அனைவரும் சமமாக மதிக்கப்பட்டனர். நிதி ஆதாரங்களை திரட்டி ஒருவருக்கொருவர் உதவி செய்து கொண்டனர்.

கூடிப் பேசுதல், கலந்துரையாடல் இவர்களிடம் முக்கியப் பண்பாகத் தெரிகிறது. அமிர்தசரஸ் சந்திப்பு என்ற நிகழ்வு இவர்களிடையே தொடர்ந்து வந்துள்ளது. இந்த சந்திப்பு ஜனநாயகப் பூர்வமானது, ஆண்டிற்கு இருமுறை அமிர்தசரஸ் நகரில் கூடி, இந்த கூட்டம் நடந்துள்ளது. சிற்றரசுகளிடையே இணக்கம், பொது அரசியல், சட்டம் ஒழுங்கு ஆகியவை குறித்து முடிவெடுத்து செயல்பட்டனர். இந்த பின்னணி அரசியலில் அந்த சிங்கம் தோன்றியது.

எப்படித்தான் 'பாலைவனத்தின் சிங்கம்' என்ற அந்தப் பெயர் வந்தது என்று புரிந்துகொள்ள இயலவில்லை. ஆங்கிலேயர் தங்கள் வரலாற்று ஆவணங்களில் (Lion of Desert) என்று எழுதி வைத்திருந்தார்கள். இந்தியாவின் பல்வேறு இடங்களில் பல்வேறு மண் சார்ந்த போராட்டங்களை சந்தித்து அனைத்தையும் தங்கள் நயவஞ்சகத்தால் வெற்றிகொண்ட ஆங்கிலேயருக்கு இன்றைய பஞ்சாப், பாகிஸ்தானை ஒட்டிய பாலைவனப் பகுதி ஒரு மாபெரும் சவாலாக இருந்திருக்க வேண்டும்.

அதனால்தான் அந்த மனிதருக்கு பாலைவன சிங்கம் என்று பெயர் வைத்திருக்கிறார்கள். இது சராசரி சிங்கம் அல்ல. பாலைவனப் போர்களில் பல்லாயிரம் ஒட்டகங்களை வழிநடத்திச் சென்ற தனித்துவமிக்க சிங்கம்.

பெரும் எண்ணிக்கையில் மக்களைப் பலிகொண்ட கொள்ளை நோயான அம்மை பெருந்தொற்றில், தனது இடது கண் பார்வையை இழந்தவர் ரஞ்சித்சிங். பத்து வயதில் தந்தையாருடன் சேர்ந்து யுத்தத்தில் பங்கேற்கத் தொடங்கினார். போர்க்களம் ஒன்றில் போர் புரிந்துகொண்டிருக்கும் நிலையிலேயே, இவரது தந்தை வீரமரணம் எய்தி விட்டார். அப்பொழுது அவருக்கு வயது பன்னிரெண்டு.

இந்தியாவின் வடமேற்குப் பகுதியில் பெரும் கொந்தளிப்பு நிகழ்ந்து கொண்டிருந்த காலம். அவுரங்கசீப் மரணம், வட இந்திய அரசியலில் பல்வேறு புதிய மாற்றங்களை உருவாக்குகிறது. வரி திரட்டும் பணி ஆட்சி அதிகாரத்தில் மிகவும் முக்கியமான பகுதியாகும். மொகலாயர்கள் புதிய சூழலில் வரி திரட்டுவதில் திண்டாடிப்போகிறார்கள். ஆங்காங்கே கலகங்கள் வெடிக்கத் தொடங்கின. அப்பொழுதுதான் அந்தப் புதிய பாலைவன அரசியல் வீரியத்துடன் செயல்படத் தொடங்கியது.

ஆப்கானிஸ்தானத்தில், அகமது ஷ அப்தாலி வம்சத்தின் இஸ்லாமிய ஆட்சி நடைபெற்றுக்கொண்டிருந்த நேரம். அவர்களது கழுகுக்கண்கள் சர்வ சதாகாலமும் சிந்து சமவெளிப் பகுதியைச் சுற்றி வட்டமிட்டுக்கொண்டேயிருந்தன. முதல் போரை அதிரடியாக இவர்கள் தொடங்கியபோது, ரஞ்சித்சிங்கின் வயது 17. இதன் பின்னர் தொடர்ந்து பல தாக்குதல்கள் நடந்தன.

பாலைவனப் பகுதி மட்டுமல்லாது, சீலம், செனாப், ராவி, பியாஸ், சட்லஜ் ஆகிய ஐந்து ஆறுகள் பாயும் வளம்கொழிக்கும் நிலப்பகுதியையும் சீக்கிய சிற்றரசர்கள் ஆட்சிசெய்து வந்தனர் போர்க்குணமிக்க இந்த சீக்கிய சிற்றரசுகள். இவர்கள் தனித்தனியான ஆட்சியாளர்களாகச் செயல்பட்டார்கள். இதில் சுக்கர்சாகியா, கன்யாஸ், நக்காயிஸ், அகுல்வாலியாஸ், பாங்கி ஆகிய ஐந்தும் மிகவும் சக்திவாய்ந்த சிற்றரசுகள். இந்த தருணத்தில் ரஞ்சித்சிங், நுட்பமான பல முயற்சிகளை முன்னெடுக்கிறார். திருமண உறவின் வழியாக அவர் கன்யாஸ், நக்காயிஸ் அரசுகளின் ஆதரவை பெற்றுக்கொண்டார். நட்புணர்வுடன் பேசியும், கூட்டாக செயல்படும் கொள்கையின் அடிப்படையிலும் மற்ற சிற்றரசுகளையும்

ஒருங்கிணைத்துக் கொள்கிறார்.

ரஞ்சித்சிங், போர் முறையான ஐக்கிய ஒருங்கிணைப்பு போர் முறையோடு இதனை இணைத்துப் பார்க்க எனக்குத் தோன்றுகிறது. அந்தப் போர்குணமும், ஐக்கியமும் கொண்ட கால்சா போராட்ட முறை, இன்றைய விவசாயிகளின் போராட்டத்தில் இருக்கிறதா என்று தேடிப் பார்க்கிறேன். அதன் சாயல்கொண்ட பல கூறுகளை, இன்றைய போராட்டக் களத்தில் என்னால் பார்க்க முடிகிறது. ரஞ்சித்சிங் தலைமையில் நடந்த போர்முறை பற்றி, பல்வேறு ஆய்வுகள் வெளிவந்துள்ளன. குருநானக் முன்வைத்த மானுட அறத்தையும், வெற்றிக்காக தன்னுயிரை ஈகம் செய்யும் மன வலிமையையும் அவரது படைவீரர்கள் கொண்டிருந்தனர். பாலைவனப் பிரதேசங்கள், நதிப்புற நில அமைப்பின் நுட்பங்கள் ஆகியவற்றை அறிந்த போர் நிபுணத்துவம் கொண்டவர்களாகவும் இவர்கள் திகழ்ந்தனர். இவை எல்லாவற்றிலும் சிற்றரசுகளிடம் உருவாக்கப்பட்ட கூட்டுறவு ஐக்கியம்தான் முக்கியமானதாகும்.

சீக்கிய கூட்டமைப்பை எதிர்க்க, 1798-ஆம் ஆண்டில் ஆப்கானிய ஆட்சியாளர், ஒரு படையோடு படையெடுப்பை நிகழ்த்தினர். இந்தப்படை எடுப்பை ரஞ்சித்சிங் ஆரம்பத்தில் தடுத்து நிறுத்தவில்லை, பின்வாங்கினார். லாகூர் நகரத்தை மையமாகக் கொண்ட பகுதி, அப்பொழுது பாங்கி சீக்கியர்கள் கட்டுப்பாட்டில் இருந்தது. இவர்கள் ஆப்கானிய இஸ்லாமியர்களுக்கு ஆதரவாக செயல்பட்டனர். ஆப்கானிய ராணுவத்தை லாகூர்வரை வர அனுமதித்தார் ரஞ்சித்சிங்.

அந்தக் காலங்களில் ரஞ்சித்சிங்கின் இராணுவத்தில் 25 ஆயிரம் கால்சா வீரர்கள் இருந்தனர். ராணி சதாகவுர் ராணுவம் 25 ஆயிரம் வீரர்களைக் கொண்டிருந்தது. இந்த இரண்டு படைகளும் மொத்தம் 50 ஆயிரம் ஒழுக்க நெறிகொண்ட கால்சா வீரர்களைக் கொண்டிருந்தது. ராணி சதாகவுர், ரஞ்சித்சிங் பட்டத்தரசியின் தாய் ஆவார். தனது மருமகனுக்காக அவர் களம் இறங்கினார். இரண்டு படைகளும் இணைந்து நடத்திய போரில் ஆப்கானியர்களும் விரட்டி அடிக்கப்பட்டார்கள், லாகூரும் கைப்பற்றப்பட்டது. இதன்பின்னர் மகாராஜ் ரஞ்சித்சிங்கின் கூட்டு சிற்றரசு சகாப்தம் தொடங்கியது.

1801-ஆம் ஆண்டு ஏப்ரல் 12-ஆம் நாள் இந்து நாள்காட்டியின்படி அமைந்த புதிய ஆண்டின் முதல்நாள். அவரது 21-வது வயதில், இவருக்கு ‘மகாராஜ்’ பட்டம்

சூட்டப்பட்டது. இது இந்து மதத்தின் மீது இவர் கொண்டிருந்த மன ஐக்கியத்தைக் காட்டுகிறது. பட்டம் சூட்டிக்கொண்ட நாள், குருநானக்கின் நேரடியான சீடர் சஞ்சீப்சிங் பேடி, நெற்றியில் திலகமிட்டு 'பஞ்சாபின் மகாராஜ்' என்று இவருக்குப் பெயரிட்டார். மகாராஜ் ரஞ்சித்சிங் ஆட்சி காலம் 59 ஆண்டுகள். 19-ஆம் நூற்றாண்டின் முதல் பாதியில் இந்தியாவின் வடமேற்குப் பகுதி முழுவதும் இவரது ஆட்சியில் இருந்தது.

மகாராஜ் ரஞ்சித்சிங்கின் ஆட்சியில் பல்வேறு சீர்திருத்தங்கள், நவீனமயமாக்கல், முதலான உள்கட்டமைப்பு திட்டங்கள் பல அறிமுகப்படுத்தப்பட்டன. இதன் மூலம் பொருளாதாரம் நாட்டில் நன்கு வளர்ச்சி பெற்றது. ராணுவம் மதச்சார்பு கொண்டதாக அமையக்கூடாது என்பதில் இவர் உறுதியோடு இருந்தார். இவரது இராணுவத்தில் சீக்கியர்கள், இந்துக்கள், இஸ்லாமியர்கள் முன்னணிப் பொறுப்புகளில் இருந்தார்கள். ஐரோப்பியர்கள் சிலருக்கும் பொறுப்பு அளிக்கப்பட்டிருந்தது.

டெல்லியைச் சுற்றியப் போராட்டக் களத்தில் தனித்துவமும், பொது ஐக்கியமும் கொண்ட பல்வேறுக் குழுக்களை என்னால் பார்க்க முடிந்தது. இதில் பல்வேறு பண்பாட்டையும், வேறுபட்ட கொள்கைகளையும் ஒருங்கிணைக்கும் சிறந்த யுத்தி ஒன்று என் கண்களுக்குத் தெரிந்தது. இது ஒரு பக்குவ நிலை. இதை இவர்கள் கடந்த கால வீரமும் கருணை கொண்ட சிற்றரசுகளின் கூட்டு வாழ்க்கை யிலிருந்து பெற்றுக்கொண்டார்களா? என்று மீண்டும் யோசிக்கத் தொடங்கிவிட்டேன்.

இந்தியாவின் பல இடங்களில் இவ்வாறான ஐக்கியத்தை உருவாக்க இயலவில்லை. தமிழகத்தின் விவசாய சங்கங்களுக்கிடையேயும் இந்த குறைபாட்டை என்னால் பார்க்க முடிகிறது. தலைவர்களின் தனி அடையாளங்களில் உள்ள முக்கியத்துவம் ஐக்கியத்தில் இல்லை. டெல்லியின் விவசாயப் போராட்டத்தின் நீண்ட நாள் தாக்குப் பிடிக்கும் திறனுக்கு அவர்கள் ஐக்கியம்தான் முக்கிய காரணமாகும்.

பாலைவன பெரும் பிரதேசத்தில் இந்த ஐக்கியத்தை உருவாக்க களத்தில் நின்ற மாவீரர்கள் ஒவ்வொருவரின் வாழ்க்கையையும் தெரிந்து கொள்கிறேன். வித்தியாசமான புரிதல் ஒன்று கிடைக்கிறது. அதில் ஒருவர் புலியை வென்ற மாவீரர்.

9
மாவீரம்

புலியோடு போர்புரியும் ஒருவீரனைப் பற்றிய டிஜிட்டல் விளம்பரங்கள் எல்லா இடங்களிலும் காணப்படுகிறது. நான் இது குறித்த தகவல்களைத் திரட்ட முயன்றபோது ஒரு மாவீரனின் கதை என்னிடம் வந்து சேர்ந்தது, குளிர் மிகுந்த இரவு நேரத்தில் அதன் உத்வேகம் குளிரை என்னிடமிருந்து விரட்டி அடித்துவிட்டது.

காலந்தோறும், வீரர்கள் கிளர்ந்து எழுந்துகொண்டுதான் இருப்பார்கள். நீதியை நிலைநாட்ட களமிறங்கி தங்களை அர்ப்பணித்துக் கொள்வார்கள். உரிமையை விட்டுக்கொடுக்க முடியாது என்ற முழக்கம் எழுப்பி, அதன்மூலம், தங்கள் ஈடு இணையற்ற உறுதிப்பாட்டை முன் நிறுத்தி மக்களைத் திரட்டுவார்கள். இதுதான் நம் முன்னோர் வகுத்த மரபு சார்ந்த வீரத்தின் இலக்கணம். இந்த வீரத்தின் உயிரை ஈகம் செய்யும் உச்சகட்ட நிலைதான் மாவீரம்.

டெல்லி விவசாயிகளின் போராட்டக்களம், வீரர்களின் நிலம். அங்கு கோழைகளுக்கு இடமில்லை. தலைமுறை தலைமுறையாக சமூகத்திற்கு அர்ப்பணித்துக்கொண்டவர்கள்

அனைவரும் அங்கு மாவீரர்களாக நினைவுகொள்ளப்படு கிறார்கள். பஞ்சாப் தியாகத்தால் சிவப்பேறிய மண். உயிர்த் தியாகம் செய்த பட்டியல் நம்மை வீரவணக்கம் செலுத்த வைத்துவிடுகிறது. போராட்டக் களம் இந்த மாவீரர்களின் நினைவுகளால் நிரம்பி வழிகிறது.

தமிழக வீரர்களின் வாழ்க்கை சங்க கால பாடல்களிலிருந்து நமக்கு ஆதாரமாகக் கிடைத்துள்ளன. கிரேக்கம், ரோமாபுரி முதலான நாடுகளின் தொன்மையான வீரத்திற்கு இணையான வீரம் சங்க இலக்கியத்தில் இருக்கிறது. இவை இன்றைய காலத்தில் உலகப் பல்கலைக்கழகங்கள் பலவற்றில் ஆய்வுகளாக இடம்பெற்று வருகின்றன. புறநானூற்றில் பெண்ணொருத்தி முறத்தால் புலியை விரட்டி அடித்தார் என்ற செய்தி இருக்கிறது. மற்றொரு இடத்தில் என்னுடைய வயிறு புலி வாழ்ந்த குகை என்பதாகக் குறிப்பிட்டு பெருமிதம் கொள்கிறாள். இவை உண்மையா? பொய்யா என்பதைத் தாண்டி இவை வீரமரபின் பாடல்களாக கருதப்படுகின்றன.

தமிழிலக்கியத்தில் அமைந்த இவ்வாறான தொன்மையான வீர வரலாறு, பஞ்சாபின் சீக்கிய மக்களுக்கு இருக்கிறதா என்பது எனக்கு தெரியவில்லை. ஆனால் சீக்கியர்களின் வாழ்க்கை முறை 15-ஆம் நூற்றாண்டுக்குப் பின்னர்தான் உருவானது. இதன்பின்னர் இவர்களுக்கு வீரம் செறிந்த, ஒரு பாரம்பரியம் உருவானது..

இந்த வீர மரபில் வந்த ஒருவர் பெயர் ஹரிசிங் நல்வா. அவர் சீக்கிய மக்களின் புகழ்மிக்க மாவீரனாக கருதப்படுகின்றார். 1799-ஆம் ஆண்டில் பிறந்தார். நல்வா, பிறந்தவுடனேயே தந்தை இறந்துவிடுகிறார். தாயால் வளர்க்கப்பட்ட இவர், 14வயதில் சீக்கிய கால்சா படைப் பிரிவில் சேர்க்கப்படுகிறார். அப்பொழுதுதான் அவரது மாபெரும் வீரம், களத்தில் நிரூபிக்கப்படுகிறது. புலியோடு போராடிய மனிதர்களை பற்றி பல கதைகள் இருக்கின்றன என்றாலும், நல்வாவின் கதை வேறுபட்டிருக் கிறது. தைரியம்மிக்க இவர், மலைப்பிரதேசம் ஒன்றில் குதிரையில் சவாரி செய்து கொண்டிருக்கிறார். அப்பொழுதுதான் எதிர்பாராத அந்த நிகழ்வு நடைபெறுகிறது. மலைப்புதரில் பதுங்கியிருந்த ஆண்புலி ஒன்று இவரது குதிரையின்மேல் பாய்கிறது. நல்வா ஏழுஅடி உயரமுள்ளவர். பாறாங்கல்லை ஒத்த தோள்பட்டைகள். அவருடைய கைகளுக்கும் கால்களுக்கும் இரும்பின் உருக்கு போன்றவை. பாய்ந்த புலியின் மீது ஒரே பாய்ச்சலாகப் பாய்கிறார். புலியின் முன்னங்கால்களை

இரண்டு கைகளிலும் பிடித்து விடுகிறார். மூன்று முறை சுற்றி புலியை தூக்கி எறிகிறார். மீண்டும் அது தப்பி விடாதவாறு அதன் மீது பாய்கிறார். மிக விரைவாக கைகள் செயல்படுகின்றன. கைகள் இரண்டும் புலியின் வாயைப் பற்றி, அதை இரண்டாகக் கிழித்து விடுகிறார். இதனை அந்தக் காலத்தின் ஆங்கிலேயர் ஆவணங்கள் உறுதி செய்கின்றன.

மகாராஜ் ரஞ்சித்சிங்கின் முக்கிய தளபதியாக விளங்கியவர்தான் ஹரிசிங் நல்வா. ராஜா ரஞ்சித்சிங்கின் வெற்றிக்கு இவர் முக்கிய காரணமாக கூறப்படுகிறார். சீக்கியரின் படையை வெற்றிப்படையாக மாற்றியதில் மிகச்சிறந்த பங்களிப்பை வழங்கியவர். சீக்கியர் படை, இவர் பொறுப்பேற்ற பின்னர்தான் பெரும் வெற்றியைக் குவித்தது. இவருக்கு முன்னர், சீக்கியர்களின் ஆட்சி அதிகாரம் சிந்துநதிக் கரைக்கு அப்பால் கைபர் கணவாய் வரை இருந்ததில்லை. இன்றைய பாகிஸ்தான், ஆப்கானிஸ்தான், ஆகியவற்றின் பெரும் பகுதியையும் காஷ்மீர் முதலான இடங்களையும் இவர்தான் கைப்பற்றினார். பெரிய நிலப்பரப்பை ராஜா ரஞ்சித்சிங் அதிகாரத்தின்கீழ் கொண்டுவந்தார். அவர் கையில் ஏந்திய வாள் அநீதியை செயல்படுத்தியதில்லை. அநீதிக்கு துணை போனதும் இல்லை என்றும், 'நீதியை பாதுகாக்க மட்டுமே வாளேந்துவேன் என்ற சீக்கியரின் மனிதநேய உறுதிமொழியை வாழ்நாள் இறுதிவரை காத்து வந்தவர் நல்வா' என்றும் வரலாற்று ஆசிரியர்கள் கூறுகிறார்கள். மாபெரும் மனஉறுதி கொண்ட நல்வா 41 ஆண்டுகள் மட்டுமே உயிர்வாழ முடிந்தது. போர்முனையிலேயே வாளேந்திய நிலையில் அந்த மாவீரனின் உயிர் பிரிந்தது.

டெல்லி விவசாயிகளின் போராட்டக்களம், வீரர்களின் நிலம். அங்கு கோழைகளுக்கு இடமில்லை. தலைமுறை தலைமுறையாக சமூகத்திற்கு அர்ப்பணித்துக்கொண்டவர்கள் அனைவரும் அங்கு மாவீரர்களாக நினைவுகொள்ளப் படுகிறார்கள். பஞ்சாப் தியாகத்தால் சிவப்பேறிய மண். உயிர்த் தியாகம் செய்த பட்டியல் அவர்களுக்கு நம்மை வீரவணக்கம் செலுத்த வைத்துவிடுகிறது. இந்த வீர வாழ்க்கையில் பஞ்சாப் சமூகத்தையும், தமிழ்ச் சமூகத்தையும் எனக்கு ஒப்பிட்டுப் பார்க்கத் தோன்றியது. இவ்வாறு ஒவ்வொரு மொழி பேசும் மக்களிடமும் பல வீரம் செறிந்த போராட்டங்கள் இருக்கத்தான் செய்கின்றன. இதை எதிர்காலத்தில் ஆய்வு செய்து பார்ப்பது அவசியமானதாகும்.

வீரம் பொருந்திய ஹரிசிங் நல்வா வாழ்க்கை, இன்றைய போராட்டக் களத்தில் நம்பிக்கை மிகுந்த ஊக்க சக்தியாக முன்வைக்கப்படுகிறது.. நல்வா பற்றிய நாடகங்கள், பாடல்கள், மேடைகளில் பேசப்படும் எழுச்சியுரைகள் ஆகியவற்றால் அவன் வீரம் வெளிப்பட்டுக்கொண்டே இருக்கிறது. இந்த எழுச்சியைத் திசை திருப்ப, வேறொரு பெயரிட்டு அழைக்க இன்றைய மோடி அரசு முயற்சி செய்து வருகிறது.

ஹரிசிங் நல்வா இப்பொழுது காலிஸ்தான் தீவிரவாதியாக புனைந்துரைக்கப்படுகிறார். இவரது புகைப்படத்தை வெளியிட்டு இவரிலிருந்துதான் காலிஸ்தான் தீவிரவாதம் பிறப்பெடுத்தது என்று சில பத்திரிகைகளை எழுத வைக்கிறது ஒன்றிய உளவுத்துறை. இதைப்போலவே காட்சி ஊடகங்கள் இவரை அடிக்கடி காட்டி, தீவிரவாதத்திற்கான முன்னோடி என்று திரித்துக் கூறுகிறது. இவை எல்லாம் விவசாயிகளின் போராட்டம் காலிஸ்தான் தீவிரவாதிகளால் பின்னிருந்து இயக்கப்படுகிறது என்பதற்கான ஆதாரமாக முன்வைக்கப்படுகிறது. இது எத்தகைய வரலாற்று மோசடி.

ஹரிசிங் நல்வா

போராட்டம் தொடங்கிய காலத்திலிருந்து இது காலிஸ்தான் தீவிரவாதிகளின் போராட்டம் என்ற குற்றச்சாட்டு முன்வைக்கப்பட்டது. 'விவசாயி இல்லை என்றால் உணவு இல்லை' என்ற வாசகங்கள் எல்லா பிரச்சாரங்களிலும் மையமாக இருக்கிறது. இந்த வாசகங்களில் பயங்கரவாதம் ஒளிந்திருப்பதாக கார்ப்பரேட் ஊடகங்கள் பிரச்சாரம் செய்கிறது. 'விவசாயி இல்லை என்றால் உணவு இல்லை' என்று கூறுவது பயங்கரவாதமா? விவசாயத்தைப் பாதுகாக்க வேண்டும் என்ற உணர்வு காலிஸ்தான் தீவிரவாத உணர்வா?

பரந்து விரிந்து கிடக்கும் போராட்ட நிலப்பரப்பு எங்கும் தேடிப் பார்க்கிறேன். எந்த இடத்திலாவது, எந்த வடிவத்திலாவது தீவிரவாதம் இருக்கிறதா? அல்லது கிடைக்கிறதா என்று முயன்று பார்த்ததில். எதுவுமே கிடைக்கவில்லை. எல்லாம் பொய்யுரை... மாயக் கட்டுமானம்.

இதுகுறித்த எனது சந்தேகத்தை அங்குள்ள இளைஞர்களிடம் கேட்டேன். அப்பொழுது அவர்கள் கூறிய விளக்கம் என்னை நெகிழ வைத்துவிட்டது. அடுத்த தலைமுறை இளைஞர்கள் மீது, எனக்கு புதிய நம்பிக்கை பிறந்தது. நாங்கள் ஜனநாயக யுகத்தில் வாழ்கிறோம். நாங்கள் ஹரிசிங் நல்வா தளபதியாக இருந்த மன்னர் காலத்தில் வாழவில்லை. எங்கள் நிலத்தை கார்ப்பரேட் கம்பெனிகள் திருட்டுத்தனமாக அபகரிக்க புதிய சட்டத்தைப் பிறப்பித்துள்ளது. எங்கள் நில உரிமையை பாதுகாத்துக்கொள்ள வேண்டும். அதற்கு எங்கள் மண்ணில் தோன்றிய மாவீரர்கள் அர்ப்பணிப்பைக் கொண்டாடுகிறோம். ஜனநாயகத்தில் மக்கள் சமரசமற்று வீரம் கொண்டவர்களாக இருக்கவேண்டும் என்றார்கள். அவர்களின் உள்ள உணர்வுகளில் தேங்கிக் கிடப்பது கார்ப்பரேட் கொள்ளையில்லாத, சுயாட்சி இந்தியாவை கட்டி அமைக்க வீரர்கள் தேவை என்பதுதான்.

வீரம் பொருந்திய போராட்ட வாழ்க்கையில் பெரும் கருணை ஒன்று பெருக்கெடுத்து நின்றது. அது மானுடத்தின் புதிய மாண்புகளை எனக்கு உணர்த்துவதாக இருந்தது.

10

குளிர் மரணங்கள்

டெல்லி குளிர், போராட்டத்திற்கும் கடும் நெருக்கடியைக் கொடுத்து கொண்டிருந்தது. இந்த ஆண்டு, முந்தைய ஆண்டுகளை விட குளிர் கூடுதல். இதன் அபாயத்தைப் பற்றியும், குளிர் காற்றின் கொடுமையால் மக்கள் இறந்துபோகும் சாத்தியங்கள் குறித்தும் தொலைக்காட்சியில் அச்சுறுத்தும் வகையில் செய்திகள் வந்துகொண்டே இருந்தன. போராட்டக்களம் வெட்டவெளியில் அமைந்திருந்தது. ஊதல் கொண்ட குளிர் காற்று, போராட்டக்களம் புகுந்து என்ன வேண்டுமானாலும் செய்யலாம் என்பதுதான் நிலை.

குளிர் மரணங்களின் எண்ணிக்கை கூடிக்கொண்டே இருந்தது. இரவு பகலென்று பாராமல் நூற்றுக்கணக்கான கிலோமீட்டர் டிராக்டர் பயணம். இடையில் மோடி அரசு கொடுத்த தொல்லைகள் கொஞ்ச நஞ்சமில்லை. அதை எதிர்த்து முறியடிப்பதில் முழு சக்தியையும் செலவழித்து இருக்கிறார்கள். இதில் வயது முதிர்ந்த சிலரின் உடல் பாதிக்கப்பட்டிருந்தது. இந்தச்சூழலில் குளிர் மரணங்கள், கூடுதலாவதை தவிர்க்க முடியவில்லை. போராட்டத்திற்கு வந்தவர்கள் சொந்த ஊரை

விட்டு, உற்றார் உறவினர்களை விட்டுப் பிரிந்துவந்தவர்கள் அனைவரும் கடும்குளிரில் செத்துப்போகும் கொடுமை எல்லோரையும் பாதிக்கத் தொடங்கிவிட்டது. கடுங்குளிரைப் போலவே அலையலையாய், இந்த செய்திகள் பரவத் தொடங்கின.

வெயில், குளிர் இரண்டையும் பற்றி யோசித்துப் பார்க்கிறேன். இரண்டையும் மனிதரின் பகைவன் என்பதா? நண்பன் என்பதா? வெப்ப மண்டல மக்களுக்கு குளிர்மீது ஒருவிதமான பயம். குளிர் பிரதேச மக்களுக்கு வெப்பத்தின் மீது ஒருவிதமான பயம். டெல்லி சுற்றி போராட்டம் நடைபெற்ற குளிர்மிகுந்த காலத்தில் எனது டெல்லிப் பயணமும் அமைந்தது. குளிர் பற்றிய எனது யோசனைக்கு ஒரு தனிப்பட்ட காரணமும் இருக்கத்தான் செய்தது.

இந்த தருணத்தில் (Cold Wave) என்னும் குளிரின் கொடுமையைப் பற்றி அறிந்துகொள்ள முயன்றேன். இதற்கென்று சில கட்டுரைகளையும் புத்தகங்களையும் வாசித்துப் பார்த்தேன். பூமிக்கோட்டின் வெப்ப மண்டலத்திற்கு மிக அருகாமையில் பிறந்து வளர்ந்த எனக்கு, இந்த வாசிப்பு, புதிய பார்வை ஒன்றை வழங்கியது.

மனிதர் சந்தித்த நெருக்கடிகளில் Cold Wave. Hot Wave ஆகிய இரண்டும் முக்கியமானவை. ஆரம்ப காலங்களிலிருந்து மனிதக் கூட்டம் இந்த இரண்டு அபாயங்களிலும் பெரும் எண்ணிக்கை யில் இறந்திருக்க வேண்டும். கடும் குளிர், கடும் வெப்பம் ஆகியவற்றிற்கும் புவிச்சூழல் மாற்றங்களுக்கும் இடையில் மிக நெருக்கமான தொடர்பு இருக்கிறது. ஒரு இடத்தில் ஏற்படும் பாதிப்பு புவியின் பொது பாதிப்பாகவே மாறிவிடுகிறது. இதன் காரணம் கருதிதான் புவிச்சூழலில் எந்த கேடும் நிகழ்ந்துவிடக் கூடாது என்று சூழலியலாளர்கள் எச்சரிக்கை செய்து கொண்டே இருக்கிறார்கள்.

டெல்லியும், டெல்லியைச் சுற்றியுள்ள பகுதிகளும் வித்தியாசமானவை. சூரியப் பெருவெளியில் ஒன்றன் இருப்பிடம், எங்கு அமைந்துள்ளது என்பதைப் பொறுத்தே அதன் தட்பவெப்ப நிலை அமைகிறது. இதில் சாய்வு நிலையிலிருக்கும் பூமிப்பந்தின் பூமத்திய ரேகை முக்கியமானது. டெல்லி இருப்பிடம், பூமிப்பந்தின் பூமத்திய ரேகையிலிருந்து ஒதுங்கி யிருக்கிறது.

இதைத்தவிர டெல்லியின் நிலவியலுக்குச் சொந்தமான தட்பவெப்ப நிலை என்று, எதுவுமே இல்லை. இதன் தட்பவெப்ப

நிலை, இமயமலையையும், அதைப்போல தார் பாலைவனத்தையும் சார்ந்திருக்கிறது. இமயமலை ஐம்பது சிகரங்களைக் கொண்ட விரிந்த மலைப்பரப்பு. கடல் மட்டத்திலிருந்து 23 ஆயிரத்து 600 அடி உயரத்தில் அமைந்துள்ளது. இதைப் போலவே இரண்டு லட்சம் சதுர பரப்பளவைக் கொண்டது, தார் பாலைவனம். இது இந்தியா, பாகிஸ்தான் என்ற இரண்டு நாடுகளிலும் விரிந்து கிடக்கிறது. ராஜஸ்தான், குஜராத்,
பஞ்சாப், அரியானா ஆகிய நான்கு மாநிலங்கள் தார் பாலைவனத்தின் எல்லையில் இருக்கின்றன.

'இமயமலை, தார் பாலைவனம் இரண்டின் பிணையக் கைதிதான் டெல்லியும், டெல்லியை சுற்றிய மாநிலங்களும்' என்கிறார்கள். இதனால் எதிர்பாராத இந்த தட்பவெட்ப நிலை, இங்கு எப்படி ஏற்படுகிறது என்று யாருக்கும் தெரிவதில்லை. இதனால் தாங்கிக்கொள்ள முடியாத வெப்பநிலைக்கும் குளிர் நிலைக்கும் டெல்லி இலக்காகிவிடுகிறது. டெல்லி பயணத்திற்கு முன்னர் நிகழ்ந்த சிலவற்றை வாசகர்களுடன் பகிர்ந்துகொள்ள வேண்டிய கட்டாயம் ஒன்றும் எனக்கு இருக்கிறது. அதுதான் டெல்லி செல்வதற்கான தனிப்பட்ட எனது காரணம்.

எல்லா இடங்களிலும் கொரானா பற்றிய பரபரப்பு தொடங்கியிருந்த காலம். கொரானா அச்சத்தை ஊடகங்கள் வெளிப்படுத்திக்கொண்டேயிருந்தன. வெளியில் செல்ல தடை, யாரையும் சந்திக்கத் தடை, ஒரே குழப்பமாக இருந்தது. சில நேரங்களில் கொரானா என்ற ஒன்று உண்மையில் இருக்கிறதா

சி.மகேந்திரன்

என்ற சந்தேகம்கூட வந்துவிட்டது. ஆனாலும் எனக்கு நெருங்கிய சிலர் இறந்து போயிருந்தார்கள். என்னால் எந்த முடிவுக்கும் வரமுடியவில்லை. நான் அறிவியல் மீது முழு நம்பிக்கை கொண்டிருந்தாலும் கார்ப்பரேட் மருத்துவத்தின் மீது எனக்கு நம்பிக்கை இல்லை. தங்கள் லாபத்திற்காக எதையும் செய்யக்கூடியவர்கள் என்ற எண்ணமே இருந்தது. அந்த தருணத்தில்தான் அந்த நிகழ்வு.

வழக்கம்போல் சுறுசுறுப்புடன் ஓடிக்கொண்டிந்த எனக்கு உடலில் வலியெடுக்கத் தொடங்கியது. இது எனக்கு வித்தியாசமான வலியாகத் தோன்றியது. தோள்ப் பட்டை தனியாக கழன்று விழுந்து விட கூடுமோ என்ற அந்த அளவிற்கு வலியிருந்தது. கண்களில் கடுமையான எரிச்சல். உடலில் காய்ச்சல் கூடுதலாவது தெரிந்தது. எனக்கும் சந்தேகம் வந்துவிட்டது. அப்பொழுது கொரானா உள் நோயாளியாக இருந்த தோழர் இளசை கணேசனிடம் இது பற்றி பேசினேன். அவர் டாக்டர் விஜய்யிடம் பேசியிருக்கிறார். அவர் பரிசோதனை செய்வதற்கு வீட்டுக்கே ஆள் அனுப்பிவிட்டார். டாக்டர் விஜய் கட்சியில் மிகுந்த அர்ப்பணிப்பைக் கொண்ட மூத்த தோழர் கோவில்பட்டி ராமசுப்பு அவர்களின் பேரன் என்பது குறிப்பிடத்தக்கது. பரிசோதனையில் எனக்குள் கொரானா தொற்று இருப்பது கண்டுபிடிக்கப்பட்டது.

டாக்டர் ரவீந்தரநாத், ஆரம்பகாலம் முதலே என்னோடு தோழமை கொண்டவர். அவரிடம் ஆலோசனை செய்தேன். சென்னை கிண்டியில் அமைந்த கிங் ஆய்வக மருத்துவமனையில் சேர்க்கப்பட்டேன். என்னை பாதித்தது முதல் அலை. அப்பொழுது மருத்துவமனையில் சேர்க்கப்பட்டார்கள் என்றாலே அது அச்சத்திற்கு உரியதாக கருதப்பட்டது. கொரானா தீவிரம்கொள்ளத் தொடங்கியிருக்கிறது என்று கூறினார்கள். சென்னை தியாகராஜ நகர் சட்டமன்ற உறுப்பினர் நண்பர் அன்பழகன் மரணம் அடைந்திருந்த நேரம் அது. நான் மருத்துவ மனையில் சேர்க்கப்பட்ட விபரங்களும் ஊடகங்களில் வெளியாகி யிருந்தது. என்னோடு தொலைபேசியில் பேசியவர்கள், நான் மரணத்தின் விளிம்பில் இருப்பதாக நினைத்துக்கொண்டே என்னோடு பேசியதாக உணர்ந்துகொண்டேன். எனது தங்கை மல்லிகா, எனது சித்தப்பாவின் மகள், குழந்தை பருவத்திலேயே தாய்-தந்தையை இழந்த பெண். எனக்கு கொரானா என்ற செய்தி தொலைக்காட்சியில் பார்த்து மரணப் படுகையில் இருப்பதாக

நினைத்து அழுததாகச் சொன்னார்கள். எனது மனைவி பங்கஜம் மகள், மருமகன் மூவரும் ஆஸ்திரேலியாவிலிருந்து விசாரித்தார்கள். மனைவியின் குரலில் மரண பயம் இருந்தது. இதுவும் ஒரு அனுபவம் என்று நினைத்துக்கொண்டேன். கொரானா ஒவ்வொருக்கும் ஒருவித அனுபவத்தை தந்துகொண்டே இருந்தது. எனது முகநூல், வாட்ஸ்ஆப் திறந்து பார்த்தேன். நான் நலம்பெற வேண்டும் என்ற வாழ்த்துகள் கூடுதலாக வந்துகொண்டிருந்தன. இவை எல்லாம் நான் அபாய நிலையில் இருப்பதாக அவர்கள் உணர்ந்துகொண்டதாக நான் புரிந்துகொண்டேன்.

மருத்துவமனையில் எனக்கு தனி அறை அளித்திருந்தார்கள். எனது கவனம் முழுவதும் டெல்லியில் இருந்தது. அச்சு ஊடகங்களில் இதைப் பற்றிய தகவல்கள் சில வரிகளில் மட்டுமே கிடைத்தன. சமூக வலைத்தளங்களை கவனிக்கத் தொடங்கினேன். அவை என்னை உணர்ச்சிகொள்ள வைத்தன. புகைப்படங்கள், வீடியோக்கள், செய்திகள் என்று பார்க்கத் தொடங்கினேன். சமூக

சி.மகேந்திரன்

வலைத்தளங்களில் செய்திகள் குவிந்தன. என்னால் நம்பமுடியாத பல்வேறு செய்திகள் ராணுவத்தோடும் காவல்துறையோடும் அவர்கள் நடத்திய போராட்டங்கள், காட்சிக் கோப்புகளாகப் பார்க்கக்கூடியதாக எனக்குக் கிடைத்தது. ஒவ்வொன்றாகப் பார்த்தேன். அந்த வீரம் செறிந்த போராட்டம் என்னை ஈர்த்தது. மார்த்தா ஹொர்னேகர் என்னும் லத்தீன் அமெரிக்க அரசியல் போராளி எழுதிய '21-ஆம் நூற்றாண்டின் சோசலிசம்' என்னும் நூலை முன்னரே பலமுறை வாசித்தவன். கார்ப்பரேட் உலகமயப் பின்னணியில் அதில் குறிப்பிட்டவை என்னை ஈர்த்தது. டெல்லிப் போராட்டத்தையும் இந்த லத்தீன் அமெரிக்கப் பின்னணியையும் ஒப்பிட்டுப் பார்த்தபோது, போராட்டக்களத்திற்கு செல்ல வேண்டும் என்ற ஆர்வம் கூடிக்கொண்டிருந்தது. ஒருமாத காலம் வீட்டில் தங்கியிருந்தேன். ஆனாலும் டெல்லியை நோக்கிப் பயணத்தைத் தொடங்க கால்கள் பரபரத்துக்கொண்டிருந்தன.

சிந்தனை முழுவதும் போராட்டத்தை நோக்கியே சென்று கொண்டிருந்தது. மருத்துவ மனையில் 12 நாட்கள் இருந்தேன். இளம் மருத்துவர்கள் என்னை சந்தித்தார்கள். அவர்களில் சிலரின் மாற்று அரசியலின் ஈடுபாடு என்னை மிகவும் வசீகரித்தது. அவர்களும் போராட்டம் பற்றிய தகவல்களை என்னிடம் பரிமாறிக் கொண்டிருந்தார்கள்.

கொரானா என்னிடமிருந்து விடை பெற்று ஒரு மாதம் கழிந்திருந்து. உடல் நலமடைந்திருந்தது. என் மனம் டெல்லிப் போராட்டத்தை நோக்கியே சென்று கொண்டே இருந்தது. குடும்பத்தினர் என் பயணத்திற்கு அனுமதி அளிக்கமாட்டார்கள் என்பதை நான் அறிவேன். கொரானா தாக்குதலால் வீட்டில் அனைவரும் பயந்து போயிருந்தார்கள். ஆனால் நான் இவர்களிடம் என்ன சமாதானம் சொல்லித் தப்பித்துச் செல்வது என்பதையே யோசித்துக் கொண்டிருந்தேன். மகன் புகழுடன் இது குறித்துப் பேசினேன். நான் மருத்துவமனையில் இருந்தபோது என்னைவிட அதிக சிரமங்களை சந்தித்தது புகழ்தான். தவிரவும் அவர் பயணத்தை நிறுத்தச் சொல்ல மாட்டார் என்பது எனக்குத் தெரியும். விமான நிலையத்திற்குச் செல்லும் முன், 'மிகவும் எச்சரிக்கையாக இருங்கள்' என்று கூறினார் புகழ். ஆனால் அவருடைய முகத்தில் ஒரு மனக்கவலை தெரிந்தது.

டெல்லி பயணம் எனக்கு மிகுந்த உற்சாகத்தை தந்த போதிலும், இரண்டு குழப்பங்கள் என்னிடம் இருந்ததை நான் மறைக்க விரும்ப வில்லை. கொரானாவால் பாதிக்கப்பட்ட உடல் டெல்லி குளிரை தாங்குமா? போராட்டக் களத்தில் மீண்டும் கொரானா தொற்று வந்து, பாதிக்கப் பட்டால் என்ன செய்வது? இந்த கேள்விக்கு விடை கிடைக்காமல் நான் விழிபிதுங்கி நின்றேன். வருவது வரட்டும் என்று புறப்பட்டு விட்டேன்.

11
மருத்துவ உலகு

குளிர் மரணம் பற்றிய அச்சத்திற்கும் கொரானா பற்றிய அச்சத்திற்கும் போராட்டக் களம் எனக்கு புதுவிதமான விளக்கத்தைத் தந்தது. ஊடகங்களின் மூலமாகவும் புத்தகங்கள் மூலமாகவும் நாம் பெற்றுக்கொள்ளும் அறிவுக்கும், நேரடியாக நாம் அறிந்துகொள்ளும் அனுபவ அறிவுக்கும் எத்தனை வேறுபாடுகள் இருக்கின்றன என்பதை யோசித்துப் பார்க்கிறேன்.

ஒரு காலைப்பொழுதில் அந்த இளைஞனை சந்தித்தேன். போராட்டக் களத்தில் குளிர் மரணங்கள், கொரானா பற்றிய ஆழமான விபரங்களை அவரிடம்தான் அறிந்துகொண்டேன். அந்த விபரங்கள் என் மனதில் சில கதவுகளை திறந்து வைத்தது. அவரை நான் முதன் முதலில் சந்தித்தது ஒரு சுவை மிகுந்த நிகழ்ச்சியாகும்.

சூரியன் கண் விழித்துப் பார்க்காத விடியற்காலையைப் போல அந்தப் பொழுது காணப்பட்டது. குளிர் பிரதேசங்களில் காலை என்பது 11:00 மணிக்கு மேல்தான். இருள் கொஞ்சம் விலகியும் பெரும்பகுதி விலகாமலும் இருந்த நேரம். நான் அந்த இளைஞனைத் தேடிச் செல்லவில்லை. அந்த இளைஞனின்

இருப்பிடத்தில் இருந்த ஒரு பொருள் என்னை கவனிக்க வைத்து, அங்கு அழைத்துச் சென்றுவிட்டது. எனக்கு அந்த பொருள் மங்கலாகவே தெரிந்தது. உற்றுக் கவனித்தேன். காற்றில் ஆடிக்கொண்டிருந்தது.

முன் பக்கத்தில் இருந்த மூங்கில் கழியில் துணி சுற்றியிருந்தார்கள். பார்க்க அழகாக இருந்தது. அதில் தொங்கிய அட்டையில் ஒரு வாசகம் எழுதப்பட்டிருந்தது. 'நீங்கள் என்னைப் பயன்படுத்திக் கொள்ளுங்கள்' என்ற வாசகம் ஆங்கிலத்திலும் இந்தியிலும் இருந்தது.

வாசகத்திற்கு கீழே அந்த பொருள் தொங்கிக்கொண்டிந்தது. அதை மேலும் இரண்டுமுறை கூர்ந்து கவனித்தேன். அது ஒரு நகவெட்டி போல் தெரிந்தது. கொஞ்சம் பெரிய நகவெட்டி. அதன்மேல் ரோஜாப்பூ நிறத்திலான பிளாஸ்டிக் வேலைப்பாடுகள் இருந்தன. இவ்வாறான வடிவத்தில், இதுபோன்ற நிறத்தில் நகவெட்டியை நான் பார்த்ததில்லை.

நகம் வெட்டிக்கொள்ளுதல் மனிதரின் தேவைகளில் ஒன்று. பல் துலக்குதல், உடலின் அழுக்கைப் போக்கிக்கொள்வதைப் போல இது அன்றாட நடவடிக்கை இல்லை. பத்து அல்லது பதினைந்து நாட்களுக்கு ஒருமுறை இது நமக்கு தேவைப்படுகிறது. நகம் வளர்ந்து சில நேரங்களில் பிரச்சினைகளைத் தந்துவிடும். அந்த நேரங்களில் நகவெட்டி தேடி கிடைக்காவிட்டால் நம் மீதே நமக்கு கோபம் வந்துவிடும். காற்றில் ஆடிக்கொண்டிருந்த நகவெட்டி, இப்பொழுது உற்ற நண்பனைப்போல எனக்கு காட்சி தந்தது.

அதன் அருகே சென்றேன். நீண்ட நாட்கள் வெட்டப்படாமல் சிறிது அழுக்குடன் காணப்படுகின்றன என் நகங்கள். அருவெறுப்புடன் என் நகங்களை கவனித்தேன். நான் வெட்கப்பட்டு தலைகுனிந்து கொள்கிறேன். எனக்குள் குற்றஉணர்வு வந்துவிட்டது. சிலவற்றில் கவனம் செலுத்தாமல் அலட்சியப்படுத்தியே வந்திருக்கிறேன். இந்தப் பழக்கத்தை என்னால் மாற்றிக்கொள்ள முடியவில்லை. கவனமாக ஒவ்வொரு நகமாக வெட்டிக்கொண்டேன். என் போன்ற மனிதரின் பிரச்சினையை உணர்ந்து எத்தகையப் பொறுப்புடன் இந்த நகவெட்டியை வைத்திருக்கிறார்கள். என் மீதே எனக்கு அக்கறை இல்லாத ஒரு விஷயத்தை அந்த போர்க்களமும் நகவெட்டியும் எனக்கு உணர்த்திவிட்டது.

நான் நகவெட்டி வைக்கப்பட்டிருந்த டெண்டை

கவனிக்கிறேன். சிங்கு எல்லையில் பல வகையான டெண்ட்களை நான் பார்த்திருக்கிறேன். பெரும்பாலானவை ஒழுங்கற்று அலங்கோலமாய் இருக்கும். அவசரத்தில் தற்காலிகமாகத் தங்குவதற்கென்று அமைத்துக் கொண்டவை. போராட்டக் களங்களில் இரண்டு அல்லது மூன்று மூங்கில் கழிகளை நட்டு, டெண்டுகளை அமைத்துவிடுகிறார்கள். ஆனால் இந்த டெண்ட் ஒழுங்குடன் காணப்பட்டது. உயரம், அகலம் எல்லாம் அளவோடு பார்ப்பதற்கு கச்சிதமாக இருக்கிறது. இதன் தோற்றம் மேலும் என்னை கவனிக்க வைத்தது.

அந்த டெண்ட்டை நெருங்கி அருகில் சென்று பார்க்கிறேன். அது இரண்டாகப் பிரிக்கப்பட்டிருந்தது. ஒரு பகுதி பெரியது. மற்றொன்று சிறியது. சிறிய பகுதியில் தங்கிக் கொள்ளுவதற்குரிய ஏற்பாடுகள் இருக்க வேண்டும். ஒரு கட்டில் இருப்பது தெரிகிறது. அடுப்பு ஒன்று இருக்கிறது. எழுதுவதற்கும், படிப்பதற்கும் ஏற்றவாறு ஒரு மேஜையும் நாற்காலியும் இருக்கிறது.

டெண்டின் பெரிய பகுதி மருத்துவத்திற்கான பகுதி. மருந்தும், மருந்து பாட்டில்களும் வரிசையாக அடுக்கி வைக்கப்பட்டிருக்கின்றன. கண்ணில்படுமாறு இரத்த 'அழுத்தப் பரிசோதனைக் கருவியும், வேறு சில மருத்துவ உபகரணங்களும் இருந்தன. வயது முதிர்ந்த சிலர் வரிசையாக நிற்கிறார்கள். அவர்களுக்கு ரத்தத்தில் சர்க்கரையின் அளவு எவ்வளவு இருக்கிறது என்பதை அளந்து சொல்லிக்கொண்டிருக்கிறார் இளைஞர் ஒருவர்.

பல்வேறு மருத்துவ உதவி செய்யும் அமைப்புகள் போராட்டக் களத்தில் செயல்பட்டுக்கொண்டிருக்கின்றன. அந்த இளைஞர் மருத்துவரா? மருத்துவத் துறை சார்ந்தவரா? என்பதை என்னால் விளங்கிக்கொள்ள முடியவில்லை. நான் வரிசையில் நின்று அவர் அருகில் செல்கிறேன். ரத்தத்தில் சர்க்கரையைச் சோதிக்க வேண்டுமா? என்று இந்தியில் கேட்கிறார். நான் ஆங்கிலத்தில் பதிலளிக்கிறேன். அவர் என்னை அண்ணாந்து பார்க்கிறார். நானும் அருகிலிருந்து பார்க்கிறேன். நடுத்தர உயரம் கொண்டவர். கண்களில் கனிவு இருக்கிறது.

'தமிழ்நாட்டிலிருந்து போராட்டத்திற்கு ஆதரவு தெரிவிக்க வந்தவன்' என்று என்னை நான் அறிமுகம் செய்துகொள்கிறேன். அவர் நெஞ்சில் கை வைத்து தன் மகிழ்ச்சியைத் தெரிவிக்கிறார். கை கூப்பி வணக்கம் தெரிவிப்பதை விட, நெஞ்சில் கை வைத்து வணக்கம் தெரிவிக்கும் முறை அங்கு கூடுதலாக இருக்கிறது.

"நான் உங்களோடு பேச வேண்டும்" என்கிறேன். வரிசையைப் பார்க்கிறார். ஏழு பேர் நிற்கிறார்கள். கைக் கடிகாரத்தைப் பார்க்கிறார். "மதியம் இரண்டு மணிக்கு வரமுடியுமா?" என்கிறார். மதியம் இரண்டு மணிக்கு அவரை சந்தித்தபோது, எனக்காக பல அரிய தகவல்கள் காத்திருந்தன. "மருத்துவப் பட்டம் பெற்றவரா? அல்லது வேறு மருத்துவப் பிரிவைச் சேர்ந்தவரா?" என்ற சந்தேகத்திற்கு சரியான விளக்கம் அங்கு எனக்கு கிடைத்தது. மருத்துவ பட்ட மேற்படிப்பு படித்தவர் மட்டுமல்ல, அரசு உயர் பணியில் இருக்கும் மருத்துவர் அவர்.

முதலில் அவரின் வருகையின் நோக்கத்தைப் பற்றி விசாரித்தேன். நவம்பர் மாதத்தில் தொடங்கிய போராட்டம். டிசம்பர், ஜனவரி மாதங்களில் கடும் குளிரை சந்தித்தது, அப்பொழுது கொஞ்சம் வயது முதிர்ந்தவர்கள் குளிர் தரும் நோய்களால் பாதிக்கப்பட்டார்கள். டெல்லியை சுற்றிய போராட்டக் களத்தில் மக்களின் இழப்பு மிகவும் அதிகம். மோடி அரசுக்கு இதைப் பற்றிய கவலை எதுவும் இருந்ததாக தெரியவில்லை. மரணத்தை தடுக்கும் எந்த உதவிக்கும் வரவில்லை. மரணங்களை தடுக்க வேண்டும் என்ற மனிதாபிமான வேண்டுகோள் எல்லா நாடுகளிடமிருந்தும் வெளிப்பட்டுக் கொண்டே இருந்தது. மோடியின் அரசு இதைப்பற்றியும் கவலைப்படவில்லை. எல்லா காலங்களிலும் எல்லா நாடுகளிலும் குரூரமிக்க சர்வாதிகார ஆட்சியாளர்களின் நடவடிக்கை இப்படித்தான் இருக்கும். மக்களின் இழப்பைப் பற்றி இவர்கள் கவலை கொள்வதில்லை. இறுதிவரை அதிகாரத்தையும் சுயநலத்தையும் காப்பாற்றிக்கொள்ளவே முயற்சி செய்வார்கள்.

ஆனால் போராட்டக்காரர்கள் மீது குற்றம் சொல்வதற்கு இது வசதியாகிவிட்டது. ஏமாற்றி அழைத்து வந்து விவசாயிகளை கொன்றுவிட்டதாகக் குற்றம்சாட்டியது அரசு. போராட்டத்தைக் கொச்சைப்படுத்தும் கீழ்த்தரமான வேலை இது என்று எங்களுக்கு கோபம் வந்துவிட்டது. அவர்களிடமிருந்து கண்டனங்கள் வலிமையுடன் பிறந்தன. 'இந்த எதிர்ப்பு இந்தியாவில் மட்டுமல்ல உலகம் முழுவதிலும் எழுந்தது' என்றார் மருத்துவர்.

பல மாதங்கள் ஒரே இடத்தில் தங்கியிருந்து போராடும் மக்களிடம் இது பெரும் வேதனையை உருவாக்கிவிட்டது. விவசாயிகளின் கூட்டுத்தலைமை, மருத்துவ உதவிக்கு வேண்டுகோள் விடுத்தது. பலர், மருத்துவர் குழு அமைத்து செயல்படத் தொடங்கினார்கள். போராட்டக் களத்தில் நோயால்

யாரையும் சாக அனுமதிக்க மாட்டோம் என்று நாடு முழுவதும் மருத்துவத் துறை சார்ந்தவர்கள் புறப்பட்டு களத்திற்கு வந்து சேர்ந்தார்கள். இவர்களில் இளைஞர்கள் அதிகம். ‘நம்மால் முடிந்ததைச் செய்வோம்’ என்று நானும் புறப்பட்டு வந்தாக மருத்துவர் கூறினார்.

மருத்துவரைப் பற்றிய விபரம் கேட்டபோது அதிர்ந்து போனேன். கடல் அளவு கருணை கொண்ட அந்த மருத்துவ உலகத்தின் பெருங்கருணையைப் பார்த்து நெகிழ்ந்து போனேன். போராட்டத்தின் பலகாலம் தொடர்ந்து வரும் வெற்றிக்கு இதுவும் ஒரு காரணம் என்பதை புரிந்துகொண்டேன். அவர் கிராமப்புற பள்ளியில் படித்து, பின்னர் மதிப்பெண் அடிப்படையில் மருத்துவப் பட்டம் பெற்று, போட்டி தேர்வில் தேர்ச்சி பெற்று, சுகாதாரத்துறையில் மாவட்டத் தலைமைப் பொறுப்பில் இருப்பவர். சில மாதங்கள் விடுப்பு கொடுத்துவிட்டு போராட்டக் களம் வந்து சேர்ந்ததாகக் கூறினார். போராட்டத்திற்கு மருத்துவப் பணியாளர் மாத விடுப்புடன் வந்திருப்பது என்னை மிகவும் யோசிக்க வைத்து விட்டது.

நான் அவரைப் பற்றிய தகவல்களை அறிந்தவுடனேயே, இன்றைய கார்ப்பரேட் மருத்துவ உலகத்தைப் பற்றி யோசிக்கத்

தொடங்கிவிட்டேன். மனித உடலை ஒரு வர்த்தகம் சார்ந்த பொருளாகத்தான் பார்க்கிறது கார்ப்பரேட் மருத்துவம். மனித உடலின் மீதான அபிமானமோ, அதன் உறுப்புகள் மீதான எந்த மரியாதையோ அதற்குச் சிறிதுகூட இல்லை. உடலையும் உயிரையும் பணயமாக எடுத்துக்கொண்டு, பணத்தைக் கொள்ளையடிக்கப் பேரம் பேசும் நடவடிக்கையாகத்தான் அனைத்தும் தெரிகிறது. உலக அளவில் விரிந்துநிற்கும் இந்த கார்ப்பரேட் மருத்துவத்தின் கோர முகத்தையும் இந்த இளைஞனின் முகத்தையும் ஒப்பிட்டுப் பார்க்கிறேன். மனதிற்குள் நம்பிக்கையும் அதை ஒட்டிய மகிழ்ச்சியும் பிறக்கிறது.

மேலும் அவரிடம் எனக்கு சில தகவல்கள் தேவைப்படுகின்றன. அரசு மருத்துவப் பணியில் இருந்துகொண்டே அதற்கு விடுப்பு கொடுத்துவிட்டு, போராட்டத்திற்கு வந்திருக்கிறார். "இந்தப் போராட்டத்தை விரும்பாதவர்கள்

பிரச்சினையாக்கினால் என்ன செய்வீர்கள்?" என்றேன். அவர் என்னை பார்த்து லேசாக சிரித்தார். "இன்று பஞ்சாப்பின் நிலை முற்றிலும் மாறிவிட்டது" என்றார். அரசு பணி அல்லது அரசு பணியில் இல்லாதவர்கள் என்று அனைவரும் போராட்டத்தில் பங்கேற்கிறார்கள். அது மக்கள் இயக்கமாக மாறிவிட்டது. நாங்கள் பயப்பட வேண்டிய அவசியம் எழவில்லை என்றார். அவருடைய இன்றைய அரசியலில் நான் வியந்து போனேன். உலக கார்ப்பரேட் அரசியல் பற்றிய அனைத்தையும் தெரிந்து வைத்திருந்தார். இந்திய விடுதலைப் போராட்டத்தில் ஆரம்பத்தில் வெள்ளையனைப் புரிந்துகொண்டதைப் போலவே, இந்த கார்ப்பரேட் கொள்ளையனையும் புரிந்துகொண்டு போராடத் தொடங்க வேண்டும் என்றார். அவருடன் நடத்திய உரையாடல் எனக்கு உற்சாகத்தைத் தந்தது. எல்லா விபரங்களையும் அவர் தெளிவாக அறிந்தவராக இருந்தார்.

இந்த நேரத்தில் இவரை ஒத்த மற்றொரு இளைஞர் அங்கு வந்து சேர்ந்தார். அவர் பொறியியல் பட்டதாரி. இந்த மருத்துவரின் நெருங்கிய உறவினர். அவரும் தனியார் துறை ஒன்றில் நல்ல ஊதியம் பெற்று வருபவர். அவரும் தனக்கு உதவி செய்ய வந்திருப்பதாக மருத்துவர் கூறினார். "இவர் உங்களுக்கு என்ன உதவி செய்கிறார்?" என்று கேட்டேன். அதற்கு அவர், ''அவன் பாதி டாக்டர் ஆகிவிட்டான்'' என்று சிரித்துக்கொண்டே கூறினார். அந்த தருணத்தில்தான் நான் புதிய கேள்வி ஒன்றை மருத்துவரிடம் கேட்டேன்.

அது, கொரானா பற்றியது...

12
கொரானா

அமைதியாகச் சென்றுகொண்டிருந்த உலகத்திற்கு கொரானா ஓர் அதிர்ச்சி தரும் செய்தி, 2020-ஆம் ஆண்டு புத்தாண்டு பிறப்பதற்கு முதல்நாள், அதாவது டிசம்பர் 31-ஆம் தேதி அது வந்து சேர்ந்தது. அப்பொழுது வந்த அந்த தகவலை யாருமே பொருட்படுத்திக் கொள்ளவில்லை. நாள்தோறும் வெளிப்படும் பல்லாயிரம் செய்திகளில் இதுவும் ஒன்றாக இருக்குமோ என்று கருதிக்கொண்டார்கள். ஆனால் அது வெகுவிரைவில் உலகத்தையே கட்டிப்போட்டு, தலைகீழாக தொங்கவிடப்போகிறது என்பதை அப்பொழுது யாருமே அறிந்திருக்கவில்லை.

சீனாவின் ஊகான் மாநிலத்திலிருந்து நிமோனியா காய்ச்சலைப் போன்ற ஒரு வைரஸ் பற்றிய செய்தி வெளிப்பட்டது. நுண்ணுயிரிகளை ஆராய்ந்த முதல் தலைமுறை விஞ்ஞானி பாஸ்டன், பிரபஞ்சத்தில் இத்தனை லட்சம் நுண்ணுயிரிகள் மத்தியில் எவ்வாறு இந்த மனிதக் கூட்டம் உயிர் வாழ்ந்திருக்கிறது என்று ஆச்சரியப்பட்டுப் போனார். தொலைவு மிகுந்த ஆராய்ச்சிக்குப் பின்னர், இறுதியில் அவர் கண்டறிந்த

சி.மகேந்திரன்

உண்மைதான், 'மனிதக் கூட்டத்திடம் இயல்பாக அமைந்த எதிர்ப்பு சக்திதான் இதுநாள்வரை அவர்களைக் காப்பாற்றி வந்திருக்கிறது' என்பது.

இதற்கு முன்னர் வந்த நுண்ணுயிரிகளை விட மானுடத்தை கோவிட் 19 அல்லது கொரானா மிகவும் தீவிரமாக பாதித்துவிட்டது. பொதுமுடக்கம் என்ற சொல்லை இதற்கு முன்னர் நாம் கேட்டதில்லை. 2020 மார்ச் 22 மாலை இது அறிவிக்கப்பட்டது. 138 கோடி இந்திய மக்களும் பொது முடக்கம் செய்யப்பட்டார்கள். கொரானாவின் பெயரில் கைககளைத் தட்டிப் பார்த்தோம், அகல் விளக்கேற்றினோம். இதையெல்லாம் கொரானா செய்ய வைத்ததா? அல்லது மோடி அரசு செய்ய

வைத்ததா? என்பது இந்திய மக்களால் விளங்கிக்கொள்ள முடியாத ஒன்று.

விவசாயிகள் போராட்டக் களம் அமைத்து, சிங்கு, காஜ்ஜிபூர், டிக்கிரி ஆகிய மூன்று இடங்களிலும் தங்கத் தொடங்கிய காலத்தில் கொரானா உச்சத்தை அடைந்து விட்டது. போராட்டக் களத்திற்கு வந்த போது எனக்கு காத்திருந்த முதல் ஆச்சரியம் கொரானா பற்றியது தான். இப்படி ஒரு சூழல் இங்கு எப்படி இருக்க முடியும் என்று யோசித்தேன்.

அது இந்தியா முழுமையிலும், கொரானா உச்சத்தில் இருந்த அந்தக் காலம். நான் சென்னையில் புறப்பட்ட போதும், டெல்லி வந்து சேர்ந்த போதும், நாள் முழுவதும் கொரானா குறித்து ஊடகங்கள் பிரச்சாரம் செய்து, ஒருவிதமான மனபயத்தை ஏற்படுத்திக்கொண்டே இருந்தது. இங்கு அவ்வாறான பயம் எங்குமே இல்லை.

யாருமே இங்கு முகக்கவசம் அணியவில்லை. சமூக இடைவெளியும் இல்லை. நானும் முகக்கவசம் அணியவில்லை. எனக்கு மிகவும் பிடித்துப் போன சுதந்திரமான உலகமாகவே, இது அமைந்துவிட்டது. விரும்பியபோது தூங்கலாம். விரும்பியபோது கண் விழித்து எழுந்து கொள்ளலாம். என்னை யாரும் அறிந்திருக்கவில்லை. அவர்களையும் நான் அறிந்திருக்கவில்லை. எல்லா இடத்திலும் சுதந்திரமாக சுற்றித் திரிந்து கொண்டிருந்தேன். இவை எல்லாவற்றையும்விட எனக்கு கூடுதல் மகிழ்ச்சியை தந்தது முகக்கவசம் அணிய வேண்டாம் என்பதுதான்.

நான் மருத்துவரிடம் கேட்டேன். ஏன் எவரும் முகக்கவசம் இங்கு அணிவதில்லை என்று. அவர் தனது அனுபவத்தை சொல்லத் தெடங்கினார். சிங்கு போராட்டப் பகுதிக்கு வருவதற்குமுன் அரசு மருத்துவமனையில் சிறப்பு பொறுப்பேற்று, கொரானா பிரிவில் செயல்பட்ட அனுபவத்தை என்னிடம் பகிர்ந்துகொண்டார். குளிர்காலம் ஆரம்பித்த நேரத்தில் கொரானா தீவிரம் அடைந்தது. பஞ்சாப்பில் நோயாளிகள் எண்ணிக்கை கூடுதலானது. ‘என் கண் முன்னாலேயே பலர் இறந்துபோனதைப் பார்த்திருக்கிறேன்’ என்றார். இது மட்டுமல்லாது சிங்கு எல்லையிலோ அல்லது மற்ற போராட்ட எல்லைகளின் அனுபவங்களோ வேறுவிதமாக இருக்கிறது. “கொரோனா அச்சம் என்னைவிட்டுக் கொஞ்சம் கொஞ்சமாக விலகிவிட்டது” என்றார்.

‘கொரோனா அச்சத்தில் உலகமே பயந்து ஓடி ஒளிந்துகொள்ள இடம் தேடிக்கொண்டிருக்கும்போது... போராட்டக் களத்தில் யாருமே ஏன் பயப்படாமல் இருக்கிறார்கள்’ என்ற கேள்வியை அவரிடம் கேட்டேன். அவர் லேசாகச் சிரிக்கத் தொடங்கிவிட்டார். இந்த சிரிப்புக்கு அர்த்தம் என்னவென்று கேட்டேன். “நான் மனம் திறந்து உங்களிடம் பேசுகிறேன். உலகில் எத்தனையோ நிகழ்வுகளுக்கு விடை கிடைப்பதில்லை. அதைப் போலதான் இதுவும் எனக்கு” என்றார்.

அதற்குமேல் கூறியவை முக்கியமானவையாக எனக்குத் தோனறியது. இங்கு முகமூடி அணியவில்லை என்றாலும் குளிருக்காக துணியால் முகத்தை மூடி மறைத்துக்கொள்ளும் பழக்கத்தை பஞ்சாப், அரியானா மக்களும் மற்றைய வடஇந்திய மக்களும் கொண்டிருக்கிறார்கள். இதைத் தவிர போராட்டக் களத்தில் பயிறு வகை உணவு கூடுதலாக வழங்கப்படுகிறது. இது கொரானா எதிர்ப்பு சக்தியை கொடுக்கிறது என்கிறார்.

போராட்டம் நடைபெறும் சிங்கு எல்லையில், எந்த காவல்துறையும் இல்லை. போராட்டக் களம் தேர்வுசெய்து வைத்துள்ள தொண்டர் படைதான், எல்லாப் பிரச்சினைகளையும் தீர்த்து வைக்கிறது. அன்பு கலந்த கண்டிப்புடன் அவர்கள், கூட்டத்தை ஒழுங்குபடுத்தும் நடவடிக்கைகளை கவனித்திருக்கிறேன். அவர்கள் முகக்கவசம் அணிய வற்புறுத்துவதில்லை. ஆனாலும் எல்லாவற்றிலும் சுயக் கட்டுப்பாடு தெரிந்தது. போராட்டக் களத்தின் மற்றொரு சிறப்பு இது. தினம் தினம் தூய்மை செய்யப்படுகிறது. தொண்டர்கள் இதனை தொடர்ந்து கண்காணித்து வருகிறார்கள். இதுவும் கொரானா பரவல் தடுப்பு நடவடிக்கைளில் ஒன்று என்று புரிந்துகொண்டேன்.

அடுத்து ஒரு கேள்வியை அவரிடம், “நீங்கள் போராட்டக் களத்திற்கு வந்து எத்தனை காலம் இருக்கும்” என்று கேட்டேன். அதற்கு அவர், “இரண்டு மாதங்கள் முடிந்துவிட்டது” என்றார். ‘‘இந்த இரண்டு மாதத்தில் நீங்கள் ஏதாவது கொரானா நோயாளிகளை சந்தித்திருக்கீறீர்களா?” என்று கேட்டேன். அவர் சில நொடிகள் ஆழ்ந்த யோசனையில் இருந்தார். பின்னர் அவரிடம் “இல்லை” என்ற தெளிவான பதில் வந்தது.

நான் டெல்லி விமான நிலையத்தில் இறங்கியவுடனேயே, என்னுடன் வந்த சகபயணி ஒருவர் கூறினார். ‘டெல்லியின் கெஜ்ரிவால் ஒரு புதிய சட்டத்தைப் பிறப்பித்துள்ளார்’ என்று

கூறினார். அது என்ன சட்டம் என்று புரிந்துகொள்ளும் ஆர்வத்தில் அவரிடம் கேட்டேன். ‘டெல்லியில் முகக்கவசம் அணியாதவர்களுக்கான சட்டம்’ என்றார். அப்பொழுது நான் போராட்டக் களத்தைப் பற்றியோ கொரானாவை பற்றியோ எதுவுமே யோசித்துப் பார்க்கவில்லை. அதற்கான விளக்கத்தைப் போராட்டக் களத்தில் என்னால் பிறகு பெற்றுக்கொள்ள முடிந்தது.

விவசாயிகளின் இந்தப் போராட்ட உலகம் முடியும் இடத்தில், டெல்லி ராஜ்ஜியம் தொடங்கிவிடுகிறது. இங்கு கொரோனா என்ற ஒன்று இருப்பதாக மக்கள் உணர்ந்துகொள்ளவே இல்லை. ஆனால் டெல்லியின் கெஜ்ரிவால் பிரதேசத்தில், அங்கு முகக்கவசம் அணியவில்லை என்றால் விதிக்கும் அபராதம், இரண்டாயிரம் ரூபாய் என்றார். முகக்கவசம் அணியாத குற்றத்திற்கு அபராதம் ரூபாய் இரண்டாயிரம் என்பது எனக்கு கொஞ்சம் அதிகமாக தெரிந்தது. வெளியுலகத்திலிருந்து எல்லாவிதத்திலும் வேறுபட்டிருந்த இந்த உலகத்தில் கொரோன பயம் இல்லை என்பது ஆச்சரியத்தைக் கொடுத்தது.

அதனால்தான் மோடியையும் கொரோனாவையும் எதிர்த்து முறியடிக்கும் வலிமை இந்த உலகத்திற்கு இருப்பதாக என் மனம் நினைத்துக்கொண்டது.

13

விபத்து

தமிழ்நாட்டிலிருந்து வந்து சேர்ந்திருந்தார் மாணவர் மைக்கேல். போராட்டத்தில் ஒவ்வொரு இளைஞருக்கும் ஒரு அனுபவம் என்றால், மைக்கேலுக்கு நேர்ந்த அனுபவம் வித்தியாசமானது. அது யாருமே சந்திக்காத, அபாயங்களைக் கொண்டிருந்தது.

மைக்கேல், பாபு இருவரும் கல்லூரி மாணவர்கள். பாளையங்கோடை புனித சேவியர் கல்லூரியில் இளங்கலை ஆங்கிலம் பயின்றவர்கள். மைக்கேல், தூத்துக்குடி மாவட்டம் சாத்தான்குளத்திற்கு அருகில் அமைந்த அமுதுண்ணாக்குடி என்ற கிராமத்தில் பிறந்தவர். பாபு, தென்காசி மாவட்டம் சங்கரன்கோயிலுக்கு அருகில் அமைந்த பருவக்குடி என்னும் கிராமத்தைச் சேர்ந்தவர். பாளையங்கோட்டையில் இளங்கலை முடித்தவர்கள் பட்ட மேற்படிப்புக்காக சென்னை வந்து, நந்தனம் அரசு கலைக் கல்லூரியில் பட்ட மேற்படிப்பில் சேருகிறார்கள். இருவருமே பொருளாதாரத்தில் பின்தங்கிய குடும்பத்தில் பிறந்தவர்கள். சென்னை வந்த பின்னர், ஜல்லிக்கட்டு மாணவர் போராட்டம் என்று புதிய திசை வழியில் சிந்திக்கத்

தொடங்கியிருக்கிறார்கள். இந்தப் பின்னணியில் அனைத்திந்திய மாணவர் பெருமன்றத்தில் (AISF) தங்களை இணைத்துக் கொள்கின்றனர்.

மைக்கேல், பாபு இருவரையும் நான் சிங்கு எல்லையில் சந்தித்தேன். அவர்கள் குளிரைப் பற்றித்தான் அதிகம் என்னிடம் பேசினார்கள். டெல்லிப் பயணம் இருவருக்கும் புதியது. ஒரு பகல், இரு இரவுகள் தமிழ்நாடு எக்ஸ்பிரஸ் ரயில் பயணம் பற்றிக் குறிப்பிடும்போது, குளிர் ஊசியால் குத்துவதைப்போல குத்தியது என்றார்கள். இருவருமே தமிழகத்தின் வெப்பமண்டலப் பகுதியில் பிறந்தவர்கள். எத்தகைய வெக்கையையும் தாங்கிக்கொள்ள கூடியவர்கள். ஆனால் குளிருக்கு எந்தவிதத்திலும் பழக்கப்படாதவை அவர்களது உடல்கள். கைவிரல்களை ஆடைக்குள் மறைத்துக்கொண்டு, உதடுகள் குளிரால் நடுங்க, அவர்கள் என்னிடம் பேசிக்கொண்டிருந்தார்கள். அவர்கள் தங்கள் குழுவோடு வேறொரு இடத்திற்கு செல்லவேண்டிய கட்டாயம் ஏற்பட்டது. பின்னர் என்னைப் பிரிந்துவிட்டார்கள்.

போராட்டக் களத்தில் வேறு இடத்தில் வேறொரு பணியில் இருந்தபோது, ஒரு தகவல். மைக்கேல் ஒரு விபத்தில் சிக்கிக்கொண்டார் என்று. நான் மிகவும் பதறிப்போனேன். இந்த நேரத்தில் இதுகுறித்து மேலும் அறிந்துகொள்ள நான் முயற்சி செய்தேன். வேறு எந்த தகவலும் எனக்கு கிடைக்கவில்லை. ஆபத்திலிருந்து தப்பிவிட்டார் என்ற செய்தி சில நாட்களுக்குப் பின்னர் கிடைத்தது.

பாபுவை ஒரு நாள் சந்தித்தேன். அப்பொழுது சில மாதங்கள் கழிந்திருந்தது. பின்னர் மிகுந்த ஆர்வத்தோடு அவரிடம் மைக்கேல் குறித்த விபரங்களைக் கேட்டேன். போராட்டக் களத்தில் மறைந்து கிடந்த, மற்றொரு போராட்டப் பண்பு ஒன்று இதில் இருந்தது. இது மற்றவர்களுக்கு கட்டாயம் தெரியப்படுத்த வேண்டிய முக்கியமானது என்று எனக்குத் தோன்றியது. இதன்பின்னர் நடந்ததை பாபு கீழ்க்கண்டவாறு விவரிக்கத் தொடங்கினார்.

டிராக்டர்கள் வரிசையாக பல வண்ணங்களில் நின்று கொண்டிருக்கின்றன. ஒவ்வொரு டிராக்டரிலும் போர்க் களத்திற்குச் செல்லும் உற்சாகத்துடன் மக்கள் அமர்ந்திருக் கிறார்கள். விவசாயிகளின் பாடல்களை பாடுவதற்காகவும், முழக்கங்களைத் தீவிரமாக எழுப்புவதற்காகவும் ஒலிபெருக்கி, ஒவ்வொரு டிராக்டரிலும் கட்டப்பட்டிருந்தன.

அனைத்திந்திய மாணவர் பெருமன்றத்தின் மாநில செயலாளர் தினேஷ் உள்ளிட்ட நாங்கள் ஒரு ஊர்வலம் நடத்தும் தயாரிப்பில் இருக்கிறோம். டிராக்டர் கூட்டங்களுக்கு இடையே ஊர்வலம் நடத்துவது மிகவும் சிரமமாக இருக்கிறது. ஆங்கிலத்திலும் தமிழிலும் எழுதப்பட்ட பதாகைகள் எங்கள் கையில் இருக்கின்றன. தினேஷ் எங்கள் இருவரையும் எங்கள் குழு நடத்தும் அந்த ஊர்வலத்தின் கடைசியில் பாதுகாப்புக்காக நிற்கச் சொல்கிறார் என்று உரையாடலைத் தொடர்கிறார்.

எங்கள் குழு வீரியம் கொண்டு, தமிழில் முழங்குகிறது. வந்தவர்களில் யாருக்குமே இந்தியில் முழக்கம் எழுப்பத் தெரியாது. மற்றவர்களுக்கு புரிய வேண்டும் என்பதற்காக

ஆங்கிலத்தில் We support Farmer struggle We are From Tamil Nadu என்னும் முழக்கங்களையும் எழுப்பிக் கொண்டிருக்கிறோம். இந்த மொழியின் ஓசையைக் கேட்டு ஒரு வட்டம் எங்களைச் சுற்றிச் சூழ்ந்து நிற்கத் தொடங்கியது என்றார் பாபு. நான் பாபுவுடன் நடத்திய உரையாடலிலிருந்து கொஞ்சம் விடுபடத் தொடங்கினேன். என் எண்ணம் டெல்லி போராட்டக்களத்திற்கு செல்கிறது.

டெல்லி போராட்டக்களத்தில் எல்லோரிடமும் ஒரு கேள்வி இருந்தது. இந்திய ஊடகங்கள் இது நாடு தழுவிய போராட்டம் இல்லை. பஞ்சாப், அரியானா விவசாயிகள் மட்டும் நடத்தும் போராட்டம். இந்திய அளவில் இதற்கு ஆதரவு இல்லை என்று ஊடகங்கள் எழுதி வந்தன. பலர் என்னிடம் நேரடியாகவே கேட்டார்கள், ஏன் தமிழ்நாடு உள்ளிட்ட தென் மாநில விவசாயிகள் எங்களை ஆதரிக்கவில்லை என்று. இந்த பின்னணியில் பாபு கூறியவற்றை யோசிக்கத் தொடங்கினேன்.

மேலும் பாபு தொடர்ந்தார். சுற்றி நின்ற கூட்டம், இவர்கள் கையிலிருந்த கொடியை வாங்கிக்கொண்டு எங்களைப் போலவே தமிழில் முழக்கம் எழுப்ப முயற்சி செய்தார்கள். நமது மாணவர்கள் எழுப்பிய முழக்கங்கள் அவர்களுக்கு ஒரு இசையைப் போல தோன்றியிருக்க வேண்டும். அவர்கள் நடனமாடத் தொடங்கிவிட்டார்கள். டிராக்டரில் வந்தவர்கள் இந்த வித்தியாசமான சூழலைப் பார்த்து ரசித்துக்கொண்டிருந்த நேரத்தில்தான், அது நிகழ்ந்தது.

“மைக்கேலின் அலறல் சத்தம் கேட்கிறது” என்கிறார் பாபு. அவரை நான் தாங்கிப் பிடிக்கிறேன். அப்பொழுது பச்சை நிறம் உள்ள டிராக்டரின் முன்சக்கரம் மைக்கேலின் காலில் ஏறி இறங்கிவிடுகிறது. அடுத்து டிராக்டரின் பெரிய சக்கரம். அது ஏறி, இறங்கினால் என்ன நடக்கும் என்பது நாம் அறிந்த ஒன்று. ஒரே அலறல்... கூச்சல். டிராக்டர்கள் ஒன்றின் மீது ஒன்று மோதி அப்படியே நின்றுவிடுகின்றன

“அப்படியே மைக்கேலை நாலு பேர் தூக்கினார்கள். வலி தாங்காமல் அலறத் தொடங்கினான். ஒருவர் எதிர்பார்த்து தயாராக வைத்திருந்ததைப்போல வலிபோக்கும் ஸ்பிரே ஒன்றை வெளியே எடுத்தார். தற்காலிக சிகிச்சைக்குப் பின்னர், அவரும் அவருடன் வந்தவர்கள் சிலரும் நாங்களும் அருகில் உள்ள போராட்டக்களத்தின் 24 மணி நேர மருத்துவமனைக்கு தூக்கி சென்றோம்.

மைக்கேல்

அங்கு நடந்த சிகிச்சையில் மைக்கேலின் வலியை நிறுத்த முடியவில்லை. எனக்கு அச்சம் வந்துவிட்டது. வேறு இடத்திற்கு கொண்டுசெல்ல வேண்டும் என்றாலோ போராட்டக்களம் முழுவதும் டிராக்டர்களால் நிரம்பி நிற்கிறது. என்ன செய்ய முடியும் என்று பயந்து போனேன் என்ற பாபு, மேலும் கூறிய விபரங்கள் போராட்டக்காரர்களின் கட்டுப்பாடு, பொறுப்புணர்வு ஆகியவை பற்றியது.

ஆம்புலன்ஸ் வந்து நிற்கிறது. போக்குவரத்தை ஒழுங்குபடுத்தி தொண்டர்களுக்கு ஒயர்லஸ் மூலம் தகவல் தரப்படுகிறது. மந்திர சக்தியை போலவே அத்தகைய நெருக்கடி மிக்க கூட்டத்தில் வழி கிடைக்கிறது. அரைமணி நேரத்தில் மருத்துவமனையில் சேர்த்து "பெரிய ஆபத்து எதுவுமில்லை என்ற தகவலையும் சொல்லிவிட்டார்கள்" என்றார் பாபு. கொள்கையாளர்களின் சேவை எவ்வாறானது என்பதற்கு இதை உதாரணமாக கூறலாம். இப்பொழுது இதைச் சொல்லி முடித்த பாபுவிடம் ஒரு புத்தொளியைப் பார்க்கிறேன். இந்த சூழலை பாபு என்னிடம் விளக்கும்போது அவரிடம் கலக்கம் தெரிகிறது. இதற்கு மேல் பாபு சொன்னார். இதே விபத்து வேறு எங்காவது நடந்திருந்தால் என்ன நடந்திருக்கும் என்பதை இப்பொழுது யோசித்துப் பார்க்கிறேன். போராட்டக்களம் என் தோழனைக் காப்பாற்றிவிட்டது. 'அந்தக் கொடிய சித்ரவதையிலிருந்து காப்பாற்றிய அந்த போராட்டக்காரர்களுக்கு கைக்கூப்பி நன்றி செலுத்த வேண்டும்' என்று எனக்கு இப்பொழுதும் தோன்றுகிறது.

பாபு கூறிய இந்த அனுபவங்களை என் மனம் பல நாள் அசைப் போட்டுக்கொண்டிருந்தது. எதிர்பாராமல் எனக்கே இதைப் போன்றதொரு அனுபவத்தை சந்திக்க நேரிட்டது.

14
இலவச சேவை

போராட்டக் களத்திலிருந்து தவிர்க்கமுடியாமல் வெளியே வர வேண்டிய கட்டாயம் எனக்கு ஏற்பட்டுவிட்டது. இதற்கு முன்பும் வெளியே வரவேண்டிய சூழல் ஏற்பட்டது. ஒருவாறாக தவிர்த்து விட்டேன். இந்தமுறை என்னால் தவிர்க்க இயலவில்லை. தேசியக் குழு கூட்டம், தேசிய நிர்வாகக் குழு கூட்டம் ஆகியவை ஹைதராபாத்தில் கொரோனாவின் தேசிய அடைப்புக்குப் பின், நேரடியாக கூடும் கூட்டம் இது. டெல்லியிலிருந்து ஹைதராபாத் செல்கிறேன். கூட்டத்தை முடித்துக் கொண்டு, அங்கிருந்து சென்னை செல்கிறேன். அங்கு எனக்கு மற்றொரு பணி காத்திருக்கிறது.

தோழர் லெட்சுமி நரசிம்மன் மனிதநேய மருத்துவர். மேட்டூரை சார்ந்த இவர், அரசு மருத்துவர்களின் சங்கத் தலைவர். பல ஆண்டுகள் தொடர்ந்து என்னிடம் நட்பில் இருப்பவர். அவரது இணையர் பொறியாளர் அனுராதா ஒரு எழுத்தாளர். நான் அனைத்திந்திய மாணவர் பெருமன்றத்தில் மாநிலச் செயலாளராகப் பணியாற்றிய காலத்தில், மாநில அளவில் செயல்பட்டவர்.

தோழர் லெட்சுமி நரசிம்மன்

தோழர் லெட்சுமி நரசிம்மன் மருத்துவர்களின் நியாயமான கோரிக்கைகளுக்காக தீவிரமானப் போராட்டத்தை பல ஆண்டுகளாக நடத்திவருபவர். கடந்த காலத்தில் போராட்டத்தில் ஈடுபட்டிருந்த நேரத்தில் இவருக்கு சில நெருக்கடிகள் ஏற்பட்டன. முன்னணியில் செயல்பட்ட மருத்துவர்களில் சிலர், உள் நோக்கத்தோடு பல்வேறு இடங்களுக்கு மாற்றம் செய்யப்பட்டார்கள். இதில் பெண் மருத்துவர்கள் பலரின் குழந்தைகளுக்கு அது தேர்வு எழுதும் நேரம். அவர்கள் ஒரு கணிசமான எண்ணிக்கையில் இருந்தனர். இவ்வாறான காலங்களில் மாறுதல்களை அரசு பொதுவாக செய்வதில்லை. சிலருக்கு நோயுற்ற தாய், தந்தையரை பராமரிக்க வேண்டிய பொறுப்பும் இருந்தது. இந்த மருத்துவர்களை மாற்றல் செய்கிறபோது இது எதுவுமே கணக்கில் எடுத்துக் கொள்ளப்படவில்லை. உரிமையை கேட்டதற்காக இவ்வாறு தண்டிக்கப்பட்டது அநீதியானது என்ற பாதிப்பு மருத்துவர் லெட்சுமி நரசிம்மன் அவர்களுக்கு ஏற்பட்டுவிட்டது. இந்தச் சூழலில் எங்களைப் போன்ற இயக்கங்களாலும் எதுவுமே செய்ய முடியவில்லை. யார் சொல்வதையும் கேட்கிற மனநிலையில் அன்றைய ஆட்சியாளர்கள் இல்லை. அந்த தருணத்தில்தான் தாங்கிக் கொள்ள முடியாத அந்த துயரம் நிகழ்ந்தது. மாரடைப்பு வந்து மருத்துவமனையில் சேர்க்கப்பட்டு அங்கேயே அவர் மரணமடைந்தார்.

மருத்துவர் லெட்சுமி நரசிம்மனின் நினைவு மண்டப திறப்பு விழா நிகழ்ச்சி ஒன்று மருத்துவர்களால் ஏற்பாடு செய்யப்பட்டிருந்தது. மேட்டூரில் நடந்த இந்த நிகழ்ச்சிக்கு டெல்லியிலிருந்து ஹைதராபாத் வந்த நான் அங்கிருந்து இங்கு வந்திருந்தேன். மறக்க முடியாத நிகழ்ச்சியாக எனக்கு இது

அமைந்துவிட்டது. மருத்துவர் லெட்சுமி நரசிம்மன் நினைவு மண்டப திறப்பு நிகழ்வில் ஒரு குறிப்பிடத்தக்க அளவில் மருத்துவர்கள் வந்திருந்தார்கள். அத்தனை பேரும் அர்ப்பணிப்புமிக்க மருத்துவர்கள். 'மருத்துவத் துறையில் கார்ப்பரேட் கொள்ளையர்களால் அடையும் மன வேதனைக்கு நடுவில், ஏழை மக்களின் மீது நம்பிக்கைக் கொண்ட இத்தனை மருத்துவர்களா?' என்ற எண்ணம் எனக்கு தோன்றத் தொடங்கியது. அப்பொழுதுதான் எதிர்பாராமல் அந்த நிகழ்வு நடைபெற்றது.

மறைந்த டாக்டருக்கான தியாக தீபத்தை மருத்துவர்கள் கையில் ஏந்தி வந்து நினைவிடத்தில் தந்தார்கள். தீபத்தில் தீயின் ஜுவாலை கொழுந்துவிட்டு எரிந்துகொண்டிருந்தது. தீபத்தைக் கொடுத்த டாக்டர், மறைந்த டாக்டர் லெட்சுமி நரசிம்மனை நினைத்திருக்க வேண்டும். அவர் உணர்ச்சிவயப்பட்டார். கண்கள் கலங்கத் தொடங்கி உடல் குலுங்க ஆரம்பித்தது. தோழர்கள் கொளத்தூர் மணி, பாலபாரதி, நான் ஆகிய மூவரும் தியாக தீபத்தை வாங்கினோம். தீபம் எரிய ஊற்றப்பட்டிருந்த கொதிநிலையிலிருந்த எண்ணெய் என் கையிலும், பாலபாரதியின் கையிலும் கொட்டிவிட்டது. என் கையில் கொஞ்சம் கூடுதலாகவே கொட்டிவிட்டது. உடனே மருத்துவர்கள் சிகிச்சை யளிக்கத் தொடங்கிவிட் டார்கள்.

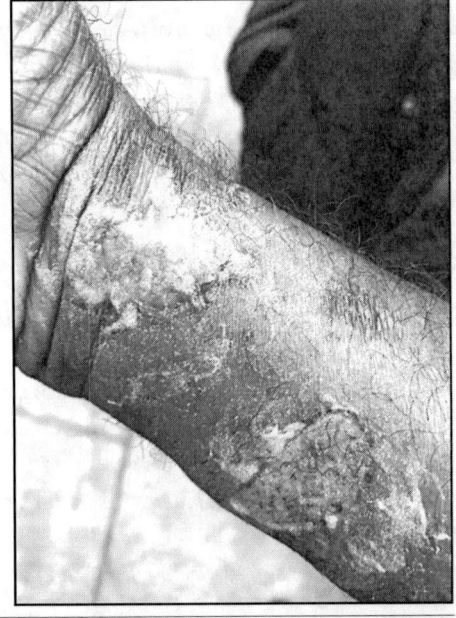

ஆனாலும் எரிச்ச லும் வலியுமாக இரண்டு நாட்கள் தொடர்ந்தன. உடனே டெல்லி செல் வதா? அல்லது வேண் டாமா? என்ற எண்ணம் எனக்கு வந்துவிட்டது. போராட்டக்களம் என்னை விடுவதாக இல்லை. விமானம் பிடித்து அவசரமாக சிங்கு எல்லைக்கு சென்றுவிட்டேன். அப் பொழுது சிங்கு எல்லை மூடப்பட்டிருந்தது.

சி.மகேந்திரன்

மாற்று வழியில் காவல்துறையின் தடைகளை தவிர்த்துப் போராட்டக்களத்திற்கு சென்றுவிட்டேன். அப்பொழுதுதான் அந்த பிரச்சினை ஆரம்பமானது. தீக்காயத்தில் கொப்பளங்கள் தோன்றின. கை வீங்கி வலி அதிகரித்தது. பின்னர் அது புண்ணாகி விட்டது. அப்பொழுது எனக்கு கிடைத்த அரிய நட்புதான் மருத்துவர் ராஜன். காலை, மாலை இரண்டுவேளையும் செல்பேசி மூலம் ஆலோசனைகளை வழங்கிக் கொண்டேயிருந்தார். அப்பொழுது அவர் சொன்னார். 'குளிர் காலத்தில், குளிர் பிரதேசத்தில் காயங்கள் குணம் பெறுவது எளிதானது இல்லை' என்று. அது எத்தனை உண்மை என்பதை நான் தெரிந்து கொண்டேன். ஒருவிதத்தில் வேறொன்றையும் தெரிந்து கொள்ளும் ஒரு வாய்ப்பை இது எனக்கு உருவாக்கித் தந்தது. அந்தச் சூழல் பேராட்டக்களத்தில் மருத்துவமனைகளைப் பற்றி கூடுதலாக அறிந்துகொள்ளும் வாய்ப்பை எனக்கு அது வழங்கியது.

ஒரு இரவில் வலி பொறுக்க முடியாமல் 24 மணி நேர மருத்துவ மனைக்குச் சென்றேன். முக்கிய நகரங்களில் இருப்பதைப் போலவே, அங்கு 24 மணி நேரமும் செயல்படும் மருத்துவமனைகள் இருக்கின்றன. ஆனால் அவை கட்டணம் இல்லாத மருத்துவமனைகள். அந்த குளிர் நிறைந்த நள்ளிரவிலும் மருத்துவரை தூக்கத்திலிருந்து எழுப்ப வேண்டிய அவசியம் எனக்கு ஏற்படவில்லை. வயிற்றுப்போக்கால் அவதியுற்ற ஒருவருக்கு சிகிச்சையளித்துக்கொண்டிருந்தார்கள். ஒருவர் மருத்துவர், இருவர் உதவியாளர்கள்.

உதவியாளர்களில் ஒருவர் என்னிடம் வந்து 'என்ன?' என்று விசாரிக்கிறார். நான் என் கையைக் காட்டுகிறேன். 'கொஞ்சம் நேரம் பொறுத்திருங்கள்' என்று கூறிவிட்டு, மருத்துவரிடம் தகவலை சொல்கிறார். மருத்துவர் தன் கடமையை முடித்து விட்டு என்னை வந்துப் பார்க்கிறார். தீக்காயத்தை சுத்தம் செய்து மருந்து போடுகிறார். நான் வலியை பொறுத்துக்கொள்ள முயற்சிக்கிறேன், என்னால் முடியவில்லை.

அவர் என்னைப் பற்றிய தகவல்களை ஆர்வமுடன் கேட்டுத் தெரிந்துகொள்கிறார். எல்லோருமே ஊதியமின்றி பணியாற்றுகிறார்கள் என்பது மட்டும் எனக்குத் தெரியும். அவர்களுடைய செயல்பாடுகள் பற்றி இன்னமும் ஆழமாகத் தெரிந்துகொள்ள விரும்பினேன்.

அவசர ஊர்தி ஒன்று விநோத ஒலி எழுப்பி வருகிறது.

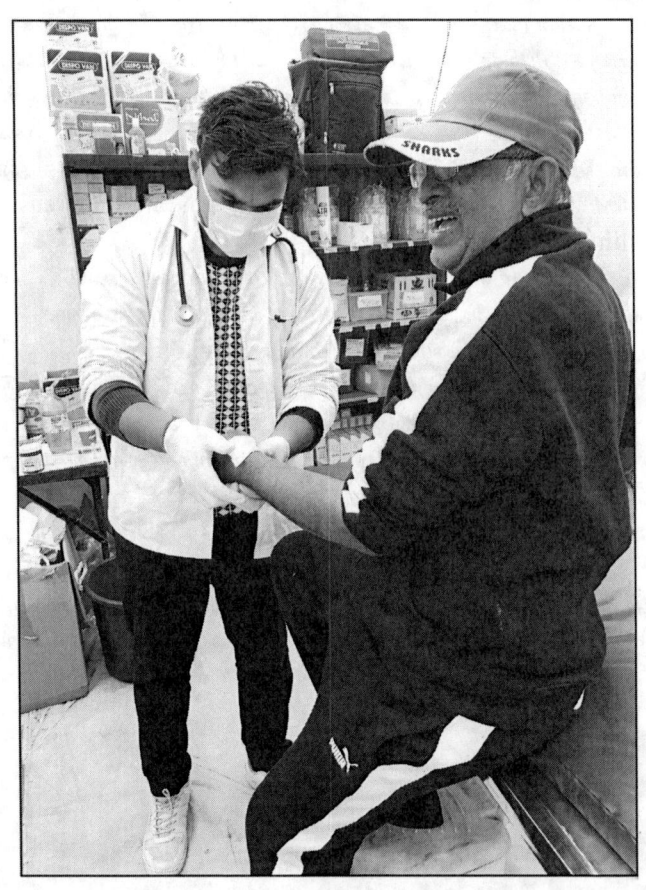

மருத்துவர் அதை கூர்ந்து பார்க்கிறார். இதுபோன்ற ஊர்திகள் அடிக்கடி செல்வதைப் பார்த்திருக்கிறேன். பஞ்சாப், அரியானா, டெல்லியிலுள்ள சில மருத்துவமனைகளின் பெயர் இந்தியிலும் ஆங்கிலத்திலும் எழுதப்பட்டிருந்தது. குளிர்கால மரணங்களுக்குப் பின்னர்தான் இந்த ஊர்திகள் வந்ததாக மருத்துவர் கூறினார்.

மருத்துவமனைகள் அனைத்தும் டெண்ட்டால் அமைக்கப் பட்டிருந்தாலும், சிறிய மருத்துவமனைகளும் பெரிய மருத்துவமனை களும் இருந்தன. சிறிய மருத்துவ மனைகள் எண்ணிக்கையில் அதிகம். ஒருவர், ஒரு இடத்தில் நின்று பார்த்தால், அவர் கண்ணுக்கு எட்டிய தூரத்தில் ஒரு மருத்துவமனை தெரிந்துவிடும். எல்லா இடத்திலும் மருந்துகளுக்கும் பஞ்சம் இல்லை. இந்த மருந்துகள் எங்கிருந்து

பெறப்படுகின்றன என்பது எனது மற்றொரு கேள்வி.

பஞ்சாப்பில் விவசாயிகள் செயல்பட்டதைப்போல, கண்ணுக்குத் தெரியாமல் மருத்துவமனைகளும், மருந்து உற்பத்தி நிறுவனங்களும், மருத்துவர்களும் ஒருங்கிணைந்து செயல்படுகிறார்கள். இதை மருத்துவர் எனக்கு ஒவ்வொன்றாக விளக்கிக் கூறிக்கொண்டிருந்தார். (This is another reason for controlling Corona)

உணவு, உடை, இருப்பிடம், மருத்துவம் எல்லா இடங்களிலும் மக்களுக்கு சமமாக கிடைப்பதில்லை. பணம் இருந்தால் பெற்றுக்கொள்ளலாம். பணம் இல்லாதவருக்கு இவை எல்லாம் மறுக்கப்பட்டவை. போராட்டக்களத்தில் இவை எல்லாம் மக்களுக்கு இலவச சேவையாகக் கிடைத்தன. இவ்வாறு கிடைக்காதவர்களுக்கு அவை கிடைப்பதற்குக் கூர்ந்து கவனித்து கிடைக்கச் செய்கிறார்கள். உணவு, உடை, இருப்பிடம் மருத்துவத்தை அடுத்து சமுதாயத்திற்கு தேவைப்படுவது கல்வி. அது போராட்டக்களத்தில் எப்படி கவனத்தில் எடுத்துக் கொள்ளப்பட்டுள்ளது என்பதும் ஒரு முக்கிய அனுபவமாகும்.

இது பற்றி நம் ஊடகங்கள் என்ன நினைக்கின்றன என்ற கேள்வியையும் போராட்டக் களம் முன்வைக்கிறது.

15

மாற்று ஊடகம்

நாய்க்குட்டி ஒன்று அவளது அன்பின் அரவணைப்புக்காக காத்திருக்கிறது. அம்மா மஞ்சுளா, மகளின் வருகையை எதிர்பார்த்திருக்கிறார். அப்பா விளையாட்டு வீரர்களைத் உருவாக்கும் பொறுப்பை ஏற்றிருப்பவர். புதிதாக மகளுக்கு ஏற்பட்டுள்ள நெருக்கடியால், வேறு வழியில்லாமல் வீட்டுக்கு வந்து தங்கியிருக்கிறார். யாருடனும் அவர் பேசுவதில்லை. மகளின் வருகைக்காக ஏதோ செய்து கொண்டிருக்கிறார்.

இருபத்திரெண்டே வயது நிரம்பிய அந்தப் பெண்ணை மாநில போலீஸார் கைது செய்து, பின்னர் ஒன்றிய போலீஸ், தலைநகர் டெல்லிக்கு அழைத்துச் சென்றது. நீதிமன்றத்தால் திகார் சிறைக்கு அனுப்பப்பட்ட அந்தப்பெண், மீண்டும் காவலில் எடுக்கப்பட்டு, காவல்துறையின் சித்ரவதைமிக்க விசாரணைக்கு உட்படுத்தப்பட்டாள்.

இவள் வழக்கை விசாரித்த நீதிபதிகளில் ஒருவர் தர்மேந்திரா ராணா, “அவள் செய்த குற்றம்தான் என்ன?” என்று கேட்டார் .

“தேசத்துரோக குற்றம்” என்றது அரசு தரப்பு.

“தேசத்துரோகம் என்பதற்கு விளக்கம் வேண்டும்” என்ற

நீதிபதியின் கேள்விக்கு 'வெளிநாட்டு சக்திகளோடு இணைந்து, இந்தியாவிற்கு எதிராக சதி செய்தார்' என்று பதிலளித்தனர் அரசுத் தரப்பினர்.

நீதிபதிக்கு எல்லாம் தெரியும். அவள் பெங்களூரை சேர்ந்த பெண் திஷாரவி என்பதும், டெல்லியைச் சுற்றி நடைபெறும் விவசாயிகளின் போராட்டத்தை தீவிரமாக ஆதரித்து பிரச்சாரம் செய்பவள் என்றும் தெரியும். சுவீடன் நாட்டைச் சேர்ந்தவர், 18 வயது நிரம்பிய கிரேட்டா துன்பர்க்கி. சூழலியல் மற்றும் பருவநிலை மாற்றங்கள் குறித்து, ஐக்கியநாடுகள் அவையில் அவர் பேசியவை உலக சமூகத்தின் கண்களை அகல திறக்க வைத்தது என்கிறார்கள். அத்தகைய சிறப்புக்குரியவளோடு, சேர்ந்துதான் திஷா தேசத்துரோகம் செய்ததாக அரசு தரப்பில் பொய்யுரைக்கப்படுகிறது என்பதையும் நீதிபதி நன்கறிவார்.

'அரசாங்கத்தின் தவறுகளை கேட்பதற்கு யாருக்கும் உரிமை இருக்கிறது' என்று கூறி திஷாவை நீதிபதி ஜாமீனில் விடுதலை செய்துவிட்டார். இந்த செய்தியை படித்தபோது எனக்கு சிரிப்பு வந்துவிட்டது. ஹிட்லர் மீசையைப் பார்த்தால் என்னையறியாமலேயே எனக்குச் சிரிப்பு வந்துவிடும். அப்படித்தான் இப்பொழுதும் சிரிப்பு வந்தது.

எனக்குள்ளாகவே சிரித்துக்கொண்ட அந்த சிரிப்புக்கு மோடிதான் காரணம். ஹிட்லர் மீசைக்கும் மோடியின் 54 இஞ்ச் நெஞ்சு அளவுக்கும் ஒரு ஒற்றுமை இருக்கிறது. தன்னைத்தானே '54 இஞ்ச்' என்று பெருமையாக பேசிக்கொள்ளும் மோடி, ஏன் இந்த சிறுமிகளைப் பார்த்து இப்படி பயப்படுகிறார்? இதுதான் இந்தியாவின் இன்றைய எதார்த்த நிலை.

இந்த எதார்த்தத்தில், இந்திய இளைஞர்களின் எதிர்ப்பு மோடி மீது மட்டும் அல்ல. அதைத் தாண்டியும் செல்கிறது. ஊடகங்கள் நான்காவது தூண். அந்த தூண் தகர்க்கப்பட்டால் ஜனநாயகம் என்னவாகும் என்ற கேள்வியை எழுப்புகிறார்கள். இந்தக் கேள்வியின் தகிப்பு எரிமலையின் வெடிப்பு நிலையில் இருக்கிறது.

விவசாயிகளின் எழுச்சியை பார்த்து, இன்று உலகமே வியந்து நிற்கிறது. 'நியூயார்க் டைம்ஸ்', 'தி கார்டியன்' போன்றவை உலக அளவில் புகழ்பெற்ற பத்திரிகைகள். இந்த சர்வதேச ஊடகங்களில் போராட்டங்கள் குறித்து கட்டுரைகள் வெளிவந்துள்ளன. ஆனால் இந்திய ஊடகங்கள் மூடி மறைக்கிறது என்றால், இவர்கள் கார்ப்பரேட்டுகளின் கைக்கூலிகளா என்று

ஆவேசம் கொண்டு கேட்கிறார்கள். பெரும் போராட்டத்தின் ஒரு சிறு சுவடுகூட வெளி உலகத்திற்கு தெரியாமல் மறைத்துவிடுகிறார்கள் என்பதில் கண் சிவந்த கோபம் எல்லோரிடமும் இருக்கிறது.

ஊடக வரலாற்றின் நீதிக்கான வரலாறு குறித்து யோசித்துப் பார்க்கிறேன். பிரெஞ்சுப் புரட்சி 1799-ஆம் ஆண்டு நடைபெற்றது. மக்களின் அதிகாரத்தைத் திருட்டுத்தனமாக எடுத்துக்கொண்ட அரசாங்கங்கள், பிறக்கும்போது சுதந்திரமாக பிறந்த மனிதக் கூட்டத்தை கைகளில் சங்கிலி மாட்டி அடிமையாக்கிக்கொண்டது. இதை எதிர்த்து நின்று, 'அதிகாரம் அனைத்தும் மக்களே கையில் எடுக்கவேண்டும். அதுதான் ஜனநாயகம்' என்றது பிரெஞ்சுப் புரட்சி.

புரட்சிக்கு முந்தைய பத்தாண்டுகள், அனைத்து விதமான அடிமைத்தனத்தையும் அகற்றும் நோக்கத்துடன், புரட்சித் தீ

கண்ணுக்குத் தெரியாமல் பரவின. அப்பொழுதுதான் அதிகார எதிர்ப்பு அச்சு ஊடகங்கள் மின்னல் வேகத்தில் தோன்றின. புரட்சியில் 1300 தலைமறைவு செய்தி இதழ்கள் செயல்பட்டன. காபி ஹவுஸ் என்பது பிரான்சில் எல்லா இடங்களிலும் நீக்கமற நிறைந்திருக்கும் மக்கள் சந்திக்கும் மையம். இவை ரகசியமாக செய்தித்தாள்களை விநியோக்கிக்கும் இடங்களாக மாறின.

புதிதாக தோன்றிய அச்சு இயந்திரத்தைப் புரட்சிக்காரர்கள் நன்கு பயன்படுத்திக் கொண்டார்கள். இந்த அனுபவத்தில் புரட்சிக்கு பின்னர், தோன்றிய அரசு ஊடகங்கள் ஜனநாயகத்தின் நான்காவது தூண் என்ற கொள்கையை உருவாக்கியது. காலப்போக்கில் மக்களாட்சி என்று அறிவித்துக்கொண்ட எல்லா நாடுகளின் அரசியல் சட்டத்திலும் இது கொள்கையாக ஏற்றுக்கொள்ளப்பட்டது.

கார்ப்பரேட் கைகளுக்குள் காட்சி ஊடகங்கள் இன்று வசமாக சிக்கிக்கொண்டன. அரசாங்கத்தின் உதவியோடு கார்ப்பரேட் நிறுவனங்கள் ஊடகங்களை ஒரு இரும்புத்திரையால் மூடி வைத்துவிட்டன. மக்களின் உண்மையான உணர்வுகள் இதில் மறைக்கப்படுகின்றன. நாடாளுமன்றத்தை சந்திப்பதற்கு தயங்குகிற, பத்திரிகையாளர்களை சந்திக்க தயங்குகிற, தனது கோழைத்தனத்தை மோடியால் மூடிமறைத்து, வீரனாகவும் அறிவாளியாகவும் காட்டிக் கொள்ள இந்த இரும்புத்திரை வசதியாக இருக்கிறது.

போராட்ட களத்தில் நான் சந்தித்த கார்ப்பரேட் ஊடக எதிர்ப்பு அணுகுமுறைகள் என்னை மிகவும் சிந்திக்க வைத்தன. இது பிரெஞ்சு புரட்சிகால ஊடகங்களின் சாயலைக் கொண்டிருக்கிறது. போராட்டத்தில் அறிவுபூர்வமான முன்னணிப் படை ஒன்று உருவாகியுள்ளது. இது திட்டமிட்டு உருவாக்கப்பட்டதாக தெரியவில்லை. காலத்தின் தேவை, அவர்களை ஒரு சிறந்த ஆயுதமாக வடிவமைத்துள்ளது. இந்த முன்னணிப் படையினர் ஒவ்வொருவர் கையிலும் வண்ணக் கலவைகள் இருக்கின்றன. தீவிரம் கொண்ட வண்ணங்கள் தங்களுடைய எதிர்ப்பின் படைப்பாற்றலை எழுதிக் கொண்டே இருக்கின்றன.

கிண்டலும் கேலியும் நிறைந்த படங்களை எல்லா இடங்களிலும் பார்க்க முடிகிறது. அவர்களுடைய கற்பனை வளத்திற்கு எல்லையே இல்லை. கேலிச்சித்திரங்கள் மோடியின்

அடக்குமுறை, எத்தனை உண்டோ அத்தனையையும் கேலி செய்கின்றன. எழுச்சி கொண்ட முழக்கங்கள் எழுத்து ஓவியங்களாக வரையப்படுகின்றன. மானுடத்தின் ஒட்டுமொத்தமான போர்க்குணமும் மீண்டும் ஓவியங்களின் வழியாகவும், எழுத்து முழக்கங்கள் வழியாகவும் போராட்டத்திற்கு உயிராற்றலை வழங்கிக் கொண்டேயிருக்கிறது. இவை வீரியத்துடன் பல கேள்விகளை எழுப்புகிறது.

கார்ட்டூன் கலை என்பது மிக வேகமாக அங்கு வளர்வதைப் பார்க்கிறேன். தனித்தனிக் குழுக்களாக அமர்ந்து பயிற்சி

பெறுகிறார்கள். எதிர்காலத்தில், மிகச்சிறந்த கார்ட்டூன் கலைஞர்களை, போராட்டக் களம் உருவாக்கித் தரப்போகிறது என்பதில் சந்தேகம் இல்லை. குழந்தைகளுக்கு ஓவியங்கள் இங்கு கற்றுத் தரப்படுகிறது. இதைப்போல கையில் படப்பிடிப்பு கேமராவுடன் சுற்றிவரும் இளைஞர் கூட்டம் ஏதோ ஒன்றை தங்கள் கண்களின் வழியாகத் தேடிக் கொண்டிருக் கின்றன. அவர்கள் தேடுவது கார்ப்பரேட் அடிமைத்தனம் இல்லாத சுதந்திர சமத்துவ இந்தியா. அதற்கு தேவையான ஊடக செயல்பாடு.

விவசாயி இல்லை என்றால் உணவு இல்லை என்ற

வாசகங்கள் எல்லா பிரச்சாரங்களிலும் மையமாக இருக்கிறது. இந்த வாசகங்களில் பயங்கரவாதம் ஒளிந்திருப்பதாக கார்ப்பரேட் ஊடகங்கள் பிரச்சாரம் செய்கிறது. விவசாயி இல்லை என்றால் உணவு இல்லை என்று கூறுவது பயங்கரவாதமா? இதை எதிர்த்து முறியடிக்க வேண்டும் என்ற உணர்வு இவர்களை, மாற்று ஊடகங்களைப் பற்றி சிந்திக்க வைக்கிறது.

கார்ப்பரேட்களின் மீது நம்பிக்கை வைக்காத விவசாயத்தைப் போலவே கார்ப்பரேட்களின் சூழ்ச்சியை புரிந்துகொண்ட மாற்று மக்கள் ஊடகப் பிரச்சாரம் வேண்டும் என்கிறது அங்குள்ள இளைஞர் படை. கார்ப்பரேட் எதிர்ப்பு அரசியலை கையிலெடுக்க விரும்பும் தமிழ்நாட்டு இளைஞர்களும் இதில் தங்களைப் பயிற்றுவித்துக்கொள்ள வேண்டும். இந்தப் படைப்பாற்றலால் மட்டுமே சதி நிறைந்த கார்ப்பரேட் ஊடக வதந்திகளுக்கு தக்க பதிலடியை உடனுக்குடன் கொடுக்க முடியும். அதுதான் மாற்றத்திற்கான அடுத்த பாதையை நமக்கு திறந்து வைக்கும்.

போராட்டக் களத்தில் இந்த பாதையில் எத்தனையோ வெளிச்சங்கள் கிடைக்கின்றன.

16

பன்முக செயல்பாடுகள்

ஊடக செயல்பாட்டுடன் கூடிய மற்றொரு அனுபவம் எனக்கு. இந்த இடம், சிங்கு எல்லையில் உள்ளது. பல நாட்கள் தனியாக தங்கியிருந்த அனுபவத்திலிருந்து வேறுபடுகிறது. இது, ஒருவர் தங்கிக் கொள்ளும் டெண்ட். இரண்டு நாட்களாக நான் புது இடத்தில் புது டெண்டில் தங்கியிருக்கிறேன். இது எனக்கு மறுக்க முடியாத அனுபவம். ஆறு பேர் ஒரே டெண்டில் தங்கியிருக்கிறோம். வித்தியாசமான கூட்டுக் குடும்பத்தைப் போல் இயங்குகிறது. இது காஜ்ஜிப்பூர் எல்லை. ஆறுபேரில் இருவர் பெண்கள்.

இரண்டாம் நாள் காலை 10:00 மணி இருக்கலாம். அப்பொழுது அங்கு சில சிறுவர்களும் சிறுமிகளும் வந்திருந்தார்கள். அவர்கள் ஏழைக் குழந்தைகள். தீதி எங்கே என்றார்கள்? தீதி என்ற இந்தி சொல்லின் அர்த்தத்தை அந்த சிறுவர் கூட்டத்திடமே கேட்டுத் தெரிந்து கொள்கிறேன். 'அக்கா' என்கிறார்கள். அவர்கள் யாரை கேட்கிறார்கள் என்பது எனக்கு புரிந்துவிட்டது. நான் 'அபிக்சாவா?' என்றேன். 'ஆம்' என்றார்கள். 'ஏன் பார்க்க வேண்டும்' என்று கேட்டதற்கு அவர்கள் சொன்ன

பதிலிலிருந்து, அபிக்சாவோடு அவர்களுக்கு இருந்த அன்பின் ஆழத்தைப் புரிந்து கொண்டேன்.

அபிக்சா, ஜாமீயா பல்கலைக் கழகத்தின் மாணவி. பார்வைக்கு பல்கலைக்கழக மாணவி என்று தெரியமாட்டார். ஒரு உயர்நிலைப்பள்ளி மாணவியைப் போல இருப்பார். சூழலியல் பட்ட மேற்படிப்பு படிக்கிறார். காஜ்ஜிப்பூர் போராட்டக் களத்தில்தான் சந்தித்தேன். அவரது கடந்த கால வாழ்க்கையைக் கேட்டபோது, ஒரு சிறு பெண்ணுக்குள் இத்தனை தீவிரமா? என்று யோசிக்கத் தோன்றியது.

டெல்லியில் அண்மைக்காலத்தில் நடைபெற்ற அனைத்து மாணவர் போராட்டங்களிலும் பங்கேற்றுள்ளார். இதைத் தவிர டெல்லி சட்டமன்றத் தேர்தலில் சுயேச்சையாகப் போட்டியிட்டு 1330 வாக்குளை பெற்றுள்ளார் என்பது எனக்கு ஆச்சரியத்தை அளித்தது.

அவரோடு இணை பிரியாமல் இருக்கும் மற்றொரு மாணவியைப் பற்றியும் கூறவேண்டும். இவர் டெல்லி பல்கலைக்கழகத்தில் படித்துக் கொண்டிருக்கிறார். அவர் பெயரை கேட்டவுடன் நான் லேசாக எனக்குள் சிரித்துக்கொண்டேன். அந்த மாணவிக்கு, நான் ஏன் சிரிக்கிறேன் என்பதை புரிந்துகொள்ள முடியவில்லை. 'சிரிப்பதற்கு உரிய காரணம் தன் பெயரில் இருக்கிறதா? தனது செய்கைகளில் இருக்கிறதா?' என்ற சந்தேகம் வந்திருக்க வேண்டும். அவர் நான் சிரிப்பதற்கு உரிய காரணத்தை என்னிடம் கேட்டார். அவருடைய பெயர் குஷ்பு.

'குஷ்பு என்ற உங்கள் பெயரில் சினிமா சார்ந்த அரசியல் தலைவர் தமிழகத்தில் இருக்கிறார்' என்றேன். அவருக்கு மேலும் தகவல் அறிந்து கொள்ள ஆர்வம் ஏற்பட்டுவிட்டது. 'இப்பொழுது என்ன செய்கிறார்?' என்றார். 'ஒவ்வொரு கட்சியாக சுற்றுலா சென்றுகொண்டிருக்கிறார்' என்றேன். அவரும் என்னுடன் சேர்ந்து சிரிக்கத் தொடங்கிவிட்டார்.

இதைத்தவிர கடந்த இரண்டு தினங்களாக என்னுடன் தங்கியிருந்த மற்ற மூன்று ஆண் மக்கள். ஒருவர் உத்திரபிரதேசம் மாநிலம் லக்னோவில் சட்டம் படிக்கிறார். அங்கு சட்டக் கல்லூரி மாணவர்களிடம் நன்கு அறிமுகமானவர். பெயர் சஞ்சய் சிங். நூற்றுக்கணக்கான கிலோமீட்டர் தூரத்திலிருந்து வந்து போராட்டக் களத்தில் தொடர்ந்து தங்கியிருக்கிறார். மற்றொருவர் சிஜோ. பெற்றோர்கள் டெல்லியில் இருக்கிறார்கள்.

உடற்கல்வியில் பட்டமேற்படிப்பு மாணவர் இவர். தேசிய அளவிலான விளையாட்டு வீரர். இவர்கள் ஒரு குழுவாக செயல்படுகிறார்கள்

டெல்லியைச் சார்ந்த அபிக்சாவிற்கு முதன் முதலில் இங்கு வந்த போது போராட்டக்களத்தில் தங்குவதற்கு இடம் கிடைக்கவில்லை. இரவு நேரங்களில் டெல்லி சென்று திரும்பி வருவதை வழக்கமாகக் கொண்டுள்ளார். ஆனாலும் நாளுக்கு நாள் இவருடைய பணிகள் கூடுதலாகிக்கொண்டே சென்றது. இவரிடம் அமைந்த ஆர்வத்தை சுற்றியிருந்த விவசாயிகள் பார்த்துவிட்டு, தனியாக ஒரு டெண்ட் அமைத்துக் கொடுத்திருக்கிறார்கள். அதன் பின்னர் அதற்கு தேவையான உதவிகளை இவர் உருவாக்கிக்கொண்டுள்ளார்.

காஜ்ஜிப்பூரில் தேசிய நெடுஞ்சாலையை அடைத்து பல மாதங்களாக தங்கியிருக்கும் இந்த விவசாயிகளில் பலர் மேற்கு உத்திரபிரதேசத்தைச் சார்ந்தவர்கள். இதை தவிர பஞ்சாப், அரியானா விவசாயிகள் கணிசமான எண்ணிக்கையில் இருக்கிறார்கள். இந்த போராட்டம் ஒவ்வொருவருக்கும் ஒரு புதிய வாழ்க்கை முறையை அமைத்துக் கொடுத்திருக்கிறது. இவர்கள் எல்லோரும் பழைய வாழ்க்கையிலிருந்து விடுபட்ட புதிய மனிதர்கள்.

போராடும் கிராமப்புறத்து விவசாயிகளிடம் இந்த மாணவர் குழு பிரபலமடைந்து விட்டது. இவர்களுக்கு அபிக்சா குழுவினர் ஆச்சரியத்தைத் தருகிறார்கள். படித்த பிள்ளைகள் வேலைக்கு செல்ல, தேர்வுக்கு போராடிக்கொண்டிருக்கிற நேரத்தில், இவர்கள் போராட்ட களத்திற்கு வந்து தங்கி இத்தனை துன்பங்களை அனுபவிக்கிறார்களே என்பது அவர்களுக்கு ஆச்சரியம். தங்கும் இடம் போராட்டக் களத்தின் மையப்பகுதியில் இருக்கிறது. பலரும் இங்கு வந்துபோகிறார்கள்.

இவர்களது டெண்டு இரண்டுப் பகுதிளாகப் பிரிக்கப்பட்டுள்ளது. டெண்டு கூடாரத்தின் ஒரு பகுதி முழுவதும் புத்தகங்கள் அடுக்கி வைக்கப்பட்டுள்ளன. இதில் பல அரிய புத்தகங்கள் இருப்பதை பார்த்தேன். மற்றொரு பகுதி தங்குவதற்கான இடம் டெண்டின் கிழக்குப் பகுதியில் ஒரு சிறிய தடுப்பு அமைக்கப்பட்டு பெண்கள் இருவரும் அங்கு தங்கிக்கொள்கிறார்கள். ஓய்வில்லாமல் பல்வேறு பணிகளை செய்துகொண்டிருக்கிறார்கள். இந்த வாழ்க்கை முறை மிகவும் பின்தங்கிய கிராமங்களிலிருந்து வந்தவர்களை மிகுந்த

ஆச்சரியத்தோடு பார்க்க வைத்துவிடுகிறது. தங்களை சுற்றியுள்ள இளைஞர்களிடமிருந்து இவர்கள் வேறுபடுவதாக உணர்கிறார்கள். இவர்களது லட்சியமும் கட்டுப்பாடும் நிறைந்த வாழ்க்கையை மகிழ்ச்சியோடு உற்றுப் பார்க்கிறார்கள்.

அங்கு இரண்டு இரவுகள் நான் தங்கியிருந்த அனுபவம் எனக்கு வித்தியாசமானது. நான் மற்ற மாணவர்களோடு சேர்ந்து நெருக்கடியில் தூங்குவதற்கு சிரமப்படுவேன் என்று அவர்கள் யோசித்திருக்க வேண்டும். புத்தகங்கள் உள்ள இடத்தில் அவை அனைத்தையும் ஒதுக்கி வைத்து விட்டு எனக்கு படுப்பதற்கு ஏற்பாடுகள் செய்து கொடுத்தார்கள். இவ்வளவு விரைவாக அந்த குளிரில் தூங்குவதற்குத் தேவையான அனைத்து வசதிகளையும் செய்து கொடுத்துவிட முடியும் என்பதை நான் எதிர்பார்க்கவில்லை. குறுகிய காலத்தில் என்னை நெகிழ வைத்துவிட்டார்கள்.

மாணவி அபிக்ஷா

அந்த நூலகத்தின் பெயர் kissan library. என்னை மிகவும் கவர்ந்தவை அவர்களின் நுட்பமான செயல்பாடுகள்தான். இந்த விவசாயிகளின் நூலகத்திற்காக தனி இயக்கமே நடத்தியுள்ளார்கள். டெல்லியில் பல இடங்களுக்குச் சென்று நூல்களை சேகரித்துள்ளார்கள். பல்வேறு பேராசியர்கள், எழுத்தாளர்கள் தங்கள் நூல்களை இவர்களுக்கு இலவசமாக வழங்கியுள்ளார்கள். இதற்கு உச்சநீதிமன்ற நீதிபதிகளும் புத்தகங்களைத் தந்திருக்கிறார்கள்.

நூலகம் முறையாக செயல்பட்டு வருகிறது. அதற்கு தனியாக நோட்டு போட்டு சொந்த ஊர் முகவரி, இங்கு தங்கியிருக்கும் டெண்ட் எண், தொலைபேசி எண், முதலிய தகவல்களை எழுதிக்கொள்கிறார்கள். புத்தகத்தை இலவசமாக கொடுக்கிறார்கள். ஒரு வாரத்தில் புத்தகத்தை திருப்பிக் கொடுக்கவேண்டும். கட்டணம் எதுவும் இல்லை. நன்கொடைகள் கொடுத்தால் ஏற்றுக்கொள்கிறார்கள்.

புத்தகம் வாங்கி செல்ல வந்த ஓய்வுபெற்ற ராணுவ வீரரை இங்கு சந்தித்தேன். இங்குவந்த பின்னர் புத்தகம் வாசிக்கும் பழக்கம் கூடுலாகியுள்ளதாக அவர் கூறினார். சிங்கு எல்லையிலும், டிக்கிரி எல்லையிலும் இதைப் போன்ற நூலகங்கள் செயல்படுவதைப் பார்த்திருக்கிறேன். அங்கு குறிப்பிட்ட போராட்டக்காரர்கள் நூல்களை எடுத்து வாசித்து வருகிறார்கள்.

பதட்டமும் ஓட்டமும் நிறைந்த வெளியுலகத்திலிருந்து விடுபட்ட இவர்களுக்கு வாசிப்பதற்கு நேரம் கிடைத்திருப்பதை மேன்மையாக கருதுகிறார்கள். ஒரு போராட்டக் களம் எத்தகைய சிறந்த பண்புகளை வளர்த்தெடுத்துள்ளது என்பதை யோசித்துப் பார்க்கிறேன்.

போராட்டக் களங்கள் மிகச்சிறந்த பாட சாலைகள் என்று எங்கோ படித்தது நினைவுக்கு வருகிறது.

இவ்வாறு பல்வேறு குழுவினரின் பணிகள் பல்வேறு எல்லைகளை தொட்டு செல்கின்றன.

இந்திய அரசு என்ன செய்கிறது?

சி.மகேந்திரன்

17
நல்லரசு

'இந்தியா வல்லரசாக இருக்க வேண்டுமா? நல்லரசாக இருக்க வேண்டுமா?' என்ற கேள்வி எனக்குள் அடிக்கடி எழுவதுண்டு. வல்லரசு என்றால் தேசிய வருமானம் முழுவதையும் ராணுவ கருவிகளை வாங்க பயன்படுத்த வேண்டும். நல்ல அரசு என்றால் வருமானத்தின் கணிசமான பகுதியை கல்விக்கு ஒதுக்க வேண்டும். இதனை பயன்படுத்தி உடலாலும், அறிவாலும் உழைக்கக்கூடிய உழைப்பாளிகளின் திறன் வளர்த்து அதன் மூலம் குறுக்குப் பாதைகளற்ற உண்மை வளர்ச்சியை நாடு எட்ட வேண்டும்.

போராட்டக் களம் நல்லரசை விரும்புகிறது. அதற்கான கருதுகோள்களை வளர்த்தெடுக்கிறது. வளர்த்தெடுத்தக் கருதுகோள்களை செயல்படுத்திப் பார்க்கிறது. தொலைதூர நோக்கங்களை தெளிவாக அறிந்தவர்களால் எதையும் தாங்கிக்கொள்ள முடியும். அவர்களுக்கு சிறைச்சாலையில் கல்லில் உறங்கினாலும் ஒன்றுதான். பஞ்சு மெத்தையில் உறங்கினாலும் ஒன்றுதான். உடனடி சுயலாபக் கணக்கை மட்டும் போட்டு பார்த்துக்கொண்டிருப்பவர்களுக்கு இவை எல்லாம் தெரியாது.

கொட்டும் பனிக்குளிரை தாங்கிக்கொண்டே இந்தியாவின் எதிர்கால கல்வி குறித்து போராட்டக்களம் யோசித்துக் கொண்டிருக்கிறது.

அபிக்சா போன்றவர்கள் பன்முக செயல்பாடுகளை உருவாக்கிக் கொண்டிருக்கிறார்கள். இவர்கள் இங்கு இரண்டுவிதமான கல்வியை அளிக்கின்றனர். ஒன்று ஊடகக் கல்வி. மற்றொன்று ஏழை குழந்தைகளுக்கான கல்வி. கிராமப் புறத்திலிருந்து வந்துள்ள போர்களத்து இளைஞர்களுக்கு நவீன வாழ்க்கையில் அவ்வளவு பழக்கம் இல்லை. பலர் சமூக ஊடகங்களில் எவ்வாறு செய்தி வெளியிடுதல், போஸ்டர்கள் தயாரித்தல் போன்றவற்றில் ஆர்வம் இருந்தாலும், பயிற்சி இல்லாமல் இருக்கிறார்கள். இவர்களுக்கு ஆலோசனையும் பயிற்சியும் இங்குத் தரப்படுகிறது.

சமூக வலைதளங்களுக்கு தேவையான கட்டமைப்புகளுக்கு டெல்லியில் தொடர்பு கொண்டு, தேவையானவர்களை தருவித்துக் கொள்கிறார்கள். அவர்கள் அங்கிருந்து வந்து பயிற்சி அளித்துவிட்டு திரும்பிச் செல்கிறார்கள். சமூக ஊடகங்களை வலிமையுடன் எவ்வாறு செயல்படுத்துவது என்று கருத்தியல் ரீதியாகவும் அழகியல் ரீதியாகவும் அவர்களுக்கு கற்பிக்கிறார்கள். இந்த முயற்சிகள் அனைத்தும் புதிதாக தெரிகிறது எனக்கு.

சுதந்திர இந்தியாவின் உயர் நோக்கம், அடிப்படை மறுக்கப் பட்டவர்களின் கல்வி என்று கூறப்படுகிறது. நாடாளுமன்றங்கள், சட்டமன்றங்களில் வரவு-செலவு திட்டத்தை சமர்ப்பிக்கும் போதெல்லாம், அனைவருக்கும் விரைவில் கல்வி அளிப்பதாகக் கூறுகிறார்கள். எத்தனைக் காலத்திற்குத்தான் இவர்கள் மறுக்கப்பட்டவர்களாகவே இருப்பது. 'ஏட்டுச் சுரக்காய் கறிக்கு உதவாது' என்பதைப் போல இது இருக்கிறது.

ஆனால் போராட்டக் களத்தில், இன்றைய தலைமுறை இது குறித்து யோசித்து செயல்படுத்திக்கொண்டிருக்கும் நடவடிக்கைகள் எனக்கு உற்சாகத்தை தருகிறது. குழந்தைகளில் எழுதப் படிக்கத் தெரியாதவர்களின் எண்ணிக்கை இந்தியாவில் கணிசமாக இருக்கிறது. இது அடிப்படை கட்டமைப்பு பிரச்சனை. மக்கள் தொகைப் பெருக்கத்திற்கு ஏற்ப பள்ளிகள் இல்லை. ஆசிரியர்கள் இல்லை. கட்டிடங்கள் இல்லை. அரசாங்க நிதி ஒதுக்கீடும் இல்லை. பொருளாதாரத்தில் இந்தியாவை விட கீழ்நிலையிலுள்ள நாடுகளில்கூட நம்மைவிட அனைவருக்கும் கல்வி கொடுப்பதில் முன்னேற்றம் அடைந்துள்ளார்கள். கல்விக்கு

சி.மகேந்திரன்

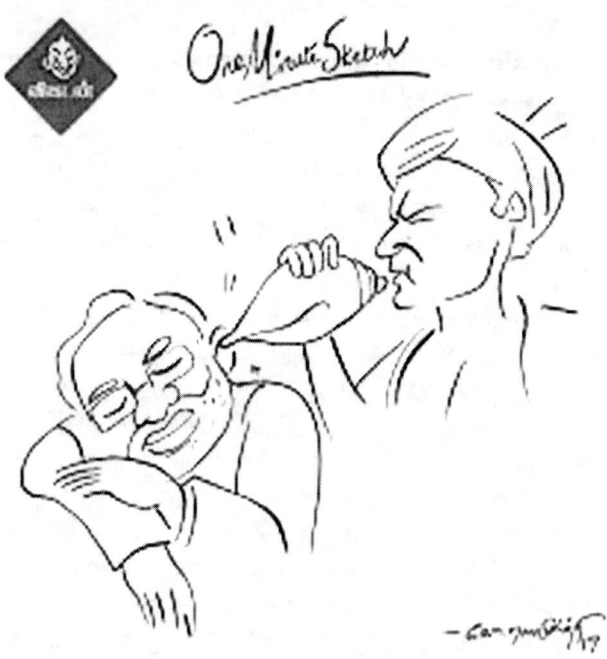

ஒதுக்கும் தொகை இங்கு குறைவாக இருக்கிறது. அதிலும் ஆரம்ப கல்விக்கு ஒதுக்கும் தொகை மிகமிக குறைவு.

Drop out என்பது கல்வியைத் தொடர முடியாத மாணவர்கள் பற்றியது. உலகில் கல்வி கற்க முடியாமல் மாணவர்கள் வெளியேறும் 10 நாடுகளில் இந்தியா நான்காவது இடத்தில் இருக்கிறது. பள்ளியில் சேர்ந்து கல்வியைத் தொடரமுடியாத மாணவர்களின் எண்ணிக்கையும் கூடிக் கொண்டிருக்கிறது. இதற்கு உரிய சமூக, பொருளாதார காரணங்களை நாம் இன்னமும் ஆழமாக ஆராயவில்லை. அன்றாட உணவுக்கே திண்டாடும் குழந்தைகளால் பள்ளிக்குச் செல்ல முடிவதில்லை.

கல்வி வாய்ப்பை இழப்பவர்களில் பெண் குழந்தைகள் கூடுதல் எண்ணிக்கையில் இருக்கிறார்கள் என்பது மற்றொரு துயரம். சமத்துவத்திற்கான உறுதியை வழங்கியுள்ள இந்திய அரசியல் சட்டத்திற்கு செய்யும் துரோகம் இது என்பதை யாருமே யோசிப்பதில்லை. பல குழந்தைகள் கட்டாயப்படுத்தி வேலைக்கு அனுப்பப்படுகிறார்கள். கல்வி மறுக்கப்பட்ட இந்த குழந்தைத் தொழிலாளர்களின் எண்ணிக்கையும் கூடிக்கொண்டே செல்கிறது.

புயலைக் கடந்து செல்லும் பறவையைப் போல, போராட்டக் களத்தில் இதற்கான தீர்வுகள் யோசிக்கப்படுகின்றன.

18

சமத்துவக் கல்வி

போராட்க்களத்தில் இளைஞர்களின் அர்ப்பணிப்பு செயல்பாடுகள் குடிசைவாழ் குழந்தைகளை நோக்கிச் செல்கிறது. ஒரு சிலரது கவனம் குடிசைவாழ் குழந்தைகளுக்கு கல்வி அளிப்பதை மிக முக்கிய கடமையாகக்கொண்டிருக்கிறது. கோடிக்கணக்கில் நிதி ஒதுக்கி ஆய்வு என்ற பெயரில் அரசு கண்டுபிடிக்கும் இதற்கான விடையை விட போராட்ட களத்தில் இளைஞர்கள் கண்டுபிடித்துள்ள விடை மிகவும் சுலபமானதாக இருக்கிறது.

முதலில் இவர்கள் பள்ளிக்கு ஒரு பொருத்தமான இடத்தைத் தேர்வு செய்கிறார்கள். கட்டாயக் கல்வி என்பதை ஆர்வக் கல்வியாக மாற்றுகிறார்கள். இதில் குழந்தைகளை கல்வியில் ஆர்வம் கொள்ள வைப்பது தான் முக்கியம் என்கிறார்.

போராட்டக் களமெங்கும் இது போன்ற பல்வேறு சோதனைகள் நடைபெற்றுக் கொண்டிருக்கின்றன. இந்த செயல்பாட்டு திட்டங்களை இந்தியக் கல்வியாளர்கள் கணக்கில் எடுத்துக்கொள்ள வேண்டும். இவ்வாறு பரிசோதனையில் ஈடுபட்ட மற்றொருவரை சந்திக்கிறேன். அது தனித்துவமிக்க

காட்சியாக என் மனதுக்குள் விரிகிறது.

அந்தப் பெண், அவனது தலையை வருடிக்கொடுத்தாள். அவனது முகத்தில் இனம் தெரியாத மகிழ்ச்சி. அவன் லேசாக சிணுங்கினான். அருகில் மற்றொரு உருவம். அதன் முகம் வாடிப்போயிருக்கிறது. அவள் அதைக் கவனித்துவிட்டாள். அது ஒரு பெண் குழந்தை. நகர்ந்து சென்று அவள் தலையையும் தொட்டு வருடிக் கொடுத்தாள். அது ஆண், பெண் குழந்தைகளைக் கொண்ட ஒரு வித்தியாசமான உலகம். அவளைச் சுற்றி அமர்ந்திருந்த அந்தக் குழந்தைகளின் எண்ணிக்கை மொத்தம் ஐந்து. இதைபோல ஐந்து குழுக்கள். ஐந்து குழுக்களுக்கும் ஐந்து ஆசியர்கள். எல்லோரும் 20 வயது நிரம்பியவர்களாக தெரிகிறது. மூன்றுபேர் பெண்கள். இது மாற்று கல்வியுலகத்தை உருவாக்கும் சோதனைக் கூடம்.

அன்பற்ற குழந்தைகளிடம் ஒரு அன்பு உலகத்திற்குள் அழைத்து வந்துவிடுகிறார்கள். அவர்களுக்கு முதலில் அன்பு கலந்த பாசம் ஊட்டப்படுகிறது. பின்னர் கல்வி கற்க முடியும் என்ற நம்பிக்கை ஊட்டப்படுகிறது. இந்த புரிதல் இல்லாமல் ஏழைக் குழந்தைகளுக்கு கல்வி கற்பிக்க முடியாது என்று நினைக்கிறார்கள் இவர்கள்.

பஞ்சாப் பல்கலைக்கழகத்தில் பட்ட மேற்படிப்பில் இரண்டாம் ஆண்டு பயிலும் மாணவிதான் இதன் ஒருங்கிணைப்பாளர். இவரும் இவரது நண்பர்களும் இந்த பணிகளைக் கடந்த ஒருமாதமாக செய்து வருவதாகக் கூறுகிறார். இவர்கள் ஒவ்வொருவரிடமும் சேவைக்கான முனைப்பு தெரிகிறது.

Child friendly education என்பது இன்று உலகில் பல நாடுகளில் வளர்ச்சிப் பெற்று வருகிறது. சமத்துவக் கல்வி வளர்ச்சியில் இது பங்கை வகிக்கிறது. பின்லாந்து நாடு கற்பித்தலில் உலகில் முதலிடத்தைப் பெற்று வருகிறது. இது இந்த கல்வி முறையைத்தான் பின்பற்றுகிறது.

“போராட்டக் களத்தில் பங்கேற்கும் விருப்பம் எப்படி வந்தது?” என்று கேட்கிறேன்.

“அக்டோபர், நவம்பர் மாதங்களில் பஞ்சாப் விவசாயிகளின் போராட்டத்தால் கல்விக் கூடங்களும் கொந்தளித்தன. இந்தப் போராட்டத்தில் நாங்கள் பங்கேற்கத் தொடங்கினோம். இது முதல் உத்வேகம். இரண்டாவது, விவசாயிகள் குளிரில் டெல்லியைச் சுற்றி அமர்ந்து பெரும் சிரமங்களை

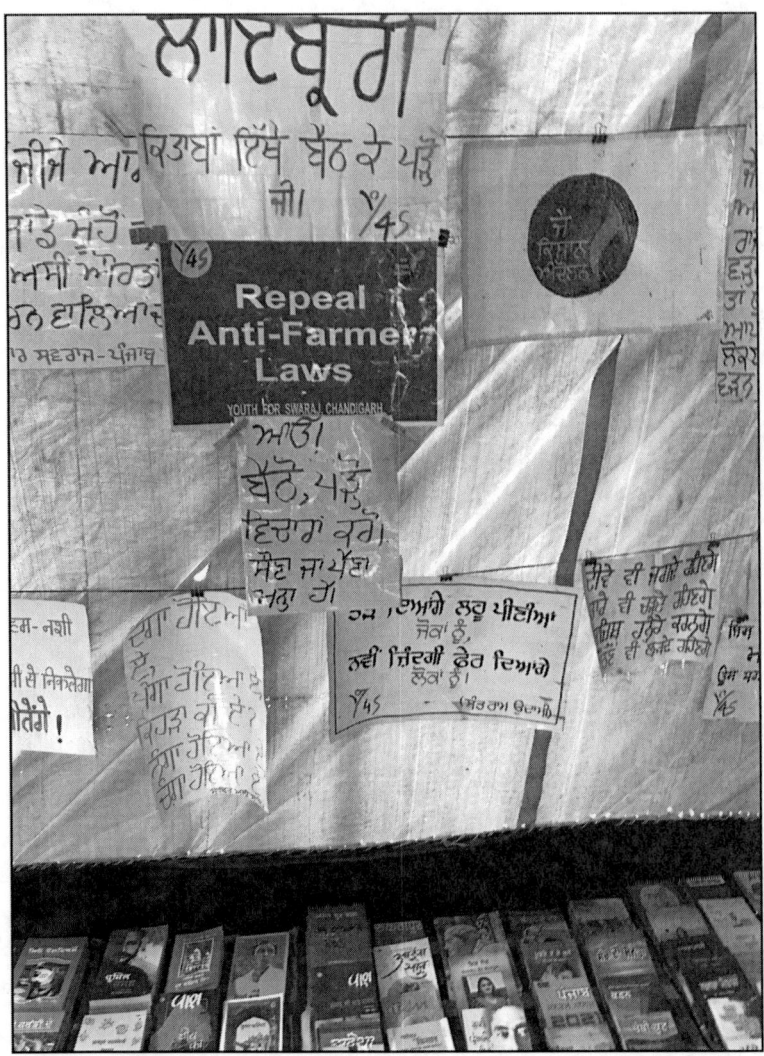

அனுபவிக்கிறார்கள் என்பதை உணர்ந்து சிங்கு எல்லைக்கு வந்தோம். இங்கு வந்தபோதுதான் எங்களுக்கு சில மாற்று செயல்பாட்டு சிந்தனை தோன்றியது" என்றார் அந்த மாணவி.

போராட்டச் சூழல்தான் சமூக மாற்றத்திற்கான கருத்துக்களை பெற்றெடுப்பதில் தீவிர செயல்பாட்டில் இருக்கிறது என்பதை புரிந்து கொண்டேன். இவர்கள் மாற்றத்தை நேரடியாக மக்களிடம் கொண்டு செல்வதில் தீவிர உணர்வு கொண்டவர்கள். சுதந்திர இந்திய உருவாக்கி வைத்திருந்த

பொதுக்கல்வி முறையை இன்றைய கார்ப்பரேட் உலகமயம் மிகமோசமாக சிதைத்துவிட்டது என்பது இவர்களின் மதிப்பீடு. இதில் ஏதுமற்ற குழுந்தைகள்தான் மிகவும் பாதிப்படைகிறார்கள் என்பதை வருத்ததோடு குறிப்பிடுகிறார்கள்.

ஏழை குழந்தைகளில் பெரும்பாலானவர்கள் எங்கு பிறந்தார்கள், எங்கு வாழ்கிறார்கள் என்பது யாருக்குமே தெரியாது. இந்திய மக்கள் தொகை கணக்கெடுப்பில் இடம்பெறாத குழந்தைகள் எத்தனை சதவீதம் என்பதும் யாருக்குமே தெரியாது. அடித்தட்டு குழந்தைளுக்கு இந்த நாட்டில் என்னதான் பாதுகாப்பு இருக்கிறது? அவர்களை யார் வேண்டுமானாலும் எதையும் செய்து கொள்ளலாம் என்பதுதானே நிலை" என்கிறார்கள்.

அவர்கள் நினைப்பது அத்தனையும் உண்மை. இதைவிடவும் இந்தியாவில் மற்றொரு உண்மை இருக்க முடியாது.

19
கற்பிக்கும் பணி

திடீர் என்று திண்ணைப்பள்ளி பற்றிய நினைவு வருகிறது. சுதந்திரப் போராட்டம் தீவிரம் அடைந்துள்ள பிரிட்டிஷ் ஆட்சி காலம். குழந்தைகளுக்கு உணவும் கிடைப்பதில்லை கல்வியும் கிடைப்பதில்லை. அர்ப்பணிப்பு கொண்ட சில மாமனிதர்கள் களம் இறங்குகிறார்கள். மனதில் உயர் லட்சியங்கள் இருக்கின்றன. ஆனால் இவர்களிடம் கையில் காசில்லை. ஆனாலும் லட்சியத்தை தீவிரத்துடன் நிறைவேற்றிக் காட்டுகிறார்கள். இவர்கள்தான் திண்ணைப் பள்ளி ஆசிரியர்கள். இவர்களுக்கு அரசு சம்பளம் என்று எதுவுமே இல்லை.

திண்ணைப் பள்ளி ஆசிரியர்கள் வீடு வீடாகச் செல்வார்கள். உணவு தானியங்களை யாசகமாக பெறுவார்கள். படிக்க வாய்ப்பில்லாத குழந்தைகளை அழைத்து வருவார்கள். ஒரு திண்ணையை தேர்வு செய்து அதில் அமர வைப்பார்கள். அந்த திண்ணையிலேயே ஒரு அடுப்பை உருவாக்குவார்கள். அதில் சமையல் செய்து குழந்தையின் பசியைப் போக்கி, தன் பசியையும் போக்கிக்கொள்வார்கள். இந்த குழந்தைகளுக்கு கல்வி கற்பிப்பார்கள்.

சி.மகேந்திரன்

திண்ணைப் பள்ளியில் படித்த பலர் பிற்காலத்தில் உயர் அதிகாரிகளாகவும் சுதந்திரப் போராட்ட வீரர்களாகவும் வளர்ச்சி அடைந்தனர். திண்ணைக் கல்வியைப் போல காமராஜர் ஆட்சி காலத்தில் முதியோர் கல்வி என்று ஒன்று இருந்தது.

நான் ஆரம்ப பள்ளியில் படித்துக்கொண்டிருக்கும்போது, மாணவர்களை தேடிப்பிடித்து பள்ளியில் கொண்டுவந்து சேர்க்கும் கட்டாயக் கல்வி கிராமப்புறத்தில் ஓர் இயக்கமாகவே தொடங்கியது. கல்விக்காக காமராஜர் பல்வேறு முயற்சிகளை எடுத்திருந்தார். ஆசிரியர்கள் மாணவர்களை தேடிப்பிடித்து பிள்ளைகளை பள்ளியில் கொண்டு வந்து சேர்ப்பார்கள். இதைத் தவிர மற்றொரு முறையும் இருந்தது.

பகல் நேரத்தில் பள்ளிகளில் மாணவர்களுக்குப் பாடம் நடத்தப்படுவதைப் போல இரவு நேரங்களில் முதியோர் பள்ளியும் நடைபெறும். பெரும்பாலும் பெண்கள் முதியோர் பள்ளிக்கு வரமாட்டார்கள். வெட்கப்பட்டுக் கொள்வார்கள். வயதான ஆண்கள் வற்புறுத்தி அழைத்து வரப்பட்டிருப்பார்கள். தங்கள் கணவன்மார்களும் கொழுந்தன்மார்களும், அரிக்கன் விளக்கில் எழுதுவதையும் வாசிப்பதையும் சுற்றிநின்று பார்த்து வயதான பெண்கள் கிண்டல் செய்வதைப் பார்த்திருக்கிறேன். அரிக்கன் வெளிச்சம் தாண்டிய இருளில், கிண்டல் சிரிப்பொலிகள் இந்த தருணங்களில் எழுந்துகொண்டேயிருக்கும். கல்விக்கான அன்றைய அந்த முயற்சிகளை எல்லாம் யோசித்துப் பார்க்கிறேன்.

போராட்டக் களத்திலுள்ள பஞ்சாப் மாணவர்களுடன் அவர்களது அனுபவத்தை தெரிந்துகொள்ள வேண்டும் என்று விரும்புகிறேன். அவர்களது அனுபவம் ஆர்வத்தைத் தூண்டக் கூடியதாகத்தான் இருக்கிறது. மீண்டும் அவர்களுக்கு அருகில் இருக்கும் குழந்தைகளை கவனிக்கிறேன். அவர்களை ஏழ்மை சிதைத்திருப்பது தெரிகிறது. ஓரிரு குழந்தைகள் ரத்த சோகையால் பாதிக்கப்பட்டிருக்கிறார்கள். சில குழந்தைகளைத் தவிர, பெரும்பாலானவர்கள் உடல் ஆரோக்கியமற்று இருக்கிறார்கள். இந்தக் குழந்தைகளை எவ்வாறு இங்கு கொண்டுவந்து சேர்த்தார்கள் என்பதைத் தெரிந்துகொள்ள ஆசைப்படுகிறேன். அவர்கள் தங்கள் அனுபவத்தைக் கூறுகிறார்கள்.

மேடு, பள்ளங்களுக்குள் பல வீடுகளைத் தேடியலைந்தோம். குழந்தைகளைக் கண்டுபிடிக்க பெரும்பாடுபட்டோம். யாருமே கிடைக்கவில்லை. பின்னர் ஒரு யோசனை வந்தது. போராட்டக் களங்களில் நிறைய லங்கர்கள் இருக்கின்றன. இதில் பல

வறுமையில் சிக்கிய குடிசைவாழ் பெண்கள் பலர் ஊதியத்திற் காகப் பணியில் இருக்கிறார்கள். அவர்களை அணுகினோம். அதன் மூலம் குடிசைப்பகுதியின் தொடர்பு கிடைத்தது. அதிலிருந்து குழந்தைகளை இங்கு கொண்டு வந்து சேர்த்தோம் என்றார். இவ்வாறான முயற்சிகள் ஏன் அரசாங்கத்தால் எடுக்கப்படுவதில்லை.

அவர்களிடம் நான் மேலும் உரையாடுகிறேன். குழந்தை களின் அக அழுக்கையும் புற அழுக்கையும் கழுவி, சுத்தம் செய் யும் கடமையை நமது பொதுக்கல்வி முறைதான் செய்யவேண்டும். சமுதாயத்தின் அழுக்குகள் அனைத்தையும் இந்த ஆதரவற்ற குழந்தைகள் தலையில் சுமக்க வைப்பது எத்தனை வேதனை மிக்கது. குழந்தைகள் கடைசியில் சமுதாயத்தின் கழிசடைகளாக மாற்றப்பட்டு எங்கேயோ தூக்கி எறியப்படுகிறார்கள். இந்த அநீதியை எதிர்த்து கல்வியில் மாற்றுத் திட்டங்களை மக்கள்

இயக்கமாக கொண்டுசெல்ல வேண்டும் என்று உணர்ச்சிப்பெருக்கோடு கூறுகிறார்கள்.

இன்றைய கல்வி, வாழ்க்கையில் முன்னேற வேண்டும் என்றால் பணம் மட்டுமே என்பதில் கவனம் கொள்ள வைக்கிறது. நமது கல்வி, அறிவியலை போதிக்கிறது. கம்யூட்டரை கற்றுத் தருகிறது. இதை வைத்து வேலை தேடி எவ்வாறு சம்பாதிப்பது என்பதைக் கற்றுத் தருகிறது. சக மனிதரை எவ்வாறு நேசிக்க வேண்டும். சமத்துவ சமூக வாழ்க்கையை எவ்வாறு வாழ வேண்டும் என்பதற்கான கல்வி மட்டும் அதனிடம் இல்லை.

இங்கு பல்வேறு டெண்டுகள் அமைத்து அதில் பல இளைஞர்கள் களப் பணியாற்றுகிறார்கள். சக மனிதரை எவ்வாறு நேசிக்க வேண்டும், சமத்துவ சமூக வாழ்க்கையை எவ்வாறு வாழ வேண்டும் என்ற நோக்கம் இருப்பது தெரிகிறது. விவசாயப் போராட்டக் களம் இவர்களை ஒருங்கிணைத்து இருக்கிறது. போராட்டத்தின் கூர்மை மேலும் மேலும் இவர்களை சிந்திக்க வைக்கிறது. ஒவ்வொரு குழுவும் பல முயற்சிகளை செய்து பார்க்கிறது. யார் எவ்வாறு வேண்டுமானாலும்

கற்பிக்கலாம். பற்பல முனைகளில் செயல்பட்டாலும் அதில் ஒருவித இணக்கம் இருப்பதை நம்மால் உணர்ந்துகொள்ள முடியும். இந்த இணக்கம்தான் மனித நேயத்தில் வந்து முடிகிறது.

போராட்டக் களமெங்கும் இவ்வாறான பல்வேறு பள்ளிகள் இருக்கின்றன. பஞ்சாப், அரியானா, டெல்லி, ஹைதராபாத் முதலான பல்வேறு இடங்களிலிருந்து பாடம் நடத்த பல மாணவர்களும் இளைஞர்களும் வந்திருக்கிறார்கள். இவர்கள் எதிர்கால நம்பிக்கையின் சின்னமாக எனக்குத் தெரிகிறார்கள். கல்வியின் கழுத்தைச் சுற்றி வளைத்து நிற்கின்றன நச்சுப் பாம்புகள். அதனிடமிருந்து கல்வியை காப்பற்றும் ஆவேசம் இவர்களிடம் இருக்கிறது. சிந்தனைத் திறனும், மிகுந்த அர்ப்பணிப்பும் கொண்ட இளைய சமூகம், இதன்மூலம் போராட்டக் களத்தில் உருவாகிக்கொண்டிருக்கிறது.

குழந்தைகளுக்கு கல்வி கற்பிக்கும் அந்த டெண்டை உற்றுக் கவனிக்கிறேன். கையில் கோலூன்றி காந்தியடிகள் நடந்துவரும் படம் இருக்கிறது. சிறுவன் ஒருவன் காந்தியடிகளின் தடியைப் பிடித்து அழைத்து வருகிறான். இதனை யாரோ ஒரு இளைஞர் காகிதத்தில் தன் கைகளால் வரைந்திருக்கிறார். தடியைப் பற்றியிருக்கும் அந்த பிஞ்சு கையைப் பார்க்கிறேன்.

இன்று டெண்டு முழுவதும் ஓவியங்கள். இவை எல்லாமும் இந்த ஏழைக் குழந்தைகளின் பிஞ்சுக் கைகளால் எழுதப்பட்டவை. அவை சுற்றி அமைந்த வெள்ளைத்துணியில் பொருத்தப்பட்டிருக் கிறது. தன் பிள்ளைகளின் பெருமைகளை தன் நெஞ்சத்தில் சுமந்து நிற்கும் பெற்றோரைப் போல இந்த இளைஞர் கூட்டம் தாயன்போடு அந்த பிஞ்சு விரல்களின் படைப்புகளால் தங்கள் கூடாரங்களை அழகுபடுத்திக் கொள்கிறார்கள்.

இந்த கல்வி கற்பிக்கும் கூடாரங்களில் பாடப்புத்தகங்கள் கலைந்து கிடக்கின்றன. கலர் பென்சில்கள் அங்கொன்றும் இங்கொன்றுமாக சிதறிக் கிடக்கின்றன. பயமில்லாத குழந்தைகள் தாய்மடி என்று நினைத்து காகித நோட்டுகளில் ஏதேதோ எழுதுவதைப் போல பாவனை செய்கிறார்கள். அவர்கள் செய்வதைப் பார்த்து, முகாம் பொறுப்பாளர்கள் தங்களுக் குள்ளே முகமலர்ந்து சிரித்துக்கொள்கிறார்கள். அவை எல்லாவற்றையும் கண்டு ரசித்துக்கொண்டிருக்கிறேன்.

ஆனால் அந்த குழந்தைகள் கிறுக்கியவை மட்டும் இன்னமும் என் மூளையில் கோடுகளாய் பதிவாகி கிடக்கின்றன.

சி.மகேந்திரன்

20
இறையியல் விடுதலை

நான் கம்யூனிசக் கொள்கைகளை ஏற்றுக்கொண்டவன் என்பதில் மதம் பற்றிய காரல் மார்க்ஸ் வரையறுப்புகள் பற்றி யோசிக்கத் தொடங்கிவிட்டேன். கார்ல் மார்க்ஸ் மதத்தை, 'மக்களை மயக்கும் அபின்' என்று கூறினார். இந்த கருதுகோளை புரிய வைப்பதற்கு மற்றொரு விளக்கத்தையும் மார்க்ஸ் தந்தார். சொர்க்கம் இல்லாதவனுக்கு சொர்க்கமாகவும், இதயம் இல்லாதவனுக்கு இதயமாகவும் அமைந்த மதம், மக்களை மயக்கும் அபின் என்றார். மண்ணில் புதிய சொர்க்கத்தை உருவாக்காதவரை, மானுடத்தை நேசிக்கும் இதயங்கள் இல்லாதவரை மதம் எத்தனை எதிர்மறைகளைக் கொண்டிருந்தபோதிலும் அதிலிருந்து மக்களை விடுவிக்க இயலாது என்ற முடிவுக்கு மார்க்ஸ் வந்திருந்தார். மதம் ஆளும் வர்க்கத்திற்கு மறைமுக கவசமாக இருந்ததை ஐரோப்பிய பின்னணியில் மார்க்ஸ் இதை கண்டறிந்தார்.

கால மாறுதலுக்கு ஏற்ப மதத்தின் செயல்பாட்டிலும் மாற்றங்கள் நிகழ்ந்தன. மத்தியகால ஐரோப்பாவில் மதம் போதைப்பொருளாக மாற்றப்பட்டு அந்த போதையில்

உழைக்கும் மக்கள் அடிமை உலகிற்கு அழைத்துச் செல்லப்பட்டார்கள். இது ஆளும்வர்க்கத்திற்கு பெரும் உதவி செய்து வந்தது. இன்று லத்தீன் அமெரிக்க என்னும் தென்அமெரிக்க நாடுகளில் விடுதலை இறையியல் என்ற கோட்பாடு முன் வைக்கப்பட்டு மதம் குறித்த புதிய கேள்விகளுடன் புதிய அலை ஒன்று வீசத் தொடங்கியுள்ளது. இந்த புதிய அலையின் தொடக்கம் 1960-ஆம் ஆண்டில் ரோம் நகரின் வாடிக்கனிலிருந்து புறப்பட்டது.

இறை உணர்வை ஏழை-எளிய மக்களின் விடுதலைக்கு பயன்படுத்த வேண்டும் என்ற கொள்கை தான் விடுதலை இறையியல். இறையுணர்வை சுரண்டலுக்கு எதிராக எவ்வாறு புத்தாக்கம் பெற செய்வது என்று மத சீர்திருத்தத்தில் ஈடுபாடு கொண்ட பலரும் சிந்திக்கத் தொடங்கினார்கள். இது பலநாடுகளில் கிளர்ந்து வெடித்தபோதிலும் லத்தீன் அமெரிக்க நாடுகளில் பெரும் தாக்கத்தை உருவாக்கியது.

இது கார்ப்பரேட் கொள்ளையர்களின் காலம். கடல் கொள்ளையர்களைவிட குரூரமானவர்கள். மதம் இங்கு மயக்க மருந்து. மதத்தின் இறுக்கிய பழைமையை புதிய வடிவத்தில் பயன்படுத்தும் சூழ்ச்சியில் இருக்கிறார்கள். இதை நிறைவேற்றிக் கொள்ள இவர்கள் செய்யும் சூழ்ச்சியும், பிரிவினை தந்திரமும் சகித்துக் கொள்ளக் கூடியதாக இல்லை. இதற்கான ஆதாரங்களை யாராவது கேட்டால் தயக்கம் இல்லாமல் மோடியின் இந்திய ஆட்சியை சொல்ல முடியும். எல்லா நாடுகளிலும் கொல்லைப்புற வழியாக ஆட்சி மாற்றம் செய்ய மதம் ஒரு முக்கிய ஆயுதமாக பயன்படுகிறது.

மக்களை ஏமாற்றி, மக்களுக்கு எதிராகவே, ஆதிக்க சக்திகள் மதத்தை பயன்படுத்திக்கொள்ளும்போது அதிலுள்ள மனிதநேயக் கூறுகளை ஒருங்கிணைத்து ஒடுக்கப்பட்ட மக்களுக்கானதாக அதை ஏன் பயன்படுத்தக் கூடாது என்ற எண்ணம்தான் விடுதலை இறையியல்.

கடந்த காலங்களில் இந்த எதிர்ப்பின் நிகழ்வுகளும் நடந்துள்ளன. வியட்நாம் மீது அமெரிக்கா நாபாம் குண்டுகளை பொழிந்த காலம். நாபாம் குண்டுகள் காற்றிலுள்ள ஆக்ஸிஜனை உறிஞ்சி எல்லாவற்றையும் தீக்கிரையாக்கும் கொடிய ஆயுதம். நாபாம் குண்டுகளுக்கு எதிராக ஒரு புத்த பிக்கு களம் இறங்கினார். அவர் பெயர் டிக் குவாங் டக். 1963-ஆம் ஆண்டில் மக்கள் நடமாட்டம் மிகுதியான நேரத்தில், வியட்நாம் முக்கிய நகரமான

சைகோன் மையப் பகுதிக்கு வந்து சேர்ந்தார். பெட்ரோலை உடலில் ஊற்றிக்கொண்டு, தனக்கு தானே தீ வைத்துக் கொண்டார். இது ஆதிக்கத்திற்கு மதம் துணைபோகாமல், சர்வாதிகாரத்திற்கு எதிராக துணிவை அறிவிக்கிறது. இந்திய அளவில் விவேகானந்தரும், தமிழக அளவில் வள்ளலாரும் வைதீக ஆதிக்க மத எதிர்ப்பில் முன்னணியில் நின்றவர்கள்.

இந்தப் பின்னணியில் சீக்கிய மதம் பற்றிய சில நூல்களை வாசிக்கத் தொடங்கினேன். இதுநாள்வரை மறைந்து கிடந்த மற்றொரு பகுதியை இந்த நூல்கள் வாசிக்கும் வாய்ப்பைத் தந்தன. குளிர் காற்று வீசும் பனிப் பொழிவுக்கிடையில், பல்வேறு நூல்களை வாசித்தேன். இவை எனக்கு பல்வேறு விளக்கங்களை தந்தன. சீக்கிய மதத்தை ஒரு மதமாகப் புரிந்துகொள்ளக்கூடாது என்று சில நூல்கள் குறிப்பிடப்பட்டிருந்தன. இது மதம் இல்லை என்றால் வேறு என்ன என்ற எண்ணம் எனக்குள் தோன்றியது.

இதை இயக்கமாகப் புரிந்துகொள்ள வேண்டும் என்ற கருதுகோள் அதில் எனக்குக் கிடைத்தது.

மதத்திற்கும் இயக்கத்திற்கும் என்ன வேறுபாடு என்று வாசித்துப் பார்க்கும்போதுதான் எனக்குப் புரிந்தது. மதம் முற்றிலும் தனக்குள் இழுத்து வைத்துக்கொண்டு போதனைகளை மட்டுமே மனிதருக்கு தந்து கொண்டிருக்கிறது. இயக்கம் மானுட நேயத்தை அடிப்படையாகக் கொண்டு அன்றாடம் இயங்கிக்கொண்டிருக்கிறது. இது மதத்தின் மூலம் அது மானுட சமத்துவத்திற்காக சேவை என்பதாக இதை நான் புரிந்து கொண்டேன்.

விளக்கங்கள் அனைத்தும் எனக்குள் பல்வேறு கேள்விகளை எழுப்பிக் கொண்டே இருந்தன. சீக்கிய மதம், ஒரு மதமா? இயக்கமா? இந்திய சமூகத்தின் மனித நேயமற்ற தீண்டாமையை உருவாக்கிய வைதீகம், சாதிகளின் கட்டமைப்புக்கு இன்று வரை பாதுகாப்பை அளித்து வருகிறது. இதை சீக்கிய மதம் ஆதரிக்கிறதா? அல்லது எதிர்க்கிறதா? விவசாய போராட்டத் திற்கும், சீக்கிய மதம் ஏன் இத்தனை பொறுப்பெடுத்து தன் பணிகளை செய்ய வேண்டும்? என்ற அடுக்கடுக்கான கேள்விகள் மனதுக்குள் எழுந்துகொண்டே இருந்தன.

மக்கள் நலன்தான் மதத்தின் நோக்கம் என்பது எத்தகைய மேன்மையான செயல்பாடு. சீக்கிய மதத்தில் தீண்டாமை இல்லை என்பதை போராட்டக் களத்தில் எனது சொந்த அனுபவத்தில் தெரிந்து கொண்டேன். சீக்கிய மதம், பல வேறுபட்ட பண்புகளை கொண்டிருந்தது. நாம் நினைத்துப் பார்க்க முடியாத சில சிறந்த மனித் நேயப் பண்புகள் என்னை சிலிர்க்க வைத்தன.

அதில் ஒன்று லங்கர்.

21
அணையா அடுப்பு

இருள் கவிந்த, குளிர் அடர்ந்த இரவிலிருந்து விடுபட்டு, அதிகாலையை நோக்கி, அந்தநாள் மெல்ல நகர்ந்து செல்கிறது. பறப்பதற்கு கூச்சலிடும் பறவைகளின், காலை நேர குதூகலத்தை பார்க்கவும் முடியவில்லை; கேட்கவும் முடியவில்லை. பறவை இனங்கள் அசைவற்று, குளிரில் முடங்கிவிட்டன. மரம், செடி, கொடிகள், தலை கவிழ்ந்து கிடக்கின்றன. தாங்கிக்கொள்ள முடியாத குளிரில் செயலிழந்து விட்டன தாவரங்கள். இந்த தருணத்தில் அதிகாலை விழிப்பு எத்தனை துயரமானது.

நான் அதிகாலையிலேயே விழித்துக்கொள்ளும் பழக்கம் கொண்டவன். காலை 3:30 மணியிலிருந்து 4 மணிக்குள் விழித்துக் கொண்டு விடுவேன். அதற்குமேல் என்னால் படுக்கையில் இருக்க இயலாது. குளிர் காலத்தில் அதிகாலை விழிப்பு என்பது எத்தகைய சங்கடமானது என்பதை இப்பொழுதுதான் உணருகிறேன். இது போன்றதொரு அதிகாலை குளிரை இதற்கு முன்னர் நான் சந்தித்ததில்லை.

படுக்கையிலிருந்து எழுகிறேன். கை உறைகளை மாட்டிக்கொண்டு வெளியே வருவதற்குள் அரைமணி நேரம்

தேவைப்படுகிறது. முந்தைய நாள்தான் அலைந்து திரிந்து, அந்த தடித்தக் கையுறையை வாங்கினேன். எங்கள் முகாமின் பாதுகாப்புக்காக தற்காலிக மின்கம்பங்கள் அமைக்கப்பட்டு, அதில் பனி மூட்டங்களை ஊடுருவிச் செல்லும் மஞ்சள் வண்ண விளக்குகள் எரிந்துகொண்டிருக்கின்றன. குளிர் பிரதேசங்களில் மஞ்சள் விளக்குகள்தான் அதிகம் பயன்படுத்துகிறார்கள்.

கூடாரம் இருக்கும் இடத்தைப் பாதுகாப்பதற்கு தொண்டர் படை, குழு ஒன்று அமைத்துச் செயல்படுகிறது. குழுவில் ஆண்கள், பெண்கள், சிறுவர்கள் இருக்கிறார்கள். இவர்கள் மிகுந்த கட்டுப்பாடு கொண்டவர்கள். ஒரு சிறுமியும், இளைஞர் ஒருவரும் அன்றைய இரவுக்கு பாதுகாப்பு. இருவரும் அண்ணன், தங்கை என்பதை நான் அறிவேன். அண்ணன் ஏதோ கணக்குப் பார்த்துக்கொண்டிருக்கிறார். அவர் பெயர் மணீந்தர் சிங்.

தங்கை அமர்ந்த நிலையில் தூங்கிக்கொண்டிருக்கிறார். தங்கைக்கு பனிரெண்டு வயது இருக்கலாம். எல்லோரும் உறக்கத்திலிருக்கும்போது இவர்களின் சேவை அர்ப்பணிப்பு என்னை மிகவும் ஈர்த்தது. தூங்கக்கூடாது என்ற வைராக்கியம், சிறுமிக்கு இருந்தாலும், அறியாமலேயே அவள் உட்கார்ந்த நிலையிலேயே தூங்கித் தூங்கி விழுகிறாள். தேர்வு நேரத்தில் கையில் புத்தகத்துடன் உட்கார்ந்த நிலையிலேயே தூங்கிவிழும் நம் குழந்தைகள் நினைவுக்கு வருகிறார்கள். சிறுமியை பரிதாபமாகப் பார்க்கிறேன்.

அதை அப்படியே படமெடுக்க முயற்சிக்கிறேன். கையுறைகள் இருப்பதால் கிளிக் செய்ய முடியவில்லை. கையுறைகளைக் கழற்றுகின்றேன். ஒரு நொடியில் விரல்கள் விறைத்துவிட்டன. சிரமப்பட்டு படம் எடுத்துவிடுகிறேன். மணீந்தர்சிங்கிடம் பேச்சுக் கொடுக்கத் தொடங்கினேன். அவர் கணக்கு நோட்டுப் புத்தகத்தை மூடி வைக்கிறார். அரைமணி நேரம் பல்வேறு கருத்துப் பரிமாற்றங்களை செய்துகொண்டிருந்தோம்.

கைகள் நடுங்க, பற்கள் ஒன்றோடு ஒன்று மோதிக்கொள்ள, ‘சூடாக வெந்நீர் கிடைக்குமா?’ என்றேன். கைக்கடிகாரத்தைப் பார்க்கிறார். ‘மணி ஐந்தை நெருங்குகிறது, லங்கர் திறந்திருப்பார்கள்’ என்கிறார் மணீந்தர். விவசாயிகளின் போராட்ட பாசறையாக அமைந்துள்ள டெல்லியின் புற எல்லைகளில் ‘லங்கர்’ என்ற சொல்லை அறியாதவர்கள் யாருமே இருக்க முடியாது. கடும் குளிரை விரட்டியடிக்க இந்த லங்கர்

என்னும் கூட்டு சமூக உழைப்புதான் இவர்களுக்கு எல்லா உதவிகளையும் செய்து வருகிறது.

லங்கர் இலவச உணவு வழங்கும் இடம். பசிப்பிணியை போக்க வந்த மாமருந்து. அணையா அடுப்பமைத்து அனைவருக்கும் உணவு வழங்கும் தமிழ் மண்ணின் வள்ளலார் நமக்குத் தெரியும். சீக்கியர்கள் அனைவருமே வள்ளலாராகவே எனக்குத் தெரிகிறார்கள்.

அதிகாலையிலிருந்தே லங்கரில் அணையா அடுப்புகள் அனல் பரப்பி எரியத் தொடங்கிவிடுகின்றன. நம் வீட்டில்கூட எல்லா நேரங்களிலும் டீ கிடைக்காது. லங்கரில் எப்பொழுதும் கிடைக்கும். டீயை எந்த எதிர்ப்பும் இல்லாமல் அர்ப்பணிப்போடு தயாரித்துக் கொடுக்கும் இவர்கள், லங்கர் ஒரு சேவை என்கிறார்கள். கொடிய குளிருக்கு இதமாக ஒரு கப் டீ தருவதை விடவும் வேறு என்ன சேவை இருக்க முடியும்.

மணீந்தர் சிங், டீ உற்பத்தி செய்யும் லங்கருக்கு என்னை அழைத்துச் செல்கிறார். ஐந்துபேர் டீ தயாரித்துக் கொண்டிருக்கிறார்கள். அவர்கள் சீனி போடுவதில்லை. வெல்லக் கட்டிகளை மட்டும் போடுகிறார்கள். பால், தேயிலைத் தூள், வெல்லக் கட்டி ஆகியவற்றை ஒன்று சேர்க்கும் இவர்களது பயிற்சி அலாதியானது. அதை பார்த்து ரசித்தேன்.

டீ தயாரிக்கும் நண்பர் ஒருவரோடு பேச்சுக் கொடுத்தேன். அவர் என்னை 'தமிழ்நாடா?' என்றார். 'ஆம்' என்றேன். மீண்டும் என்னை 'வாங்க' என்றார். என் தாய்மொழியை பிறர் அறியா ஒரு தேசத்தில், வாங்க என்று என்னை அழைத்த தமிழ்ச் சொல், கடுங்குளிருக்கு கிடைத்த டீயைப் போல தனி உற்சாகம் தந்தது. உணர்வுகள் அவருடன் நெருங்கிவிட்டது. அவரும் என்னுடன் நெருங்கிவிட்டார்.

அவர் தன் பணியை மற்ற ஒருவரிடம் ஒப்படைத்துவிட்டு, என்னோடு பேசத் தொடங்கினார். துபாயில் பத்தாண்டுகளுக்கு மேல் பணியில் இருந்திருக்கிறார். அவரோடு சேர்ந்து பணியாற்றிய தமிழக நண்பர்களிடம் சில தமிழ் சொற்களை கற்றறிந்திருக்கிறார். நீங்கள் லங்கரில் பணியாற்றுகிறீர்களே உங்களுக்கு ஏதாவது ஊதியம் உண்டா என்று, அவரிடம் நான் வெளிப்படையாகவே கேட்டுவிட்டேன்.

அவரது உடல் மொழியிலிருந்து, அவர் சங்கடப்படுவதைப்போல உணர்ந்தேன். அவர் வாய் திறந்து மெல்ல பேசத் தொடங்கினார். லங்கர் சேவை, பிறருக்கு பசியை

போக்கும் சேவை. 'இவை இறைவனுக்கு நாங்கள் செலுத்தும் காணிக்கை' என்றார். லங்கரில் பணியாற்றும் ஒவ்வொருவரும் அது இறைவனுக்குச் செய்யும் சேவையாகவே கருதிக் கொள்கிறார்கள்.

அந்த நண்பர் ஒரு பெரிய இரும்பு தொட்டியை காட்டுகிறார். அதன் நீள அகலங்களை என்னால் துல்லியமாகக் கணக்கிட முடியவில்லை. ஒரே நேரத்தில் ஐந்நூறு லிட்டர் டீ அதில் ஊற்றப்படும் என்றார். அந்த குளிர் பிரதேசத்திலும் ஐந்து மணி நேரம் டீ ஆறாமல் அப்படியே இருக்கும் என்று மேலும் விளக்கம் தருகிறார். டீ டேங்கர் வித்தியாசமான தோற்றத்தைத் தருகிறது.

நான்கு பக்கங்களிலும் திருகுடன் கூடிய பைப் அமைத்திருக்கிறார்கள். அதன் பக்கத்தில் காகித குவளைகள் ஒன்றின்மேல் ஒன்றாக அடுக்கப்பட்டு வரிசையாக இருக்கிறது.

சி.மகேந்திரன்

விவசாயிகள் போராட்ட பூமியில் 25 நாட்கள்

ஒரே நேரத்தில் பைப் வழியாக எட்டுபேர் டீ பிடித்துக்கொள்ள முடியும். யார் வேண்டுமானாலும் பைப்பைத் திறந்து கொள்ளலாம். எவ்வளவு டீ வேண்டுமானாலும் குடித்துக்கொள்ளலாம்.

நாள் முழுவதும் லங்கர் இடைவிடாமல் இயங்கிக் கொண்டிருக்கிறது. இரண்டு பர்லாங்குக்கு ஒரு இடத்தில், லங்கர் அமைந்திருக்கிறது. நுகர்வு கலாச்சாரத்தில் நம்மை நாமே இன்று இழந்து கொண்டிருக்கின்றோம். உணவுக்குள் மறைந்து கிடக்கும் வியாபாரத் தந்திரங்களில் நம் உயிராற்றலை கொஞ்சம் கொஞ்சமாக இழந்து வருகிறோம். மனித உடலின்மீது கார்ப்பரேட் நுகர்வு உலகம், ஒரு பெரும் தாக்குதலை நடத்திக்கொண்டிருக்கிறது.

லங்கர் நம்மை அரவணைத்து, கலப்படம் இல்லாத கட்டணமில்லாத உணவை தாயன்போடு வழங்குகிறது. எத்தனை வகையான உணவுப் பொருட்கள்: சப்பாத்தி, ரொட்டி, ஆலுபுரோட்டா, நெய்சோறு, புலாவு, எவ்வாறெல்லாம் சுவையூட்டி உணவைத் தரமுடியுமோ அவ்வாறெல்லாம் தந்துகொண்டே இருக்கிறார்கள். மாலை நேரங்களில் இனிப்பு வகைகள், பக்கோடா வகைகள் தரப்படுகின்றன. தங்களுக்கென்று தரமான உணவும் பிறருக்கு தரம் குறைந்த உணவும் என்ற இழிநிலை இங்கு துளிகூட இல்லை. அவை அனைத்தும் கருணையையும் உணவையும் வாரி வழங்கிக் கொண்டிருக்கின்றன.

ஒவ்வொரு லங்கர் முன்பும் ஒரு ஒலிபெருக்கி, 'உணவு சாப்பிட்டுச் செல்லுங்கள்' என்று அழைப்பை விடுக்க, வயது முதிர்ந்த பஞ்சாப் பெரியவர்கள் வாசலில் தலைதாழ்த்தி கைகளைப் பற்றிச் சாப்பிட அழைக்கும் விருந்தோம்பல் பிரபஞ்ச சுகத்தைத் தந்துவிடுகிறது.

அந்தப் பிரபஞ்ச சுகத்தில் ஒரு ஏழைச் சிறுவனின் குரல் என் காதுகளில் கேட்டுக்கொண்டே இருக்கிறது.

22
பசியற்ற பூமி!

அவன் என்னை மிரள வைத்துவிட்டான். அவன் கண்களில் காணப்பட்ட உற்சாகம்தான் என்னை முதலில் ஈர்த்தது. அவன் சிட்டுக்குருவியைப் போன்றவன். கண்மூடி கண் திறப்பதற்குள் எங்கு இருப்பான், எங்கு பறந்து செல்வான் என்பதை கண்டறிய முடியாது.

அவனும் அவனைச் சார்ந்த சிறுவர் கூட்டமும் ஏழ்மையால் கசக்கி பிழியப்பட்டவர்கள் என்பது அவர்கள் அணிந்திருந்த உடையிலிருந்து தெரிந்துகொள்ள முடிந்தது. ஏழ்மையின் அடையாளம் ஒவ்வொரு பிரதேசத்திலும் ஒருவிதமாக இருக்கிறது. நகர்ப்புற ஏழைச் சிறுவர்களின் வாழ்க்கை, குளிர்பிரதேசத்திலும் வெப்ப பிரதேசத்திலும் எவ்வாறு வேறுபட்டிருக்கிறது என்பதை அங்குதான் தெரிந்துகொண்டேன்.

வெப்ப பிரதேசத்தில் சமாளித்துக்கொள்ள முடியும். கடும் குளிர்பிரதேசங்களில் உணவு, உடை, இருப்பிடம் ஆகிய மூன்றிற்காகவும் ஏழை மக்கள் படும்பாடு வார்த்தைகளால் விவரிக்க இயலாது. அன்றாடம் செத்து செத்துப் பிழைக்க வேண்டும். அதிலும் ஏழை, அனாதை சிறுவர்களின் நிலைமையை,

நினைத்துப் பார்க்கவே உடலில் நடுக்கம் ஏற்படுகிறது.

குளிரிலிருந்து தங்களைப் பாதுகாத்துக்கொள்வதற்கு ஏழைச் சிறுவர்கள் அணிந்திருக்கும் ஆடைகளைக் கவனிக்கிறேன். கிழிந்துபோன ஆடைகள், எங்கிருந்தோ சேகரித்து பாதுகாப்புக் கவசங்களாக மாற்றியிருக்கிறார்கள். அவன் வித்தியாசமான ஆடைகளை அணிந்திருந்தான். அவன் மனதில் உள்ளதை நான் அறிந்துகொள்ள விரும்பினேன். அது அத்தகைய எளிதானதாக இல்லை.

அவனது இயல்புகள் ஒவ்வொன்றையும் தூரத்தில் இருந்து பார்க்கிறேன். வதைத்தெடுக்கும் கடுங்குளிரை, தனது சகவயது நண்பனைப்போல கருதிக்கொள்கிறான். அதன் தோளில் கைப்

போட்டுக்கொண்டு ஒவ்வொரு இடமாய் சுற்றிக்கொண்டேயிருக்கிறான். ஆனால் அவனிடம் காணப்படும் துடிப்பு அவன் எங்கெங்கு இருக்கிறான் என்பதைக் காட்டிக் கொடுத்துவிடும்.

அவன், நண்பர்கள் கூட்டத்தோடு ஒவ்வொரு லங்கராகச் செல்கிறான். எல்லா உணவையும் வரிசையில் நின்று பெற்றுக் கொள்கிறான். கிண்டலும் கேலியும் மகிழ்ச்சியும் கொண்ட நண்பர்களுடன் நின்றபடியே சாப்பிடுகிறான். நான் பார்த்த நாளிலிருந்து ஓரங்கள் கிழிந்து சாயம்போன அந்த சொட்டரைத்தான் அணிந்திருந்தான். அவனிடம் வேறு ஆடைகள் இருப்பதாகத் தெரியவில்லை. அவனிடம் கேட்பதற்கு என்னிடம் ஒரு கேள்வி இருக்கிறது... எப்படி கேட்பது, என்று யோசித்தேன்.

அந்தச் சிறுவர் கூட்டம், ஒருவருடைய அன்புக்கு கட்டுப்பட்டிருந்தது. அவர் சீக்கியர் அல்ல இஸ்லாமியர்; பெயர் கரீம். லுதியானவைச் சார்ந்தவர். இவர் (Brotherhood) என்னும் பெயரில் லங்கர் நடத்துகிறார். அவர்மூலம் அந்தச் சிறுவனை அணுகினேன்.

அந்தச்சிறுவனின் பெயர் ஹரிராம். சிங்கு எல்லையில் தொடங்கி, போராட்டம் நடைபெறும் கடைசி பகுதியான குண்டலி எல்லையின் ஓரத்தில் அமைந்த ஏழைகளின் தெருவோர குடியிருப்பில், சாக்கடை நீர் சார்ந்த அவனது குடிசையை எனக்குக் காட்டினான். தாய், தந்தை இல்லை. பாட்டியுடன் இருக்கிறான். இந்தத் தகவல்களை அறிந்த பின்னர் அவனைச் சுற்றியே எனது சிந்தனை வட்டமடித்துக் கொண்டிருந்தது.

போராட்டத்தைப் பற்றி உங்கள் எண்ணம் என்ன என்று அவனிடம் கேட்டேன். போராட்டம் பிடித்திருக்கிறது என்பதை அவனும் அவனது நண்பர்களும் கூச்சல் போட்டுச் சொன்னார்கள். ஹரிராமுக்கும் அவனது நண்பர்களுக்கும் இது ஒரு புதுவாழ்க்கை. பழைய வாழ்க்கை என்பது அவர்களுக்கு மறுக்கப்பட்ட வாழ்க்கை. அதில் இவர்கள் சமூக விரோதிகளால் மிக எளிதாகப் பயன்படுத்திக்கொள்ளக் கூடிய சீரழிந்த வாழ்க்கை. ஆனால் போராட்ட வாழ்க்கை வித்தியாசமானது.

விதவிதமான மனிதர்களைப் பார்க்கிறார்கள். விதவிதமான பாடல்களைக் கேட்க முடிகிறது. எங்கு பார்த்தாலும் போராட்ட முழக்கங்கள் கேட்டுக் கொண்டேயிருக்கின்றன. இத்தனைக் காலமாக இவர்களை பயமுறுத்தி விரட்டிக்கொண்டிருந்த

போலீஸ், இந்த விவசாயிகளின் போராட்ட எல்லைக்குள்ளேயே இல்லை. முள்கம்பி போட்டு, முள்கம்பிக்கு வெளியேதான் அவர்கள் நிற்கிறார்கள். ஹரிராம் உள்ளிருந்து அவர்களை ஏளனச் சிரிப்புடன் பார்க்கிறான்.

ஆனாலும் அந்தக் கேள்வி எனக்கு முக்கியமானதாகத் தோன்றுகிறது. அந்தக் கேள்வியை இப்பொழுதுதான் கேட்கப் போகிறேன். போராட்டம் முடிந்து விவசாயிகள் திரும்பிச் செல்வதைப் பற்றி நீ என்ன நினைக்கிறாய் என்று கேட்டேன். இந்தக் கேள்விக்கான பதிலை அவனுக்கு தெளிவாகச் சொல்லத் தெரியவில்லை. ஆனால் கேள்வி அவனுக்குப் புரிந்திருக்கிறது.

சி.மகேந்திரன்

ஹரிராம் மௌனமானான். இத்தனை நேரம் அவனிடமிருந்த துடிப்பு எங்கே சென்றது என்று தெரியவில்லை. கண்களும் உதடுகளும் துடித்தன. போக வேண்டாம் என்றான். அவனது சொற்களிலிருந்த உணர்வு என்னை ஒரு நிமிடம் திகைக்க வைத்துவிட்டது. இதில் இலவசமாக உணவைக் கொடுக்கிறார்கள் என்பது மட்டும் அல்ல.

ஹரிராமையும் லங்கர் செயல்பாட்டையும் இணைத்துப் பார்க்கிறேன். சாலை ஓரங்களில் கேட்பாரற்று சுற்றித்திரிந்த குழந்தைகளை அழைத்து தேவையான உணவை அவரவருக்கு உரிய கௌரவத்துடன் கொடுக்கின்றன. பழைய உலகம் இவர்களைப் பிச்சைக்காரர்களாக நடத்தியது. புதிய கௌரவம் புதிய சிந்தனையை அவனுக்குள் புதிய வாழ்க்கை முறையைத் தோற்றுவித்திருக்க வேண்டும். அது அவன் உணர்வுகளில் வெளிப்படுகிறது.

லங்கர் எல்லா மனிதர்களையும் ஈர்த்துவிடுகிறது. கூட்டு வாழ்க்கையின் உயர்நிலை கம்யூன் வாழ்க்கை என்று கூறப்படுகிறது. லங்கரின் செயல்பாட்டை கம்யூன் செயல்பாடு என்று சொல்லத் தோன்றுகிறது. கம்யூனிஸ்டுகள் ஆரம்ப காலங்களில் வாழ்ந்தது கம்யூன் வாழ்க்கை. ஒரே இடத்தில் தங்கி பணிகளைப் பகிர்ந்துகொண்டு, உண்டு, உறங்கி வாழும் அந்த வாழ்க்கை சமத்துவம் நிறைந்த தனித்துவமானது. இது பற்றி எழுத்தாளர் ஜெயகாந்தன் எழுதுகிறார். இளமைக் காலத்தில் இவர் கம்யூனில் வாழ்ந்தவர். கம்யூனில் சமத்துவம் எப்படி இருந்தது என்றால், நான் அப்பொழுது மற்றவர்களால் ஆபீஸ்பாய் என்று அழைக்கப்படும் உதவியாளனாக பணியில் சேர்ந்திருந்தேன். ஆனால் கம்யூனில் நான் தோழர் ஜெயகாந்தன். ஜீவா மாபெரும் தலைவர். அவரும் கம்யூன் உறுப்பினர். நானும் கம்யூன் உறுப்பினர். ஜீவாவுக்கும் ஊதியம் 12.50 காசுகள். எனக்கும் ஊதியம் 12.50 காசுகள் என்று எழுதியுள்ளார். இந்த சமத்துவ சாயலாக கொண்டதாகவே லங்கர் வாழ்க்கை எனக்குத் தெரிந்தது.

லங்கர் பஞ்சாபிய கிராமிய கூட்டு வாழ்க்கையின் சிறப்பை நமக்கு உணர்த்துகிறது. காய்கறிகளை நறுக்கித் தருவதிலிருந்து, சாப்பாத்தி மாவு பிசைவதிலிருந்து ஆண்களும் பெண்களுமாக கூட்டாக பணி செய்கிறார்கள். நமது சமூகத்தைப்போல ஆண்கள் சமையல் செய்வதிலிருந்து ஒதுங்கிக் கொள்வதில்லை. பஞ்சாபிய ஆண்கள் ஒவ்வொருவரும் சமையலில் நிபுணத்துவம் வாய்ந்தவர்களாக இருக்கிறார்கள். அதிகம் பேருக்கு சமைப்பது

என்பது மிகவும் கடினமானது. இதை மிகவும் எளிதாகச் செய்துவிடுகிறார்கள். இதற்கு குருத்துவாராக்களில் லங்கர் சேவையில் ஈடுபடுவதில் கிடைத்த பயிற்சி என்கிறார்கள். குழந்தைப் பருவம் முதலே மற்றவர்களுக்கு உணவளித்து மகிழ்ச்சியைப் பெறும் மனநிலையை அவர்களது பண்பாடு அவர்களுக்கு உருவாக்கித் தந்திருக்கிறது. விவசாயிகளின் போராட்டக்களம், பசியற்ற பூமியாக மாறுவதற்கு இந்த லங்கரைத் தவிர வேறு எதுவுமே காரணமாக அமையவில்லை.

லங்கர் சேவை சமைப்பதோடு மட்டும் முடிந்துவிடுவதில்லை. டிராக்டர்களும் வேன்களும் விடிய விடிய போராட்டக்களத்திற்கு வந்து கொண்டேயிருக்கிறது. பஞ்சாப்பின் மூலை முடுக்கிலிருந்தெல்லாம் பொருள்களைக் கொண்டுவந்து குவிக்கிறார்கள். பால், காய்கறிகள், பழங்கள் மளிகைப் பொருட்கள் என்று வந்துகொண்டேயிருக்கின்றன. லங்கருக்கு எவ்வாறு பொருட்கள் வந்து சேருகின்றன என்று கேட்டபோது, ஒருவர் என்னை ஒரு இடத்திற்கு அழைத்து சென்றார். அங்கு சில மூட்டைகள் அடுக்கி வைக்கப்பட்டிருந்தன. இவை எல்லாம் ரேஷன் கடை வழங்கும் கோதுமை. கடைகளில் இதைப் பெற்ற மக்கள், தங்கள் ரேஷனில் ஒரு பகுதியை போராட்டக் களத்திற்கு அனுப்பி வைக்கிறார்கள். ஏழை மக்கள் இந்த போராட்டத்திற்கு ஆதரவு தருகிறார்களா? அல்லது போராட்டம் பணக்கார விவசாயிகளால் நடத்தப்படுகிறதா? என்ற கேள்விக்கான பதில் இதில் அடங்கி யிருக்கிறது.

லங்கர், போராட்டக்காரர்களுக்கு மணிமேகலையின் அமுத சுரபியாய் நின்று உணவு வழங்கிக்கொண்டிருக்கிறது. அண்மைக் காலத்தில் அந்த லங்கருக்கு புதிய நெருக்கடி ஏற்பட்டுள்ளது. இதுவும் விவசாயப் போராட்டத்தின் முக்கியப் பகுதியாகும்.

23
புதிய பாதை

விவசாயிகளின் போராட்டத்திற்கு எதிராக ஒரு சதி திட்டம் உருவாக்கப்பட்டிருந்தது. போராட்டத்திற்கு பல்வேறு நெருக்கடிகள் ஏற்பட்ட போதிலும், இது மனித நேயமற்ற சதி செயல். இதை மனிதர் என்று தங்களை நினைத்துக் கொண்ட யாருமே செய்ய மாட்டார்கள். இது பழைய மன்னர் காலத்தின் கொடிய பிற்போக்குத் தனத்திலிருந்து உருவாக்கப் பட்டுள்ளது.

சிங்கு எல்லை மூடப்பட்டிருந்தது. காவல் துறையினரும் துணை ராணுவத்தினரும் பரபரப்புடன் காணப்பட்டனர். யாருக்கும் போராட்டக் களத்தில் நுழைய அனுமதி இல்லை. வேறு ஒரு போராட்டப் பகுதிக்கு சென்ற நான் மீண்டும் சிங்கு எல்லைக்கு வந்தபோது இங்கு தடுக்கப்பட்டேன். லங்கருக்கு உணவுப் பொருட்களை ஏற்றிய வாகனங்கள் வழிக்காக காத்து நிற்கின்றன. ஒரு கிலோமீட்டர் நீளத்திற்கு வாகனங்கள் அணி வகுத்து நிற்கின்றன.

குளிர் கூடிக்கொண்டிருக்கிறது. வாகன ஓட்டிகள் காவல் துறையிடம் முறையிட்டுப் பார்க்கிறார்கள். அவர்கள்

வலுக்கட்டாயமாக வாகனங்களை திருப்பி அனுப்பிக் கொண்டிருக்கிறார்கள். அவர்கள் எங்கு செல்கிறார்கள் என்பது எனக்கு தெரியவில்லை. எனக்குள் ஒரு வேதனை எழுந்து என் செயல்பாட்டை கொஞ்ச நேரம் நிறுத்தி வைத்துவிட்டது. அது போராட்டக் களத்தில் உள்ளவர்களைப் பற்றிய வேதனை.

பசித்த வயிற்றோடு குளிர் பிரதேசத்தில் வாழுதல் கொடுமையிலும் கொடுமை. ஒருவேளை உணவு இல்லாவிட்டால் பசியின் கொடுமை வயிற்றில் தெரியாது. கை, கால் நரம்புகள் சுண்டி இழுக்கத் தொடங்கி கடுமையான வலி ஏற்பட்டுவிடும். அந்த வலியை எவராலும் தாங்கிக்கொள்ள இயலாது குளிர்காலத்தில் பசியோடு இருப்பதைப் போல ஒரு கொடுமை வேறு எதுவுமே இல்லை. மனித வதைகளில் இது பெரும் வதைப்பாடு. என் எண்ணம் அவர்களை சுற்றியே வட்டமிடுகிறது. உணவுக்கு அவர்கள் என்ன செய்வார்கள் என்ற கவலை வந்துவிட்டது. இதில் கை வைக்க மோடி அரசு முடிவு செய்திருப்பது எனது மனக் கோபத்தை அதிகப்படுத்தியது.

மன்னர் காலத்தில் பகை நாட்டைக் கைப்பற்ற முதலில் முற்றுகைப் போராட்டம் தொடுக்கப்படும். வலிமைவாய்ந்த கோட்டைக்கு எடுத்துச் செல்லப்படும் தண்ணீர், உணவுப்பொருட்கள் தடுக்கப்படும். பல மாதங்களுக்குப் பின்னர் வேறு வழியில்லாமல், பகைநாடு போரில் தோல்வி அடைந்ததாக அறிவித்து சரணடைந்துவிடும். இதே முற்றுகை விவசாயிகள் போராட்டத்திலும் பின்பற்றபட்டது.

பசியின் வேதனை எப்படியிருக்கும் என்பதை அறிவுப்பூர்வமாகக் கணக்கிட்டு பட்டினி போட்டு, அடங்க வைத்து மக்களை அங்கிருந்து அகற்றவேண்டும் என்பது மோடியின் ரகசியத் திட்டம். பட்டினி போட்டால் எல்லாம் அடங்கிவிடும் என்பது மனிதன் கண்டுபிடித்த தந்திரங்களிலேயே மோசமானது.

போராட்டக் களம் இத்தனை காலமும் சிறப்புடன் செயல்படுவதற்கு லங்கர் செயல்பாடுகள் தான் அடிப்படையாக அமைந்திருந்தது. அது அனைவருக்கும் உணவளித்து வந்தது. குளிர் சூழ்ந்தப் போராட்டக் களத்தில் யாருமே பசியோடு இருக்கக்கூடாது என்பது லங்கரின் நோக்கம். அதை மறைமுகமாக செயல்படாமல் தடுப்பது தான் ஆட்சியாளர்களின் முயற்சி.

இதை தடைசெய்வதற்கான எல்லா முயற்சிகளையும்

ஒரே நாடு ஒரே போராட்டம்..!

செய்திருந்தார்கள். லங்கருக்கு உணவு பொருட்களை வழங்கி வந்த சிலர்மீது, வருமானவரித்துறை நடவடிக்கை எடுத்துப் பார்த்தது. மோடியை கொள்கை ரீதியாக எதிர்ப்பவர்கள் யாராக இருந்தாலும். அவர்கள் மீது வருமான வரித்துறை வெறிகொண்டு பாயும் வழக்கம் இப்பொழுது வந்துவிட்டது. கருணையும் வைராக்கியமும் கொண்ட பஞ்சாப் லங்கர் நன்கொடையாளர்கள் யாருமே வருமான வரித்துறையின் மிரட்டலுக்கு அடிபணியவில்லை. அப்பொழுதுதான் ஒரு தந்திரத்தை உருவாக்கினார்கள்.

'உணவைப் பறித்தால் போராட்டம் நின்றுவிடும்' என்ற தந்திரமான திட்டம் வகுக்கப்பட்டது. இதற்காக மூவர் கூட்டணி ஒன்றும் உருவாக்கப்பட்டது. ஒன்றிய உளவுத்துறை, ஒன்றிய அரசால் செயல்படுத்தப்படும் டெல்லி போலீஸ், அரியானா போலீஸ் ஆகிய மூவர் கூட்டணி இந்த ரகசியத் திட்டத்தைத் தயாரித்து வைத்திருந்தது.

இந்த அரசு முற்றுகையால் போராட்டக் களத்தில் சின்ன

சிறு குழப்பங்கள் ஏற்பட்டன.

அப்பொழுது போராட்டக் களத்திலிருந்து ஒரு அழைப்பு. பஞ்சாப்பை சார்ந்த எனது இயக்கத் தோழர் ஒருவர் செல்பேசியில் அழைத்திருந்தார். இடது பக்கத்தில் இரண்டு பர்லாங் தூரத்தில் ஒரு மரத்தடியில், ‘ஆட்டோ நிற்கிறதா?’ என்றார். “ஆம்” என்றேன். ‘அங்கு செல்லுங்கள்’ என்றார். சென்றேன். ஆட்டோவில் ஏறியவுடன் மேடு பள்ளங்கள் நிறைந்த பாதையில் வந்து சேர்ந்தது.

ஆட்டோ 30 கிலோமீட்டர் தூரம் சுற்றி சுற்றி வந்து, போராட்டக்களத்திற்கு வந்து சேர்ந்துவிட்டது. எனக்குள் ஒரே ஆச்சரியம். நான் சந்தித்த நிகழ்வுகள் அனைத்தும் எதிர்பாரா்தவை. வறண்டு காணப்படுகிறது அந்த பிரதேசம். கள்ளிச் செடிகளைத் தவிர வேறு எதுவுமே கண்ணில் படவில்லை. அந்த பகுதி முழுவதும் புழுதி மண்டலம் கொஞ்சம் கொஞ்சமாக வானத்தை நோக்கிச் சென்று கொண்டே இருக்கிறது.

போர்க்களத்தை நோக்கி விரைந்து செல்வதைப் போல, அச்சமற்று புது வழிகளை கண்டறிந்து வாகனங்கள் போராட்டக் களத்திற்கு சென்று கொண்டிருக்கின்றன. எனக்குள் ஒரே ஆச்சரியம் வரிசையாக வாகனங்கள். எல்லாம் லங்கருக்கு தேவையான உணவுப் பொருட்களை சுமந்து குலுங்கிக் குலுங்கி சென்றுகொண்டிருக்கின்றன. வாகனஓட்டிகளின் முகத்தில் தனி மகிழ்ச்சி. ராணுவம், போலீஸ் ஆகியவற்றின் கண்ணில் மண்ணைத் தூவிவிட்டு தனி பாதையை கண்டுபிடித்து போராட்டக் களத்திற்குச் செல்லும் மகிழ்ச்சியாக அது இருக்கலாம். மோடியின் சதிகளை முறியடித்து, அனைவருக்கும் உணவு அளித்துக் கொண்டிருக்கின்றன லங்கர்கள்.

என் மனதுக்குள் தனி உற்சாகம். ராணுவம், போலீஸ் ஆணவத்துடன் ஒரு பாதையைத்தான் அடைத்தது... மக்கள் நூறு பாதையை திறந்துவிட்டார்கள். இதுதான் மக்கள் ஒன்று திரளும்போது ஏற்படும் வலிமை.

கொடிய அடக்குமுறையையும், முற்றுகையையும் ஆட்சியாளர்கள் எப்படித்தான் உருவாக்கினாலும் அதனை போர்க்குணம் கொண்ட மக்கள் மிகுந்த லாவகத்தோடு எதிர் கொண்டுவிடுகிறார்கள். தாங்கிக்கொள்ள முடியாத அடக்குமுறைகளை எதிர்த்து நடக்கும் மக்கள் போராட்டத்தை அநீதியான முறைகளில் அழித்தொழிக்க எத்தனையோ முயற்சிகள் ஆளும் வர்க்கத்தால் கடந்த காலத்தில் எடுக்கப்பட்டது.

போராட்டங்களை ஒடுக்க முடிந்ததா? என்று எனக்குள் கேள்வி கேட்டுப் பார்க்கிறேன். மனம் இல்லை என்று பதிலளிக்கிறது. கடந்த காலத்தில் நான் நடந்து வந்த பாதையைப் பற்றி யோசிக்கிறேன். எனக்குள் ஒருவிதமான பெருமிதம். அந்த பெருமிதங்கள் போராட்டங்கள் உருவாக்கியவை.

போராட்டக் களத்தில் உணவு வழங்கும் லங்கரை மட்டுமே எல்லோரும் அறிந்திருக்கிறோம். மானுட மேன்மையின் அடையாளமாக மற்ற லங்கர்களும் அங்கு இருக்கின்றன. அதை அறிந்து கொள்வதும் அவசியமாகும்.

24
ஒரு பயிற்சிக் களம்!

இந்துத்துவத்தின் வருண தருமம், மக்களை சாதி அடிப்படையில் பிரித்து, இழிதொழில் செய்வதற்கு சில சாதிகளையும், சுரண்டிப் பிழைப்பதற்கு சில சாதிகளையும் உருவாக்கிக் கொண்டது. இறந்த பின்னர் பிணத்தைப் புதைப்பது, முடி திருத்துதல், துணி வெளுத்தல், செருப்புத் தைத்தல் போன்ற தொழில்கள், இழிதொழில்கள் என்ற கருத்தை உருவாக்கி, இந்தத் தொழில்களை செய்பவர்களை இழிசனங்கள் என்றும், தீண்டத்தகாதவர்கள் என்றும், முத்திரை குத்தி வைத்துக் கொண்டது இந்துத்துவா.

வருண தருமத்தை லங்கர் என்னும் சீக்கியர்களின் வாழ்க்கை முறையோடு ஒப்பிட்டுப் பார்க்கிறேன். தீண்டாமை மிகவும் விநோதமான ஒன்று. வெளித்தோற்றத்திற்கு தீண்டாமையின் எதிரிகளாகப் பலர் காட்டிக்கொண்டாலும் அடியாழத்தில் சாதி பலரை விட்டு அகலுவதில்லை. சில நேரங்களில் அணுகுமுறைகளில் இல்லை என்றாலும் மனதளவில் சாதி செயல்படுவதைப் பார்த்து அதிர்ச்சிக்குள்ளாகிறோம். ஆனால் லங்கர் வருண தருமத்தை அங்கீகரிக்கவில்லை. வேறுபாடுகளற்ற

சி.மகேந்திரன்

பொதுமனித இணக்கத்தை இது வலியுறுத்துகிறது. லங்கரில் சாதியின் சுவடுகளோ தீண்டாமையோ இல்லை. இது மட்டுமல்லாது, இதில் அடங்கியிருக்கும் நுட்பமான செயல்பாடு ஒன்று, எனக்கு வியப்பை அளித்தது. இந்தியாவின் எந்தப் பகுதியிலும் இவ்வாறான செயல்பாடுகள் இல்லை.

போராட்டக் களத்தில் உணவு தரும் அமைப்புகளைத் தவிர வேறு லங்கர்களும் இருந்தன. இந்த அமைப்புகளைப் பற்றி புரிந்துகொள்ளும் ஒரு வாய்ப்பாக எனக்கு நிஷாந்த்சிங் என்ற நண்பன் கிடைத்தான். பஞ்சாப் மாநிலம் ஜலந்தர் மாவட்டத்தைச் சார்ந்த சிறுநகரமான ராஜ்புராவைச் சேர்ந்தவன். அவனது சந்திப்பு ஒரு வித்தியாசமான சூழலில் நிகழ்ந்தது. தொடர்ந்து இரண்டு நாட்கள் எனக்குக் குளிக்க வாய்ப்பில்லாமல் போய்விட்டது. உடைகளிலும் அழுக்கேறிவிட்டது. குளிப்பதற்கும் துவைப்பதற்கும் இங்கு வாய்ப்பில்லையே என்று நான் யோசித்துக் கொண்டிருந்தபோது அவனிடம் இதுபற்றிக் கேட்டேன். அவன் ஒரு புன்னகையை மட்டும் உதிர்த்துவிட்டு, என்னை அழைத்துக்கொண்டு ஓரிடத்திற்குச் சென்றான். அது நான்கு மாடி கட்டிடத்தின் முன் பகுதி.

கட்டிடம் ஒரு வணிக வளாகமாக இருந்திருக்கவேண்டும். அதில் KFC என்னும் விளம்பரப் பலகை அப்படியே இருக்கிறது. இப்பொழுது அது போராடும் விவசாயிகளின் தங்கும் இடமாக மாறியிருக்கிறது. சில கட்டிடங்களை, அதன் உரிமையாளர்கள் போராட்டக்காரர்கள் தங்கி, பயன்படுத்திக் கொள்வதற்கு அனுமதி தந்திருக்கிறார்கள். கடுங்குளிரில் மக்கள் இறந்து போய்விடக்கூடாது என்ற நல்லஎண்ணம் கூட காரணமாக இருக்கலாம். போராட்டக்காரர்கள் அதில் டெண்டு அமைத்திருக்கிறார்கள். அதில் ஆண்களுக்கு தனி இடம் என்றும், பெண்களுக்கு தனியிடம் என்றும் ஒதுக்கப்பட்டிருக்கிறது. அது பார்ப்பதற்கே வித்தியாசமாகத் தோற்றம் தருகிறது. பல வண்ணங்களில் டெண்டுகள். அந்த சிறிய குடில் வாழ்க்கை, அவர்களுக்கு தனித்த மகிழ்ச்சியை தருகிறது.

நிஷாந்த்சிங் பற்றி நீங்கள் அறிந்துகொள்ள வேண்டும். பஞ்சாப் இளைஞர்களின் வாழ்க்கையில் விளையாட்டுப் போட்டிகள் தவிர்க்கமுடியாத இடத்தைப் பிடித்துவிட்டது. தாய், தந்தை, பெற்றோர்கள், உறவினர்கள், ஊர்க்காரர்கள் என்று விளையாட்டு வீரர்களைப் பெருமையாக பேசிக்கொள்வதை

நான் கவனித்திருக்கிறேன். நிஷாந்த்சிங் மிகச்சாதாரணமாக, ஒரு தகவலை என்னிடம் சொன்னார். தான் கபாடிக் குழுவின் தேசிய ஆட்டக்காரன் என்று. என்னால் இதை நம்பவும் முடியவில்லை; நம்பாமல் இருக்கவும் முடியவில்லை. அவனது உடல் கபாடிக்குரிய பலம் பொருந்தியதாக எனக்கு தெரியவில்லை.

நான் சந்தேகம் கொள்வதை அவன் உணர்ந்திருக்க வேண்டும். அதற்குப்பின் மேலும் அவனது இரண்டு நண்பர்களை எனக்கு அறிமுகம் செய்தான். அவர்களும் தேசிய விளையாட்டு வீரர்கள் என்றான். எனக்கு மேலும் குழப்பம் ஏற்பட்டது. சில நேரங்களில் தங்கள் முக்கியத்துவத்தை, மற்றவர்கள் கூடுதலாக உணரவேண்டும் என்பதற்காக சிலர் கொஞ்சம் மிகைப்படுத்திச் சொல்வார்கள். அப்படித்தான் நிஷாந்த்சிங் சொல்வதும் இருக்குமோ என்ற சந்தேகம் எனக்கு வந்துவிட்டது.

அந்த இருவரும் நிஷாந்த்சிங் வயதை ஒத்தவர்கள். ஒருவர் பெயர் ஷஸ்விந்திர் சிங், வயது 18. மற்றவர் சேகஷ்பீரித்சிங் சந்த், வயது 20. இருவரும் அண்ணன்-தம்பி. என்னைக் கூர்ந்து பார்த்தார்கள். பணிவுடன் வணக்கம் சொன்னார்கள். அண்ணன்-தம்பி உறவு எப்பொழுதுமே வித்தியாசமாகத்தான் இருக்கிறது. தம்பி கலகலப்பான சுபாவம் கொண்டவர். அண்ணன் அவ்வாறு இல்லை. எதையும் சிந்தித்துப் பேசும் இயல்பு கொண்டவர். அவரிடம் ஒரு வித்தியாசமான உணர்வைக் கவனித்தேன்.

இருவரைப் பற்றியும் நிஷாந்த் சொன்னபோது எனக்கு கூடுதல் சந்தேகம் வந்தது. துப்பாக்கிச் சுடும் போட்டியில் இந்திய அளவில் முதன்மை நிலையில் இருப்பவர்கள் என்றார். இதை நிஷாந்த் சொன்னவுடனேயே அண்ணன் சேகஷ்பீரித்சிங் சந்த் பேசத் தொடங்கினான். அது, அவர் தம்பி திறமை பற்றியது. துப்பாக்கிச் சுடும் போட்டியில் நான் ஏற்படுத்திய சாதனையை தம்பிதான் முறியடித்தார் என்பதைச் சொல்லும்போது அவரது முகத்தில் தம்பியைப் பற்றிய பெருமை வெளிப்பட்டது. ஆனால் அவரது தம்பியை இந்த வெற்றியோ, பெருமைகளோ எதுவுமே செய்துவிடவில்லை. அவர் விளையாட்டுத் தனத்துடன் காணப்பட்டார். இவர்கள் தெரிவித்த தகவல்கள் என்னை மேலும் குழப்பமடைய வைத்தது.

நிஷாந்த்சிங், அவரது நண்பர்கள் பற்றி தர்க்கரீதியாக சிந்திக்கத் தொடங்கினேன். விளையாட்டு வீரர்கள் பயிற்சி குறித்த,

பல்வேறு தகவல்களை வாசித்திருக்கிறேன். தேசிய விளையாட்டு வீரர்கள் என்றால், அவர்கள் அன்றாடம் மிக கடினமான பயிற்சி செய்ய வேண்டியவர்கள். போராட்டக் களத்தில் தங்குவதே பெரும்பாடு, எவ்வாறு இவர்களால் பயிற்சி செய்ய முடியும் என்ற யோசனை எனக்கு வந்துவிட்டது. இங்கு தங்கி உங்களால் கடினமான பயிற்சிகளைச் செய்ய முடியுமா என்பதையும் கேட்டுவிட்டேன். 'உடற்பயிற்சி அனைத்தையும் செய்துகொண்டுதானே இருக்கிறோம்' என்றார்கள். இந்தப் பதில் எனக்கு ஆச்சரியத்தைத் தந்தது. அதன்பின்னர் எனக்கு மற்றொரு அதிர்ச்சிக் காத்திருந்தது.

அது அந்த வணிக வளாகத்தின் தலைமறைவுப் பகுதி. அரையிருள், கொஞ்சம் வெளிச்சம் மட்டும் வந்து கொண்டிருந்தது. வளாகங்களில் வாகனங்கள் நிறுத்துவதற்கான இடம். அதில் அந்தப் பயற்சிக்கூடம் இருந்தது. பார்த்தவுடனேயே அதிர்ச்சியில், மௌனமானேன். எல்லா விளையாட்டுக்குமான பயிற்சி சாதனங்கள் அங்கு இருந்தது. சில இளைஞர்களும் சிறுவர்களும் பயிற்சியும் செய்து கொண்டிருந்தார்கள். ஒரு குறுகிய காலத்தில் தேவையான வசதிகளுடன் அந்த தற்காலிகப்

பயிற்சிக்கூடத்தை அமைத்திருந்தார்கள். 'போராட்டக் களத்தில் இவ்வாறான வாழ்க்கை முறை உலகில் எங்காவது இருந்திருக்குமா?' என்று யோசிக்கத் தொடங்கிவிட்டேன்.

அந்த விளையாட்டு வீரர்கள் மூவரும் பயிற்சிக்கூடத்தில் பயிற்சிகளை செய்யத் தொடங்கினர். அவர்கள் செய்த பயிற்சி, நாங்கள் தேசிய விளையாட்டு வீரர்கள்தான் என்பதை எனக்கு நிரூபித்துக் காட்டுவதைப்போல இருந்தது. நிஷாந்த்சிங், தன் மேலாடைகளைக் களைந்து பயிற்சிக்குத் தயாரானபோது, அவன் வேறுவிதமாக எனக்குத் தெரிந்தான். அவனது வயிற்றுப் பகுதியைத் தொட்டுக் காட்டினான். 'சிக்ஸ்பேக் தெரியுமா?' என்றான். அப்பொழுதுதான் 'சிக்ஸ்பேக்' பற்றி தெரிந்துகொண்டேன். அவன் வயிற்றில் சிக்ஸ்பேக் இருந்தது. அவன் ஒரே இடத்தில் நின்றுகொண்டே உடற்பயிற்சிகள் ஒவ்வொன்றாகச் செய்யத் தொடங்கினான். நான் மிகவும் ஆச்சரியப்பட்டுப் போனேன். வானத்தை நோக்கிப் பாய்ந்து மூன்று பல்டிகள் அடித்து தரைக்கு வந்து உடலில் குலுக்கல் எதுவும் இல்லாமல் நின்றான். இது கபாடி விளையாட்டுக்குத் தேவையான பயிற்சி என்றான். 'பார்வைக்கு மிகச் சாதாரணமாகத்

சி.மகேந்திரன் 143

தெரியும் அவனுக்குள் இத்தனை திறமையா?' நான் நிஷாந்த்சிங் கையைப் பற்றிக் குலுக்கினேன்.

அவன் மேலும் சொன்னான், எங்கள் மூவருக்கும் இங்கு இரண்டு கடமைகள். ஒன்று விளையாட்டு, பயிற்சி மற்றொன்று என்று அவன் கூறியவை... "இவர்களிடம் இப்படி ஒரு வாழ்க்கை முறையா? என்ற எண்ணத்தை எனக்கு தோற்றுவித்துவிட்டது.

25
சலவை இயக்கம்

குளிர் பிரதேசத்தில் தொடர்ந்து வாழ்ந்து பார்ப்பதில் சில பிரச்சினைகள் இருக்கத்தான் செய்கின்றன. குளிப்பதும், ஆடைகளைச் சலவை செய்வதும் காய வைப்பதும்கூட பிரச்சினையாகி விடுகிறது. வெப்பப் பிரதேசத்திலிருந்து அங்கு சென்றவர்களுக்கு இது ஒரு வித்தியாசமான அனுபவம். சுட்டெரிக்கும் கோடையில் மெல்லிய பனியனைக்கூட, உடல் பொறுத்துக்கொள்வதில்லை. சிறிதுநேரத்தில் வியர்வையில் பனியன் நனைந்துவிடும். இதை துவைத்து உலர்த்திக்கொள்வது எளிதானது. குளிர்தேசத்தின் கூடுதல் அனுபவம் எனக்கில்லை.

ஆனால் கொடும்குளிரில் மனிதர்களுக்கு எத்தனை உடைகள் தேவை. கால் நகங்களையோ, கை விரல்களையோக் கூட, திறந்துவைக்க முடியாது. குளிரில் எல்லாமும் செயலிழந்துவிடும். அது மட்டுமல்லாது குளிர் பிரதேச மக்கள் ஆடைகளைச் சிலநாட்கள் தொடர்ந்து பயன்படுத்திக் கொள்ளப் பழகியிருக்கிறார்கள். தினந்தோறும் ஆடைகளைச் சலவைசெய்து அணிந்துகொள்ளும் வெப்பப் பிரதேசத்தின் பழக்கம் எனக்கு. இரண்டு நாட்கள் அணிந்திருந்த துணியை மீண்டும் என்னால்

சி.மகேந்திரன்

அணிய முடியவில்லை. மனதுக்குள் ஒருவித ஒவ்வாமை. இது எனக்குள் ஒரு பிரச்சினையாக இருந்து கொண்டேயிருந்தது.

குளிப்பதற்கும் துவைப்பதற்குமான உதவியைத்தான் நிஷாந்த்சிங்கிடம் கேட்டேன். அவன் என்னை போராட்டக் களத்தில் இயங்கிய விளையாட்டு வீரர்களின் உலகத்திற்கு அழைத்துச் சென்றுவிட்டான். போராட்டக் களத்தில் மறைந்து கிடக்கும் அரிய தகவல்களை அறிந்துகொள்ள, அது உதவியது. ஆனாலும் நான் கேட்டிருந்த உதவியை அவன் மறந்துவிடவில்லை.

அழுக்குத் துணிகள் தனிப்பைகளில் வரிசையாக நிரப்பப்பட்டிருக்கும் ஒரு பகுதிக்கு நிஷாந்த்சிங் என்னை அழைத்துச் சென்றான். ஒவ்வொன்றிலும் அந்தத் துணிப்பை உரிமையாளர்களின் பெயர், செல்பேசி எண் எழுதப்பட்டிருந்தது. சலவை செய்துதரும் நிலையம் என்பதாக இதனைப் புரிந்துகொண்டேன். குளிர்காலத்தில் அதுவும் போராட்டக்களத்தில் துணிக்கு எவ்வளவு கட்டணம் விதித்திருப்பார்கள், இது நமக்குக் கட்டுப்படியாகுமா? என்று யோசித்துக் கொண்டிருந்தேன்.

நிஷாந்த்சிங் என் கையிலிருந்த ஆடைகளைப் பெற்றுக்கொண்டு, நான் அணிந்திருந்த மேலாடைகளைக் கழற்றச் சொன்னான். நான் மூன்று அடுக்கு ஆடைகளை அணிந்திருந்தேன். இரண்டு அடுக்கு ஆடைகளைக் கழட்டிக் கொடுத்துவிட்டு ஒரு அடுக்கு ஆடைகளோடு நின்றேன். எனக்கு அருகில் இருந்த ஒருவர், இடுப்பில் ஒரு துண்டை மட்டும் கட்டியிருந்தார். மற்ற ஆடைகளை எல்லாம் கழற்றி சலவைக்குக் கொடுத்திருந்தார். அவர் குளிரைத் தாங்கிக்கொள்ளப் பழகியவர்.

அரைமணி நேரத்தில் வாஷிங்மிஷின் மூலம் அழுக்குநீக்கி, டிரையரில் போட்டு, அயர்ன் செய்து துணிகளைக் கொடுத்து விட்டார்கள். இதில் எனக்கான அதிர்ச்சி என்னவென்றால், இந்த துணிகள் அனைத்தையும் நிஷாந்த்சிங்கும், அவருடைய இரண்டு நண்பர்களும் ஒரு தேர்ந்த சலவைத் தொழிலாளியைப் போல சலவை செய்ததுதான். எனது நீண்ட வாழ்க்கைப் பயணத்தில் இவ்வாறான அனுபவம் எனக்குக் கிடைத்ததில்லை.

நிஷாந்த்சிங் சில நாட்களுக்கு முன்னர்தான் என்னுடன் நட்புகொண்டான். இன்றுதான் அவனது இரண்டு நண்பர்களும் எனக்கு அறிமுகமானர்கள். இவர்கள் இந்திய உயர் கௌரவம் பெற்ற தேசியப் பதக்கங்களை வென்ற விளையாட்டு வீரர்கள். அவர்கள் மூவரும் வலுக்கட்டாயமாக என் அழுக்குத்

துணிகளைப் பெற்று சலவை செய்து தருகிறார்கள் என்றால் அதற்குக் காரணம்தான் என்ன? என்மீது கொண்ட அன்பா? அல்லது வேறு ஏதாவது காரணம் இருக்கிறதா?

எனக்கு மற்றுமொரு சந்தேகம் வந்தது. இந்தச் சலவைத் தொழிலகம் இவர்களால் நடத்தப்படுகிறதா என்று. இதற்கு நிஷாந்த்சிங், நானும் எனது நண்பர்களும் நாங்கள் கப்படா சேவையாளர்கள் என்று மிகத்தெளிவாக பதிலளித்தான். ரொட்டி, கப்படா, மக்கான் என்ற மூன்று இந்திச் சொற்களையும் நான் அறிந்திருக்கிறேன். ஏழ்மையை அகற்றப்போகிறோம் என்ற இந்த முழக்கங்கள் எல்லாத் தேர்தல் காலங்களிலும் கேட்டுக்கொண்டேயிருக்கும். தேர்தல் முடிந்தவுடன் இந்தக் குரல் காணாமல் போய்விடும். ரொட்டி என்பதற்கு உணவு என்றும், கப்படா என்பதற்கு உடை என்றும், மக்கான் என்பதற்கு தங்குவதற்கு ஒரு இடம் என்பதாக இதனை நான் புரிந்திருந்தேன்.

துணியை வெளுத்துத் தருவது சேவை. இதில் பலர் இணைந்து இந்த சேவையைச் செய்கிறார்கள். இவர்களில் சிலர் பல பட்டங்களைப் பெற்றிருக்கிறார்கள். இன்றைய, வெறுக்கத்தக்க சுயநலத்தை முன்னேற்றம் என்று போதித்து தவறான திசை வழியில் நம்மை அழைத்துச் சென்று கொண்டிருக்கிறது கார்ப்பரேட் சுரண்டல். பக்தி இயக்கம், மதங்களைக் கடந்த மனித சேவை என்பதை ஒரு காலத்தில் கையில் எடுத்தது. என் கடன் பணி செய்து கிடப்பதே அடியாருக்கும் அடியார் என்ற பக்தி சார்ந்த சேவைக்கோட்பாடுகள் இந்தக் காலத்தில்தான் பிறந்தன. அதிகாரம் கொடுங்கோன்மையின் உச்சத்திற்கு சென்ற மதங்கள், வீழ்ச்சியைச் சந்தித்த பத்தாம் நூற்றாண்டுகளுக்குப் பின்னர்தான் இந்த பக்தி இயக்கம் தோன்றியது.

இந்தப் பக்தி இயக்கத்தில் பசிப்பிணி அகற்றுதல், உடலை மறைக்க ஒரு ஆடை தேவை என்பதை உணருதல், ஒண்ட ஒரு குடிசை வேண்டும் என்பதை வலியுறுத்தும் சேவைகள் பிறந்தன. அந்த பக்தி இயக்கத்தில் புரட்சிகரப் பண்புகளுடன் பிறந்ததுதான் சீக்கிய மதம். இந்தப் புரிதலோடு நிஷாந்த்சிங்கையும் இவ்வாறு சேவை செய்யும் இளைஞர்களையும் பார்க்கிறேன். பரவசத்தால் என் கண்கள் மலர்ச்சியடைவதை என்னாலேயே உணர்ந்துகொள்ள முடிகிறது. எதிர்பார்ப்புகளற்ற மனித சேவைக்கு எதை இணையாகச் சொல்ல முடியும்?

டெல்லி விவசாயிகளின் போராட்ட வெற்றிக்கு

பிரமாண்டமான மனித சேவை அடிப்படையாக இருக்கிறது என்பதை நான் அறிந்து கொண்டபோது, ஏதோ ஒன்றை புதிதாக நான் கண்டுபிடித்துவிட்டதைப் போன்ற உணர்வைப் பெற்றுக்கொண்டேன். அருவருப்பும் ஏமாற்றுத்தனங்களும் நிறைந்த நுகர்வுக் கலாச்சாரத்திலிருந்து விடுபட்டு, மானுட சேவையை அடிப்படையாகக் கொண்ட ஒரு புரட்சிகர உலகத்தில் வாழ்வதைப் போன்ற உணர்வு எனக்கு ஏற்பட்டது.

உணவு கிடைக்காதவர்களுக்கு உணவு தரும் சேவையைப் போன்று, ஆடைகளைத் தூய்மை செய்துகொள்ள முடியாதவர்களுக்கு ஆடையைச் சலவை செய்துதரும் சேவையைப் போன்று வேறு சேவைகளும் என் கண்ணில் பட்டன. அவை ஒவ்வொன்றையும் ஆழமாக கவனிக்கத் தொடங்கினேன். நான் அவசர அவசரமாக டெல்லியின் போராட்டக் களத்திற்கு வந்தபோது, முதலில் யோசித்த ஒன்று, டெல்லி குளிருக்கான ஆடைகள் பற்றித்தான்.

ஆறு ஆண்டுகளுக்கு முன் நார்வே நாட்டுக்குச் செல்லும் வாய்ப்பு எனக்குக் கிடைத்தது. வடதுருவப் பயணம் என்பதால் விலையுயர்ந்த குளிராடை ஒன்றை அப்பொழுது விலைக்கு வாங்கினேன். அதை டெல்லி குளிருக்கு எடுத்துச்செல்ல

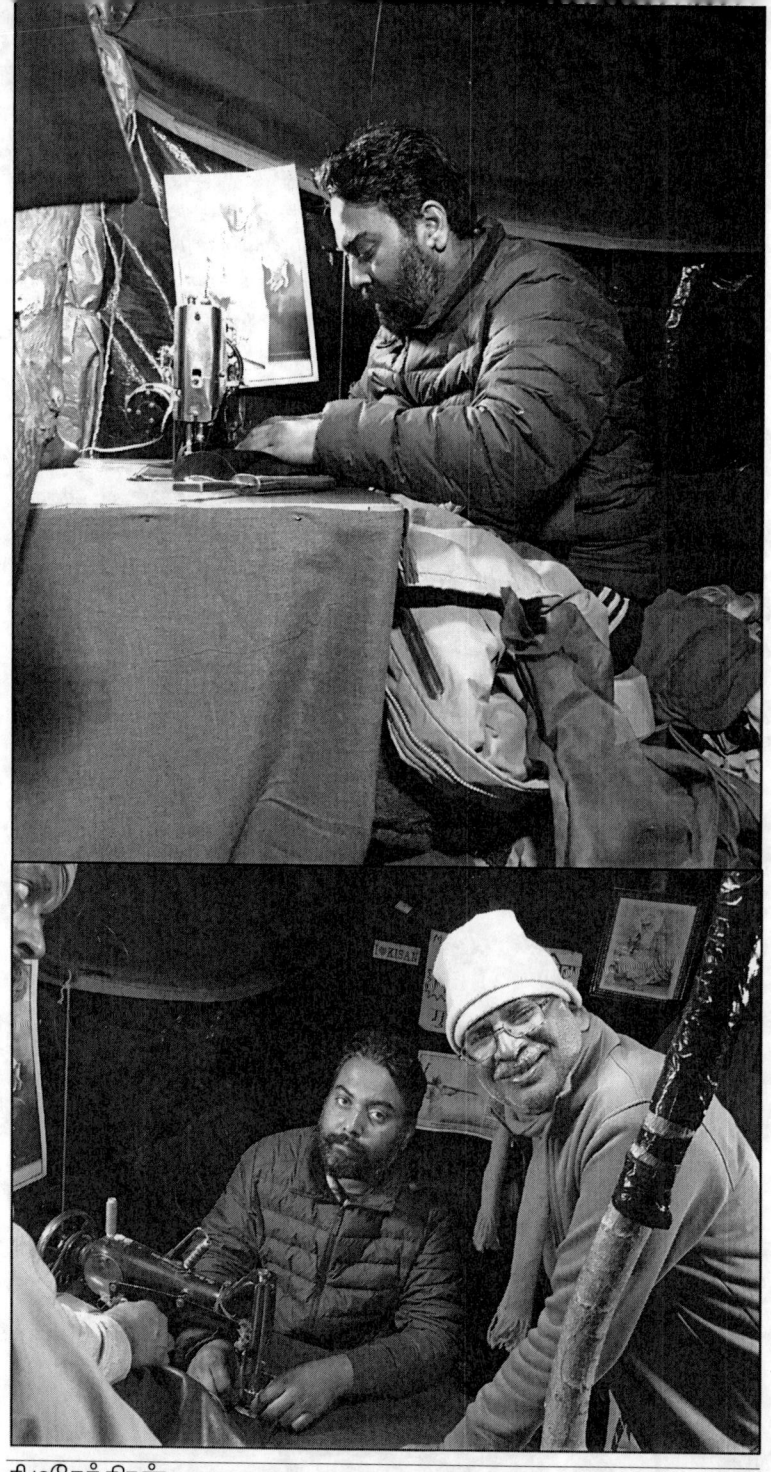

சி.மகேந்திரன்

பெட்டியைத் திறந்து பார்த்தபோது, அது அலங்கோலமாகக் காட்சி தந்தது. அதன் தையல் அனைத்தும் பிரிந்துபோயிருந்தது. வேறு வழியில்லாமல் அதை டெல்லிக்கு எடுத்துச் சென்று அணிந்து கொண்டிருந்தேன். ஒரு நண்பர் என்னைப் பரிதாபமாகப் பார்த்தார். அவர் என்ன நினைத்தார் என்று எனக்குத் தெரியவில்லை. ஒரு இடத்தைக் காட்டி அங்கு செல்லுமாறு கூறினார். நான் அந்த இடத்திற்குச் சென்றேன்.

வேறு யாரையும் ஏறெடுத்தும் பார்க்காது ஒருவர், கருமமே கண் என்று தனது தையல் பணியில் ஈடுபட்டிருந்தார். அது ஒரு டெண்டு மூலம் அமைக்கப்பட்ட தையல்கூடம். பல வண்ணங்களில் சீக்கியர் அணியும் தலைப்பாகையின் துணிகள், கூடாரம் முழுவதும் நிறைந்து கிடந்தன. அவர் ஒரு தலைப்பாகைத் துணியின் ஓரங்களை மடக்கித் தைத்துக் கொண்டிருந்தார். தையல் பிரிந்து பரிதாபமாகக் காணப்பட்ட எனது ஓவர்கோட்டைக் கொடுத்தேன். தலைநிமிர்ந்து பார்க்கவில்லை. ஆனால் வேறு இருவர் என்னைப் பார்த்துக்கொண்டிருந்தார்கள். ஒருவர், நேதாஜி சுபாஷ் சந்திரபோஸ் மற்றவர் பகத்சிங். இருவரும் அந்த தையல்கூடத்தில் அனைவருக்கும் தெரியுமாறு வைக்கப்பட்டிருந்தார்கள். அவரிடம் சில கேள்விகளை நான் கேட்டேன். அது அர்ப்பணிப்பு பற்றிய, மற்றொரு கதையை எனக்குச் சொல்லியது.

26
காலணிகளுக்கு சேவை

அந்தத் தருணத்தில் நான் மிகுந்த மகிழ்ச்சியோடு இருந்தேன். மன உணர்வுகளைச் சம்பந்தப்பட்ட மனிதர்களே புரிந்துகொள்ள முடிவதில்லை. இனம்புரியா இத்தனை மகிழ்ச்சி எனக்கு ஏன்? அந்த மகிழ்ச்சிக்கான காரணங்களை நோக்கி, என் சிந்தனை அடிபொடுத்து வைக்கத் தொடங்கிவிட்டது.

தையல் பிரிந்து கிழிந்திருந்த எனது ஓவர்கோட் பயனற்றது என்று என் ஆழ்மனம் முடிவுக்கு வந்திருக்கிறது. மேல்மனதிற்கு இது தெரியவில்லை. இப்பொழுதெல்லாம் மேல்மனம் ஆழ்நிலை மனம் குறித்த சிந்தனைகள் எனக்கு அடிக்கடி வந்துவிடுகிறது. பயனற்ற ஓவர் கோட்டை பயன்படுத்தக்கூடியதாக மாற்றிக் கொடுத்துவிட்டார் அந்த தையல் சேவையாளர். ஆழ்மனதின் இந்த நிறைவுதான் மகிழ்ச்சியாக என்னிடம் வெளிப்படத் தொடங்கியிருந்தது. இந்த நேரத்தில் சென்னையைத் திரும்பிப் பார்க்கிறேன்.

ஒரு துணியை சலவை செய்து பெறுவதற்கு, பயன்படுத்தக்கூடிய ஆடையில் ஒரு சிறு கிழிசலை சரி செய்வதற்கு அலைந்து சலித்துப்போன ஞாபகங்கள் வருகின்றன.

சி.மகேந்திரன்

ஓவர்கோட்டையும் கையிலெடுத்துப் பார்க்கிறேன். அரைமணி நேரத்தில் அது புத்தம் புதியதாக கண்ணுக்குத் தெரிகிறது. வியாபாரத்திற்கும் சேவைக்கும் இடையில் அமைந்த வேறுபாட்டை, அந்த தையல் கலைஞர் எனக்கு உணர்த்துகிறார். அரசியல், சமூக உறவு ஆகியவை, வியாபாரம் சம்மந்தப்படாமல், சேவை சம்பந்தப்பட்டதாக இருந்தால், எத்தனை பயனுள்ளதாக இருக்கும் என்று மனம் ஆதங்கப்பட்டுக் கொள்கிறது.

தையல் கலைஞரை அணுகி அவரிடம் விபரங்களைக் கேட்கிறேன். அவர் இதைப்பற்றி அலட்டிக் கொள்ளாமல் தன் பணியைச் செய்து கொண்டிருக்கிறார். "இந்த இலவச தையல் சேவைக்கு வேறு யாராவது பொருளாதார உதவி செய்கிறார்களா?" என்று கேட்டேன். இப்பொழுது அவரது முகம் மாறுவது எனக்குச் சிறிது சங்கடமாக இருக்கிறது. அவர் வாய்திறந்து பேசத் தொடங்குகிறார். 'நான் இரவு, பகல் பாராமல் உழைக்கக் கூடியவன். உழைத்து வங்கியில் சேமித்த பணத்தில் ஒரு பகுதியை சேவைக்காக செலவு செய்கிறேன்' என்றார். இது மட்டுமல்லாது, இவர் கடைசியில் கூறிய வார்த்தைகள் என்னை மிகவும் பாதித்தது. 'பிறரிடம் உதவி பெற்று இந்த சேவையைச் செய்தால், அது சேவைக்கான மதிப்பைக் குறைத்துவிடும்' என்றார். அவரது முகத்தில் ஒருவிதமான நிம்மதி தெரிந்தது.

நான் அவரது பெயரைக் கேட்டேன். அவர் பிடிவாதமாக தனது பெயரைக் கூற மறுத்துவிட்டார். 'சேவை செய்வது பிறருக்கு தெரிவிப்பதற்கு அல்ல' என்றார். அவர், அடிப்படையில் நான் பத்திரிகையாளர் என்பதாகப் புரிந்து வைத்திருந்தார். ஆனால் அவர் அறியாத நேரத்தில் எப்படியோ போட்டோ எடுத்துவிட்டேன். அவரைக் கேட்காமல் போட்டோ எடுத்தது சரியா என்று மனம் என்னைக் கேட்கத் தொடங்கிவிட்டது. பின்னர் இந்த உண்மைகளை எல்லாம் உலகுக்குச் சொல்வது நமது கடமை என்பதாகப் புரிந்துகொண்டேன். அவர் விருப்பபடி அவர் பெயரை என்னால் இங்கு குறிப்பிட முடியாவிட்டாலும், அவரது சேவை அர்ப்பணிப்பையும் இதுபோன்ற அர்ப்பணிப்புகளால் எவ்வாறு போராட்டம் உயிர்பெற்று நிற்கிறது என்பதையும் இங்கு பதிவு செய்வதை என் கடமையாகக் கருதுகிறேன். அந்தத் தையல் கலைஞரின் மனவெளிப் பிரதேசத்தில் நானும் கொஞ்சம் கொஞ்சமாக நுழைந்துகொண்டிருக்கிறேன்.

அந்தச் சேவையை இவர்கள் எவ்வாறு தேர்ந்தெடுத்தார்கள்

என்ற எண்ணம் என்னை வதைக்கத் தொடங்கியது. இதுபற்றிய தகவல்களை திரட்டத் தொடங்கினேன். லங்கர் என்னும் சேவை குறித்த வேறொரு பார்வையை எனக்கு அது வழங்கியது. மீண்டும் சீக்கியர்களின் வாழ்க்கை முறையும் பஞ்சாபியர்களின் வாழ்க்கை முறையும் என்னை ஈர்க்கத் தொடங்கியது.

இழி தொழில்களில் மேலும் இழிவாக இந்துத்துவத்தால் வரையறை செய்யப்பட்ட தொழில்தான் செருப்புத் தைக்கும்

தொழில்கள். இந்தத் தொழிலை, வேண்டும் என்றே இழிநிலை கொண்ட தொழிலாக இந்துத்துவ மத சட்டங்களால் உத்தரவிடப்பட்டிருந்தது. இதன்மூலம் இவர்கள் பரம்பரை பரம்பரையாக தீண்டத்தகாதவர்களாக ஆக்கப்பட்டிருந்தார்கள். ஆதிக்க சக்திகளால் இழிவு என்று பழி சுமத்தப்பட்ட இந்தத் தொழிலை, சமூகத்திற்குச் செய்யும் சேவையாக சிலர் கருதி அதில் ஈடுபடுகிறார்கள் என்றால் அவர்களை புரட்சிக்காரர்களாகத்தான் கருதவேண்டும். இந்த புரட்சிகர மனபான்மை பஞ்சாப் மக்களுக்கு எவ்வாறு வந்தது என்பது ஒரு முக்கியமான கேள்விதான். இது சீக்கிய மதத்தின் மனிநேய நற்பண்புகளிலிருந்து வந்ததாகத் தெரிகிறது.

பிறர் நலம் பேணும் சீக்கிய மதத்தில் உணவு அளித்தல், உடை தூய்மை செய்து தருதல் என்பதைப் போல காலணிகளை தூய்மை செய்து தருவதையும் ஒரு சேவையாகக் கருதுகிறார்கள். குளிர் பிரதேசத்தில் காலணிகள் எத்தகைய முக்கியமானது என்பதை அங்கிருப்பவர்களால்தான் உணர்ந்துகொள்ள முடியும். அதையும் ஒரு சேவையாக வளர்த்தெடுத்துள்ளது சீக்கிய மதம். இதற்கு சீக்கிய மதத்தின் குருத்துவாராக்களை ஆதாரமாகச் சொல்லமுடியும். குருத்துவாராக்களில் காலணிகளை தூய்மை செய்து தருதல் ஒரு சேவையாக கருதப்படுகிறது. பெரும் செல்வந்தர்கள் கூட குருத்துவாராக்களில் காலணிகளைப் பெற்று சுத்தம் செய்துதரும் சேவையையும் நான் கேள்விப்பட்டிருக்கிறேன்.

போராட்டக் களத்தில் காலணியை தூய்மை செய்து செப்பனிட்டுத் தரும் பணியில் ஈடுபட்ட புரட்சிகர சேவையாளர்கள் இருந்தார்கள். கல்வி கற்ற இளைஞர்கள் இந்த சேவையில் ஈடுபட்டிருந்தார்கள். பெரியவர்கள் சிலரும் அந்தப் பணியில் பங்கேற்றிருந்தார்கள். மற்றைய சேவை நிறுவனங்களைப் போலவே இதுவும் டெண்டு துணிகளால் அமைக்கப் பட்டிருந்தது. காலணிகளை பழுது பார்த்து திருத்தம் செய்யும் எல்லா சாதனங்களும் அங்கிருந்தன.

நான் அவர்களின் பணிகளை கூர்ந்து கவனித்துக் கொண்டிருந்தேன். சீக்கியர்களுக்குரிய தலைப்பாகையுடன் அந்த இளைஞர் அமர்ந்திருந்தார். அவரிடம் பேச்சுக் கொடுத்துப் பார்க்கிறேன். முதலில் தமிழ்நாட்டிலிருந்து வந்திருக்கிறேன் என்பதை ஆங்கிலத்தில் சொல்லுகிறேன். அவரால் ஆங்கிலத்தை புரிந்துகொள்ளவும் முடிகிறது. ஓரளவிற்கு பேசவும் முடிகிறது.

பட்டம் பெற்றவர் என்று ஊகிக்கிறேன். 'என்ன படித்திருக்கிறீர்கள்?' என்று கேட்க எனக்கு விருப்பம் இல்லை. அவர் செய்யும் வேலையை கவனித்துக்கொண்டிருக்கிறேன்.

அவர் கையில் ஒரு பூட்ஸ் இருந்தது. அடிப்பகுதியில் பாதி தொங்கிக்கொண்டிருந்தது. கவனமாக ஆராய்ந்துப் பார்த்தார். பார்வையிலேயே அதன் குறைபாடு என்னவென்று அவருக்கு புரிந்திருக்க வேண்டும். அவரது கூர்மையான கண்களையே பார்த்துகொண்டே இருக்கிறேன். அதிலிருந்த அர்ப்பணிப்பு என்னை மிகவும் யோசிக்க வைத்தது. எந்தத் தொழிலும் பணம் லாபம் சார்ந்ததாக இருந்தால் அதன் தன்மை வேறு. மனிதநேயத்தை அடிப்படையாகக் கொண்டிருப்பின் அதன் தன்மை வேறு. பணம் சாராத அர்ப்பணிப்புமிக்கத் தொழில் சேவையை, மேன்மையிலும் மேன்மையானது என்றுதான் குறிப்பிடவேண்டும். அந்தக் காலணியைப் பழுது பார்ப்பதில் அவருக்கிருந்த அர்ப்பணிப்பை கவனித்துக்கொண்டிருந்தேன்.

முதலில் பிரிந்து தொங்கிக்கொண்டிருந்த பூட்ஸ் அடிப்பகுதியை தனியாகப் பிரித்தெடுத்தார். அதில் படிந்திருந்த அழுக்குகளையும், தேவையற்றவற்றையும் துடைத்து சுத்தம் செய்து, பசை தடவி கவனமாக ஒட்டி, சிறிது நேரம் உலர வைத்தார். அந்த இளைஞனும் அவரை சுற்றியிருந்தவையும் சேவையில் ஒன்றியிருந்தன. எனது உடல் உணர்ச்சிப் பெருக்கில் இருந்ததால் குளிர் கொஞ்சம் உடலுக்கு இதமாக இருந்தது.

செருப்பை செப்பம் செய்தல் தீண்டதகாத இழிசனங்கள் செய்யும் அடிமைத் தொழில் என்ற கற்பிதம் சுக்கு நூறாக உடைபட்டது. இது அடிமைத் தொழில் அல்ல, மகத்துவம் பொருந்திய சேவை என்பதை சமூகத்தின் கன்னத்தில் அறைந்து சொன்னதைப் போல இருந்தது. போராட்டக் களத்தில் எந்தவிதமான எதிர்பார்ப்பும் இல்லாமல் அர்ப்பணிப்புடன் காலணிகளைப் பழுதுபார்த்துக்கொண்டிருக்கும் அந்த இளைஞனுக்கு வீரவணக்கம் சொல்லத் தோன்றியது

27
எல்லைப்புற கிராமம்

ராம்புரா, டெல்லியின் போராட்டக்களமான சிங்கு எல்லையிலிருந்து, தொலைதூரத்தில் அமைந்த ஒதுக்குப்புறக் கிராமம். விவசாயிகளின் போராட்டக் களத்தில்தான் அந்தக் கிராமம் பற்றிய விபரங்கள் என்னை வந்து சேர்ந்தபோது, அதைப் பற்றி மேலும் தெரிந்து கொள்ள ஒரு குழந்தையைப் போல என் மனம் ஆர்வம் கொள்ளத் தொடங்கியது. தொலைதூர நட்பு ஒன்று காற்றில் கலந்து என்னிடம் வந்து சேர்ந்து, என்னிடம் எதை எதையோ பேசத் தொடங்கிவிட்டது..

பொதுவாக எல்லைப்புறம் என்றாலே உடலுக்குள் பதட்டம் வந்துவிடுகிறது. சீருடை அணிந்த ராணுவ வீரர்களின் அணிவகுப்பு, பீரங்கிகளின் படையெடுப்பு, வானத்தைப் பிளந்து செல்லும் போர் விமானங்கள் என்று அனைத்தும் கண் முன்னால் வந்து விடுகின்றன. சிறுவயதில் எல்லைப்புறத்தில் நடக்கும் வானொலி செய்திக்காக காத்துக்கிடந்த காலங்கள் இருந்தன. ஊராட்சிமன்றத்தின் ஒரே ஒரு வானொலிப் பெட்டியைத் தவிர, அப்பொழுது வேறு யாரிடமும் எல்லையோர தகவல்களை விரைந்து பெற்றுக்கொள்ள முடியாது. இதன் பின்னர் எல்லைப்

புறங்களைப் பற்றி அறிந்துகொள்ள எத்தனையோ வசதிகள். இன்று கைபேசி மூலம் அனைத்தையும் தெரிந்துகொள்ள முடிகிறது. ஒவ்வொரு பருவத்திலும் தேசபக்தி என்று, என் மனதில் எல்லைப்புறம் குறித்தத் தகவல்கள் ஏராளமாய் பதிந்து கிடக்கின்றன.

அரசியல் வாழ்க்கை ஒவ்வொரு காலத்திலும் ஒவ்வொரு மனநிலையை எனக்குள் உருவாக்கிக்கொண்டேயிருந்தது. காலம் செல்லச் செல்ல எல்லைப்புறங்களில் ஏதேதோ நடக்கிறது. இவை எல்லாம் மாயத் தோற்றங்களா என்ற சந்தேகம் எனக்குள் வரத் தொடங்கியது. உலகில் யுத்தமும் மோதல்களும் அத்தியாவசியமா என்று யோசித்துப் பார்க்கும்போது, இவை வேறு யாரோ சிலரது லாபத்திற்காக நடக்கிறது என்பதாக இதைப் புரிந்துகொண்டேன்.

மிருக வாழ்க்கையில் இருந்து விடுபட்டு, மனித சமுதாயம் உருவானது வளர்ச்சிதான் என்ற போதிலும் அதில், வெறி பிடித்த ஆதிக்க சக்திகள் குடியேறி, சுரண்டலை வளர்க்கத் தொடங்கியபோது, மோதல்களும் பின்னர் போரும் வெடிக்கத் தொடங்கின. ஆதிக்கச் சுரண்டலின் காரணமாக உருவான போர்களால் மனிதர் அழிந்ததைவிட வேறு எதிலும் மனித இனம் கூடுதலாக அழிந்துவிடவில்லை. போரினால் எத்தனை கோடி மக்கள் இறந்து போயிருக்கிறார்கள். ஆதிக்கத்தை நிலைநிறுத்திக் கொள்ள நாகரிக மனிதர் கண்டறிந்த அநாகரிக கண்டு பிடிப்புதான் ஆயுதங்கள். அணுக்குண்டுகளைவிட அநாகரிகமான வேறு ஆயுதங்கள் ஏதாவது உண்டா?

போராட்டக் களத்தில் எல்லையோர இந்த ராம்புரா கிராமத்தை சார்ந்த ஒருவரை சந்தித்தேன். பெயர் குரு சரண்சிங் தஞ்சு, வயது 46 என்றார். அவரை சந்தித்த தருணம் எனக்கு முக்கியமானதாக தோன்றியது. அவர் முகத்தைக் கூர்ந்து கவனித்த நான், ஒரு நிமிடம் மௌனமானேன். இதுநாள் வரையில் கற்பனையில் மட்டும் பார்த்து வந்த இந்தியாவின் எல்லைப்புற கிராமத்தைச் சார்ந்தவரைப் பார்க்கிறோம் என்ற அதிர்ச்சியில் ஏற்பட்ட மௌனம் அது.

அவரிடம் கேட்பதற்கு என்னிடம் சில கேள்விகள் இருந்தன. அவை எல்லைப்புறம் பற்றிய கேள்விகள். அறிமுகம் அதிகம் இல்லாத ஊரில் அறிமுகம் இல்லாதவரிடம் இதுபோன்ற கேள்விகளை கேட்பது சரியா என்று மனம் தடுமாற்றம் எனக்கு அப்பொழுது வந்துவிட்டது. சில நேரங்களில் இந்தக் கேள்வியை அவரிடம் நான் கேட்டால் எதிர்பாராத சங்கடங்கள் ஏற்பட

வாய்ப்பு இருப்பதாகவும் நினைத்துக் கொண்டேன். எச்சரிக்கையோடு நான் வேறு ஒரு முடிவுக்கு வருகிறேன். போராட்டத்தில் அவரது பங்கேற்பை பற்றி கேட்கத் தொடங்குகிறேன்.

"இந்தியாவின் எல்லைப்புற கிராமங்களில் எல்லாவற்றிலும் இருந்து போராட்டத்திற்கு மக்கள் வந்திருக்கிறார்களா?" என்று முதல் கேள்வியைக் கேட்கிறேன். "அவர் வந்திருக்க வாய்ப்பு இருக்கிறது" என்றார்.

"எல்லைப் புறங்களிலிருந்து இத்தனை தூரம் வருவதற்கு யாது காரணம்" என்று கேட்கிறேன். "பிறப்பிக்கப்பட்ட புதிய சட்டம் எங்கள் நிலங்களையும் பொருள் உற்பத்தியையும் பறிமுதல் செய்துவிடப் போகிறது என்பதில் ஏற்பட்ட கோபம்தான் காரணம்" என்று சொல்கிறார்.

அதற்கு மேல் அவர் கூறிய விபரங்கள் போராட்டம் எந்த அளவிற்கு பஞ்சாப் மக்களை பாதித்திருக்கிறது. பிரச்சினையின் தீவிரம் முழு பஞ்சாப் மக்களையும் ஒருங்கிணைத்துள்ளது என்பதில் எனக்குள் ஒருவிதமான பிரமிப்பு ஏற்படுகிறது.

"ராம்புரா கிராமம், கிட்டதட்ட ஆயிரம் மக்கள் தொகையைக் கொண்ட ஒரு சிறிய கிராமம். தொழில் வளர்ச்சி இல்லை. எல்லைப்புறம் என்பதால் ராணுவத்தைத் தவிர வேறு எதுவுமே அங்கு இல்லை. அரசியல் நடவடிக்கைகளோ வேறு மக்கள் இயக்கங்களோ கூடுதலாக அங்கு நடப்பதற்கு வாய்ப்பு இல்லை. டெல்லி சலோ போராட்டம் தான் தொலைதூரம் வந்து பங்கெடுத்துக்கொண்ட போராட்டம்" என்றார்.

"ஆரம்பத்தில் எங்கள் மக்களும் இதை சாதாரணமாகத்தான் நினைத்துக்கொண்டிருந்தார்கள். கார்ப்பரேட் சதி பற்றிய தகவல்கள் கூடுதலாக வரத்தொடங்கின. அலை அலையாய் வந்த பிரச்சாரம் அங்கு வந்து சேர்ந்தபோது, மக்கள் கிளர்ச்சியடைந்தார்கள்" என்றார்.

குருசரண் தஞ்சு, வாட்டசாட்டமான உடல் அமைப்பைக் கொண்டவர். அவரிடம் ஒருவித கூச்ச சுபாவம் தெரிந்தது.. என் முகத்தைப் பார்க்காமல் பேசிக்கொண்டிருந்தார். தொலைதூரம் டிராக்டரில் பயணம் செய்து இன்று காலைதான் இவர் இங்கு வந்து சேர்ந்துள்ளார். "நீங்கள் மட்டும் தனியாகப் போராட்டத்திற்கு வந்தீர்களா?" என்று நான் கேட்டக் கேள்விக்கு, அவர் அளித்த பதில் என்னைப் பெரிதும் வியப்பில் ஆழ்த்தியது.

"எங்கள் கிராமத்திலிருந்து போராட்டத்தில் கலந்துகொள்ள ஆரம்பத்தில் ஐம்பது பேர் வந்தார்கள். வந்தவர்கள், அந்த மூன்று டிராக்டர்களையும் தங்கிக்கொள்ளும் வீடாக மாற்றிக்கொண்டார்கள். நிரந்தரமாக இந்த ஐம்பது பேர் தங்கி இருப்பது சாத்தியமா?" என்று கேட்டேன்.

"குரு சரண்சிங் என்னைப் பார்த்துச் சிரித்தார். இங்கு என்ன நடக்கிறது என்று உங்களுக்கு தெரியாதா?" என்று கேட்டார். "இல்லை" என்ற பதிலுக்கு அவர் சுழற்சிமுறை என்றார். மேலும் அவர் பேசத் தொடங்கினார். போராட்டத்தில் பங்கேற்பவர்கள் ஒருமுறையை வைத்திருக்கிறார்கள். அதற்குப் பெயர் 'சுழற்சி முறை' என்றார்.

சுழற்சி முறை என்பது இதுதான். போராட்டமும் தொய்வில்லாமல் நடக்கவேண்டும். அதைப்போலவே விவசாயப் பணிகளும் பாதிப்பில்லாமல் நடக்கவேண்டும். இந்த இரண்டையும் போராட்டக் களத்தில் பங்கேற்கும் விவசாயிகள், தங்களின் முக்கியமான கடமையாகக் கருதுகிறார்கள். போராட்டத்தின் உயிர், இதில் அடங்கியிருப்பதாக எனக்குத் தோன்றுகிறது. பின்னர் போராட்டக் களமெங்கும் இந்த

சி.மகேந்திரன்

உண்மையை அறிந்துகொள்ள முயற்சி செய்தேன். போராட்டம் வீரியத்துடன் முன்னேற விவசாயத்தில் எந்தவிமான தொய்வும் இல்லாமல் இருக்க இவர்கள் சுழற்சிமுறையைப் பயன்படுத்துகிறார்கள் என்பதை நான் புரிந்துகொண்டேன். இந்த அர்ப்பணிப்பு தான் இந்தப் போராட்டம் நீண்ட நாள் தாக்குப் பிடிக்கும் காரணங்களில் முக்கியமானது.

நான் ஆழ்ந்து யோசித்துப் பார்க்கும் போது போராட்டக்காரர்கள் இரண்டு போராட்டக் களத்தை அமைத்திருக்கிறார்கள். ஒன்று டெல்லியைச் சுற்றியுள்ளப் போராட்டப் பகுதிகள். மற்றொன்று அவரவர்கள் கிராமங்களில் அமைந்துள்ள போராட்டக் களம். இதில் கிராமங்களில் அமைந்துள்ள போராட்டக் களம் பற்றி வெளியுலகம் அவ்வளவாக அறிந்திருக்கவில்லை.

ஒவ்வொரு கிராமமும் கூட்டாக விவசாயம் செய்கிறது. கூட்டாக போராட்டத்தில் பங்கேற்கிறது. கிராம மக்கள் தனிபாதை அமைத்து விவசாய வயல்களுக்கும், போராட்டக் களத்திற்கும் வந்து போய்க் கொண்டிருக்கிறார்கள்.

வருகின்றபோது தேவையான கோதுமை மாவு, பால், காய்கறிகள் என்று அனைத்தையும் டிராக்டரில் சுமந்து வருகிறார்கள். திரும்பிச் செல்லும்போது காலி பாத்திரங்களை டிராக்டர்கள் சுமந்து செல்கின்றன. எல்லா கிராமங்களும் நீக்கமற கமிட்டி அமைத்து இந்தப் பணியை நீக்கமற செய்து வருகின்றன. என் வாழ்க்கை அனுபவத்தில் பல போராட்டங்களைப் பார்த்திருக்கிறேன். மக்களை ஐக்கியப்படுத்தி நடத்தும் இந்த போராட்டத்தை போல மற்றொரு போராட்டத்தை நான் பார்த்ததில்லை.

இந்த உரையாடலுக்குப் பின்னர் குருசரண் தஞ்சுக்கும் எனக்கும் கொஞ்சம் புரிதல் ஏற்பட்டிருப்பதாக நான் உணர்ந்து கொண்டேன். இப்பொழுது அந்த எல்லையோர இந்திய குடிமகனிடம் எல்லையோரம் பற்றிய கேள்விகளை கேட்கத் தொடங்கினேன். என்னை வெகுகாலமாக அந்தக் கேள்வி துரத்திக் கொண்டேயிருக்கிறது. உலக அரசியலிலும், இந்திய அரசியலிலும் மிகவும் முக்கியமாக இன்றும் இந்தக் கேள்வி உணரப்படுகிறது. பசி போக்கி, கல்வி மருத்துவம் என்ற எல்லாவற்றையும் மக்களுக்கு தருவது அரசின் கடமையாகும். இதை ஏன் செய்யவில்லை, நான் குருசரண் தஞ்சுவிடம் கேட்டக் கேள்விக்கும் தொடர்பு இருந்தது. அது யுத்தம் பற்றிய கேள்வி.

'உலகம் முழுவதும் கூடி, யுத்தத்தை நிறுத்த முடியுமா?' என்பதை யோசிக்கிறேன். 'யுத்தம் நிறுத்த முடியாதது என்றும், போரும் பகையும் மனிதரிடமிருந்து அகற்ற முடியாதவை' என்றும் சிலர் உறுதிபட கூறுகிறார்கள். ஆனாலும், யுத்தத்தை நிறுத்தமுடியும் என்ற சமாதானக் குரல், யுத்தம் பிறந்த காலத்திலிருந்து ஓங்கி ஒலித்துக் கொண்டேயிருக்கிறது. ஆழ்ந்து யோசித்துப் பார்த்தால் யுத்தத்தை யார் விரும்புகிறார்கள், மக்களா? அல்லது அரசாங்கமா? என்றுமே மக்கள் யுத்தத்தை விரும்புவதில்லை.

"இந்திய நாட்டிற்கு யுத்தம் வேண்டுமா?" என்ற கேள்வியை குருசரண் தஞ்சுவிடம் கேட்கிறேன்.

அவர் அளித்த பதிலில் துயரம் கலந்த உண்மை ஒன்று மறைந்து கிடந்ததை என்னால் புரிந்துகொள்ள முடிந்தது. காலம் காலமாக தொடரும் துயரம். ஒவ்வொரு யுத்தத்திலும் செத்து பிழைப்பவர்கள் நாங்கள்தான். 'யாருக்கு வேண்டும் யுத்தம்' என்றார். யுத்தக் காலங்களில் எல்லையோர கிராம மக்களின் நிலை என்ன என்பது யாருக்கும் தெரிவதில்லை. முதல்

பாதிப்பு அவர்களுக்கு தான். வாழ்விடங்களிலிருந்து அகற்றப்பட்டு அகதிகளாகிறார்கள். யுத்தத்தின் ஒவ்வொரு நொடிகளும் அவர்களின் இதயத்தைத் தாக்கிக்கொண்டே இருக்கிறது. ஊர் திரும்பி செல்லும்வரை தங்கள் இருப்பிடத்திற்கு என்ன நிகழ்ந்தது என்பது அவர்களுக்குத் தெரிவதே இல்லை.

நான் வேறொன்றை சிந்தித்துக் கொண்டிருக்கிறேன். ஒரு நாட்டின் எல்லையை மற்றவர்கள் கைப்பற்றிவிடக்கூடாது என்பதற்காக எல்லைக் காவல் பெரும் செலவில் அமைக்கப் பட்டிருக்கிறது. ஊடகங்கள் இதன் பெருமிதங்களையும் தொழிற்நுட்ப உயர்வினையும் பாராட்டிக் கொண்டிருக்கும் தருணத்தில் சப்தம் இல்லாமலும் கண்ணுக்கு தெரியாமலும் மற்றொரு கொடுமை நடைபெற்றுக்கொண்டிருக்கிறது. சிறப்பு வேளாண்மை சட்டங்களால் இவர்களது நிலத்தை பறிமுதல் செய்யும் சூழ்ச்சி அது.

எல்லைக்கு பாதுகாப்பு இருக்கிறது, இதன் அருகில் வாழும் மனிதருக்கு பாதுகாப்பு இல்லை. இதை விடவும் இந்திய எல்லையோரக் குடிமகனுக்கு வேறு அவமானம் வேண்டுமா? இத்தனைக் காலமும் இதை உணராமல் இருந்த மக்கள் இப்பொழுது உணரத் தொடங்கி விட்டார்கள் என்பதுதான் இன்றைய காலத்தின் சிறப்பாகும்.

28. கபட அரசியல்

ஏன் நடக்கிறது என்று யாராலும் புரிந்துகொள்ள இயலவில்லை. இடையிடையே எல்லையில் சில மோதல்கள் உருவாகிறது. தொலைக்காட்சிகள் அதைப் படம்பிடித்துக் காட்டுகின்றன. ஊடகங்கள் தலைப்பு செய்திகளாக வெளியிடுகின்றன. ஆராய்ச்சி இதழ்களில் எதிர்காலத்தில் என்ன நடக்கப் போகிறது என்பதை போன்ற ஆய்வுக் கட்டுரைகள் வெளியிடப்படுகின்றன.

ஒவ்வொரு தேசத்தின் எல்லைகளுக்கும் பாதுகாப்பு அவசியம். ஒன்றுபட்டு நின்று அதைப் பாதுகாப்பதில் ஒவ்வொருவரும் முன் வரிசையில் நிற்க வேண்டும். ஆனால் பாதுகாப்பு என்ற பெயரில் இங்கு வேறு ஏதேதோ நடைபெற்றுக்கொண்டிருக்கிறது. பாதுகாப்பு மக்களுக்கு கிடைக்கவில்லை. தேசவிரோதிகளுக்கும் சுயநலம்மிக்க கூட்டத்திற்கும்தான் கிடைத்துள்ளது.

இந்தியாவும், பாகிஸ்தானும் நட்புகொள்ள முடியாத பகைமை நாடுகளாக தலைமுறை தலைமுறையாக மாற்றப்படுகிறதே ஏன்? பகைமையும் பதட்டமும் மட்டும்

சி.மகேந்திரன்

அதிகரித்துக் கொண்டிருக்கிறது. சமாதானமும் நட்புறவும் வலுப்பெற மறுக்கிறது. பஞ்சாப் - பாகிஸ்தான் எல்லையை ஒட்டிய பகுதியில், கண்ணாமூச்சு விளையாட்டு ஒன்று நடந்துகொண்டிருக்கிறது. இது ஏன் நடக்கிறது? இதைப் பற்றி அவர்கள் என்ன நினைக்கிறார்கள் என்று அந்தப் பாலைவன மக்களிடம் இது குறித்துக் கேட்டு, அறிந்துகொள்ள பெரிதும் முயற்சி செய்கிறேன்.

சிங்கு எல்லையில் ஒருவரை சந்தித்தேன். சரக்கு லாரிகளை ஒட்டி செல்பவர்கள் பெரும் எண்ணிக்கையில் பஞ்சாப்பில் இருக்கிறார்கள். அவர்களில் பலர் போராட்டக் களத்தில் டிராக்டர் ஓட்டும் பணியை செய்து கொண்டிருக்கிறார்கள். அவர்களில் ஒருவர்தான் அவர். பொதுவாக, இவர்கள் இந்திய வழித்தடங்கள் அனைத்தையும் அறிந்து வைத்திருப்பதைப் போல, இந்திய மொழிகள் அனைத்திலும் ஓரிரு வார்த்தைகளைத் தெரிந்து வைத்திருப்பார்கள். அந்த சரக்கு லாரி ஓட்டுநர், தமிழில் சில வார்த்தைகளைப் பேசிக்காட்டினார். நான் புரிந்து கொள்வதற்கு மிகவும் சிரமப்பட்டுப் போனேன். சாப்பிட்டிங்களா என்ற வார்த்தையைத் தான் அவர் சொல்லியிருக்கிறார், அந்த வார்த்தையைப் புரிந்துகொள்ள எனக்கு 15 நிமிடங்கள் தேவைப்பட்டன.

திடீரென்று ஒரு யோசனை வந்தது. இதை அவரிடம் கேட்டுப் பார்க்கலாமா? என்ற எண்ணம் இதையொட்டி எழுந்தது. இந்திய-பாகிஸ்தான் எல்லை ஓரங்களில் நீங்கள் பயணம் செய்தது உண்டா? என்று அவரை கேட்டேன். தனி உற்சாகம் அவர் கண்களில் தெரிந்தது. வெள்ளையும் கறுப்பும் கலந்த அவர் தாடியை ஒட்டிய உதடுகள் இரண்டும், ஒருவித இன்பம் சுமந்த புன்னகையை வெளிப்படுத்தின.

பஞ்சாப் மாநிலத்தின் நான்கு மாவட்டங்களான குருதாஸ்பூர், அமிர்தசரஸ், டாராடரன், பெரோஷ்பூர் ஆகியவை பாகிஸ்தான் எல்லையை ஒட்டி அமைந்துள்ளன என்றார். இதன் நீளம் மொத்தம் 553 கிலோ மீட்டர் என்றார். அதன் நிலவியல் அடிப்படைகள் ஒவ்வொன்றையும் சுவைபட விளக்கத் தொடங்கினார். அவர் சொன்ன தகவல்கள் எனக்குப் போதவில்லை என்று அவராக முடிவு செய்திருக்கவேண்டும். மீண்டும் மேலதிகத் தகவல்களை விரிவுப்படுத்திச் சொன்னார்.

பஞ்சாப், குஜராத், ராஜஸ்தான், ஜம்மு காஷ்மீர் என்று இவரால் பல்வேறு விபரங்களைக் கூறமுடிந்தது. பரிட்காட்,

மோகா, முக்கிஸ்தர் ஆகிய பகுதிகளில் சிலகாலம் தங்கியிருந்ததாகக் கூறினார். இவர் கூறிய தகவல்களில் ஒரு நாடோடியைப் போல எல்லைப்புறங்களில் சுற்றி அலைந்த கதை தெரிந்தது. எத்தனை முறை மலைகள், பள்ளத்தாக்குகள், சமவெளிகள், மணல் பரப்புக்கள் என்று இவருடைய நீண்ட டிரக்குகள் பளுவைச் சுமந்து பயணம் செய்திருக்கும். அவரை ஆர்வத்தோடு அண்ணாந்து பார்க்கிறேன். எல்லையோரங்களைப் பற்றி மேலும் அறிந்துகொள்ளும் ஆர்வத்தை அவர் தூண்டுதல் செய்துவிட்டார்.

தமிழக மக்களுக்கு பஞ்சாப், காஷ்மீர் ஆகியவை மிகவும் வித்தியாசமான பிரதேசங்கள். அந்தக் காலத்தில் போர்க்களத்துக்கு சென்று திரும்பும் ராணுவ வீரர்களின் மூலமாகத்தான், காஷ்மீர் - பஞ்சாப் கதைகள் கிராமப்புற மக்களுக்கு வந்துசேரும். டெல்லியை ஒட்டிய விவசாயிகளின் போராட்டக் களத்தில், இரண்டு காஷ்மீரும், இரண்டு பஞ்சாப் மாநிலமும் இருப்பதை அறிந்து கொண்டேன்.

இந்தியா, பாகிஸ்தான் பிரிக்கப்பட்டு எல்லைக் கோடுகள் கிழிக்கப்பட்டப் பின்னர், ஒன்றாக இருந்த பஞ்சாப் இரண்டாக

உடைக்கப்பட்டு, ஒன்று இந்தியாவின் ஆட்சியிலும், மற்றொன்று பாகிஸ்தான் ஆட்சியிலும் இடம்பெற்றது. ஒன்று இந்திய மாநிலமாகவும் மற்றொன்று பாகிஸ்தான் மாநிலமாகவும் அமைந்துவிட்டது. இதில் காஷ்மீர் நிலை வேறு.

எல்லைக் கோட்டின் வடக்குப் பகுதியில்தான், இந்திய காஷ்மீரும் - பாகிஸ்தான் காஷ்மீரும் இருக்கிறது. கிழக்குப் பகுதியில் இந்தியாவின் பஞ்சாப் மாநிலமும், பாகிஸ்தான் பஞ்சாப் மாநிலமும் இருக்கிறது. இதைப்போல எல்லைக்கோட்டின் தெற்குப் பகுதியில் இந்திய எல்லையில் குஜராத், ராஜஸ்தான் ஆகிய மாநிலங்களும், பாகிஸ்தான் பகுதியில் சிந்து மகாணமும் அமைந்திருக்கின்றன. இது எல்லைப்புற புவியியல் சார்ந்த விபரங்கள் மட்டும்தான். ஆனால் இதன் அரசியல்?

இந்த எல்லைப் பகுதி, இன்று உலக அரசியலில் பெரும் கொந்தளிப்பை உருவாக்கிக்கொண்டிருக்கிறது. சர்வதேச அளவில் கூடுதல் பதட்டத்தையும் மோதல்களையும் கொண்ட பகுதி என்று இது அறிவிக்கப்பட்டுள்ளளது. இந்திய பாகிஸ்தான் எல்லையின் மொத்த நீளம் 3,323 கிலோ மீட்டர். இந்திய -பாகிஸ்தான் பிரிவினைதான் இந்தியாவில் மிகப்பெரிய பாதிப்பை உருவாக்கிய பிரச்சனை. 1947-ஆம் ஆண்டு இரு நாடுகளுக்கும் இடையில் ஒரு எல்லைக்கோடு உருவாக்கப்பட்டது. இது 1972-ஆம் ஆண்டில் சிம்லா ஒப்பந்தத்தின் மூலம் இதில் சிறு மாற்றங்கள் செய்யப்பட்டது.

அந்த டிரக் ஓட்டுநரிடம், ‘‘பாகிஸ்தான் மக்களை அறிவீர்களா?” என்றேன்.

அவர் மகிழ்ச்சி பொங்க, “என் உறவினர்களில் பலர் அங்கே இருக்கிறார்கள்” என்றார்.

“அந்த மக்களோடு உங்களுக்கு ஏதாவது பகை உண்டா?” என்றேன்.

“இல்லை” என்றார்.

“பின் ஏன் எல்லையில் பதட்டம்” என்றேன்.

அவர் “தெரியவில்லை” என்றார்.

அப்பாவி இந்திய மக்களை வைத்து நடத்தப்படும் சூதாட்டத்தை நினைத்துப் பார்க்கிறேன். இது எவ்வாறு தேசியவெறியாக மாற்றப்பட்டது என்பதை யோசிக்கிறேன்.

29

அணுசக்தியும் தேசபக்தியும்

எல்லா நாடுகளின் எல்லைப் புறங்களிலும், எப்பொழுதுமே வெடிக்காத மாய வெடிகள் புதைத்து வைக்கப்படுகின்றன. இதற்குள் மாய வியாபார நடமாட்டங்கள் பதுங்கியிருக்கின்றன. உண்மையில் இவை, மரண வியாபாரம். புவிப்பரப்பில் இவை உயிரினங்களின் அழிவைப் பற்றிக் கவலை கொள்ளாதது, இந்த மரண வியாபாரம்தான். உலகின் இரண்டு பெரும் போர்களை, திட்டமிட்டு தோற்றுவித்தது. பலகோடி மக்களைக் கொன்று முடித்ததும் இந்த மரண வியாபாரம்தான். இந்த மரண வியாபாரிகள் இன்றைய பிரபஞ்சத்தைத் தன் கட்டுப்பாட்டில் கொண்டு வந்துவிட்டார்கள்.

யுத்தங்கள் பல்வேறு ரகசியங்களை உள்ளடக்கியே வாழ்ந்து கொண்டிருக்கின்றன. இதன் ஒரு சிறு ரகசியம் வெளிப்படுவதற்கு கால் நூற்றாண்டு, அரை நூற்றாண்டு காலம் காத்திருக்க வேண்டிய அவசியம் ஏற்பட்டுவிடுகிறது. அவை எல்லாம் பேரங்கள் சம்பந்தபட்டவை. இதன் ரகசியங்கள் வெளிப்பட்டால் அது புயல்போல் புறப்பட்டு ஆட்சி மாற்றத்தை ஏற்படுத்தி விடுகிறது. இதற்கு எத்தனையோ உதாரணங்களைக் கூறமுடியும்.

சுதந்திரம் பெற்றபின், இந்தியாவை, இந்த மரண வியாபாரிகள் தங்கள் வலையில் விழ வைத்துவிட்டார்கள். வட்டமிட்டு பறந்து திரியும் கழுகுக் கூட்டத்தைப் போல, இவர்கள் நம் மண்ணுக்கு வந்து சேர்ந்தார்கள். இந்தியாவிற்கு எந்தக் குறையும் இல்லை. தன் சொந்த வருமானத்தில் தம் மக்களுக்கான குடிநீர், இருப்பிடம், உணவு, கல்வி, மருத்துவம், என்று தேவையானவை எல்லாவற்றையும் வழங்க முடியும். அமைதியை விரும்பும் வெண்புறாக்கள் மட்டும் நம் வான வீதிகளில் பறக்கும் நிலை மட்டும் இருந்திருக்கும். ஆனால் இந்த கழுகுக் கூட்டங்களின் வருகையால் மக்களின் அடிப்படைத் தேவைகள் அனைத்தும் பறிக்கப்பட்டுவிட்டன.

வெண்புறாக்களின் இறக்கைகள் மாய உலகில் சிக்கிக்கொண்டன. நெஞ்சம் துடிதுடிக்க இது எழுப்பும் அபயக்குரல் யார் காதுகளுக்கும் கேட்பதில்லை. கேட்காமல் இருப்பதற்கான வசதியை ஊடகங்கள் மூலம் முன்கூட்டியே இவர்கள் செய்து கொண்டார்கள். சுதந்திர இந்தியாவின் மிகப்பெரிய துயரம் இதுதான்.

இந்தியாவில் பல்வேறு கொள்கைகளைக் கொண்ட கட்சிகள் ஆட்சிக்கு வந்தன. கொள்கைகளில் பலத்த வேறுபாடுகள் இருப்பதாக தேர்தலுக்குமுன் அறிவிக்கிறார்கள். ஆனாலும் ஆட்சிக்கு வந்தபின்னர் அவசரம் அவசரமாக போர்க்கருவிகள் பெரும் விலை கொடுத்து வாங்கும் பேரத்தில் ஈடுபடுவதில் ஒரே கொள்கையையே கொண்டிருக்கிறார்கள்.

இந்தியாவில் எத்தனையோ ஊழல்கள் நடந்துள்ளன. இதில் மிகப்பெரிய ஊழல்கள் ராணுவ கருவிகளை வாங்குவதில்தான் நடந்துள்ளன. ஒரு ராணுவ உயர்அதிகாரியை சந்தித்தபோது, அவர் கூறினார். ராணுவத்தின் உயர்மட்டத்தில் செய்யும் ஊழலை யாராலும் கண்டுபிடிக்க இயலாது என்று. மிகவும் குறைவாக வெளிப்பட்ட ஊழலே இத்தகைய பெரும்தொகை என்றால், மொத்த ராணுவ ஊழல் எவ்வளவு தொகை இருக்கும் என்று நான் யோசித்தபோது, எனக்கு தலை சுற்ற ஆரம்பித்தது.

குளிர் நிறைந்த விவசாயிகளின் போராட்டத்தில் எனது பங்கேற்பில் எனக்குள் ஒரு ஆழமான சந்தேகம் இருந்தது. எல்லை பாதுகாப்பு, தேசபக்தி என்று இவர்கள் பேசுவதெல்லாம் ஒருவித மாயக் கட்டுமானமா என்ற கேள்வியை ஒட்டிய சந்தேகம் இது. இதில் வேடிக்கை என்னவென்றால் ஒரு கட்டத்தில் அணுசக்தி தேசபக்தியை அளவிடும் கருவியாக மாறியது தான்.

லிட்டில் பாய் (Little boy). ஃபேட் மேன் (Fat man) என்பது, இரு இரட்டையரின் பெயர். இந்த பெயர்கள் ஒரு வித்தியாசமான கதையை நமக்கு சொல்லுகிறது.

இந்த பெயருக்குள், நெருப்பு ஆற்றை உருவாக்கிய எரிமலையின் பேரழிவு இருக்கிறது. கோபம் கொண்டு மண்ணையும், மனிதர்களையும் தனக்குள் இழுத்துக்கொண்ட சுனாமிப் பேரலைகள் இருக்கிறது. மலை பிளந்து பல நூற்றாண்டு கால மனித நாகரீகத்தை, நொடிப்பொழுதில் தனக்குள் இழுத்துக்கொண்ட பூகம்பம் இருக்கிறது. ஆனால், இயற்கை சீற்றம் ஒன்றுக்கு விஞ்ஞானிகள் வைத்த பெயரல்ல இது. மனிதக் கூட்டத்தின் தலையில் முதலில் விழுந்த இரண்டு அணுக்குண்டுகளின் பெயர்.

வரலாற்றில் மனிதர், மானுட நாகரீகத்திற்கு செய்த மாபெரும் துரோகச் செயல்தான் அந்த நடவடிக்கை. 1945 ஆம் ஆண்டு ஆகஸ்டு மாதம் 6-ஆம் தேதி ஜப்பானின் முக்கிய நகரங்களில் ஒன்றான ஹிரோஷிமா மீது, அந்த அணுக்குண்டு வீசப்பட்டது. ஒரு லட்சத்து 29 ஆயிரம் பேர், குண்டு வீசப்பட்ட

சில மணி நேரத்துக்குள் இறந்து போனார்கள். இதுவரை பூமித்தாய் பார்த்திராத பெரும் எண்ணிக்கையிலான இந்த இறப்பைப் பற்றி குண்டு வீசியவர்கள் கவலைப்படவில்லை. அவர்களுக்கு வேறு நோக்கம் இருந்தது. முதலில் விழுந்த குண்டு தான் லிட்டில் பாய். இரண்டாவது குண்டு ஆகஸ்டு மாதம் 9 ஆம் தேதி, முதல் குண்டு வெடித்த மூன்றாவது நாளில் நாகசாகி என்னும் மற்றொரு ஜப்பானிய நகரத்தின் மீது போடப்பட்டது. இதில் இறந்தவர்களின் எண்ணிக்கை 2 லட்சத்து 26 ஆயிரம் பேர். நாகசாகியின் மீது வீசப்பட்ட குண்டின் பெயர் பேட் மேன்.

இதன்பின்னர் தொடர்ந்து பல ஆண்டுகள் குண்டு வெடிப்பு பற்றி பல்வேறு ஆய்வுகள் நடத்தப்பட்டன. இதில் ஓர் ஆய்வு, அமெரிக்க நிறுவனம் ஒன்றால் நடத்தப்பட்டது. இவர்கள் வெளியிட்ட அறிக்கையில் இன்றையக் கணக்கில் 12 கிலோ மீட்டர் பரப்பளவில் எந்த கட்டிடங்களும் இல்லை. புல்பூண்டுகள் இருந்ததற்கான அடையாளம் கூட இல்லை. அங்கு இருந்த அனைத்தும், கொடிய அணு வெப்பத்தைத் தாங்கமுடியாமல் உருகி, காற்றில் கரைந்து புகை மண்டலமாகிவிட்டன என்று இந்த ஆய்வு கூறுகிறது.

அமெரிக்கா அணுகுண்டு வீசியதைப் பற்றி பல்வேறு சர்ச்சைகள் எழுந்தன. இதன் பின்னர் வெளிவந்த உண்மைகள்

அதிர்ச்சி தரத்தக்கதாக இருந்தன. மானுடத்திற்கு இதைவிடவும் செய்யும் துரோகம், வேறு முடியுமா? ஆதிக்க லாப வேட்டைக் கொள்ளையர்கள் எதையும் செய்யக்கூடியவர்கள் என்பதற்கு இதைத்தவிர வேறு ஆதாரம் தேவையில்லை.

அணுக்கதிர் வீச்சு மிகவும் அபாயகரமானது. மண், காற்று, தாவரங்கள், இயற்கை சூழலின் உயிர் சங்கிலி என்று அனைத்திலும், கதிர் வீச்சு பதுங்கி நின்று, உயிரினங்களுக்கு தீங்கிழைக்க பல ஆண்டுகள் காத்திருக்கிறது.

இதில் முக்கியமானது, பரம்பரை பரம்பரையாகத் தொடரும் மரபணுக்களையும் இது கடுமையாக பாதித்து விடுகிறது. இதன் பின்னர் தலை சிறுத்து மூளை வளர்ச்சிக் குன்றிக் குழந்தைகள் இந்த பகுதிகளில் மிகவும் அதிகமாகப் பிறந்துள்ளதை ஆய்வாளர்கள் கண்டறிந்தனர். கதிர் வீச்சு ஏற்படுத்திய மற்றொரு மோசமான விளைவு, பல வகையான புற்று நோய்களை உருவாக்கியதுதான்.

டெல்லியில் விவசாயிகளின் போராட்டத்தில் ஈடுபட்ட எனக்கு, எல்லைப் பிரச்சனைகளை ஒட்டி இந்தியாவிற்கு ஏன் அணுகுண்டின் மீது ஆசை வந்தது என்பதை யோசித்துப் பார்க்க வேண்டிய அவசியம் ஏற்பட்டது. இரண்டாம் உலகப் பெரும் போரின் அழிவை, உலக அரசியல் தலைவர்களால் சகித்துக்கொள்ள முடியவில்லை. உலகை சமாதான வழியில் அழைத்து செல்ல ஐக்கிய நாடுகள் சபை பெரும் முயற்சி எடுத்தது. உலக மக்கள் அனைவரும் ஒன்றுகூடி அணு ஆயுதம் வேண்டாம் என்ற குரலை எழுப்பத் தொடங்கினர். இதில் இந்தியாவின் பஞ்சசீலக் கொள்கை முக்கியமானதாக உணரப்பட்டது.

சுதந்திரம் பெற்ற பின்னர், அணு ஆயுதம் தேவையில்லை என்று உறுதி கொண்டிருந்த நாடுகளில் இந்தியாவும் ஒன்று. ஒரு கட்டத்தில் இதற்கு அணு ஆயதங்களை தயாரிப்பதில் ஆசை வந்துவிட்டது..

இந்தியாவைக் காரணம் காட்டி, பாகிஸ்தானும் பாகிஸ்தானைக் காரணம் காட்டி இந்தியாவும், அணுகுண்டு வெடிப்பு சோதனைகளை நடத்தின. உண்மையாக அணு ஆயுதம் யாருக்கானது?

பாகிஸ்தான் எல்லையோரங்களிலும், இந்தியாவின் எல்லையோரங்களிலும் வாழும் எளிய மக்களின் பாதுகாப்புக்கு அணு ஆயுதங்கள் தேவையில்லை. பின் ஏன் எல்லைக்கு அணு ஆயுத பாதுகாப்பு? அணு ஆயுதம் ஒரு வியாபாரம். இந்த

வியாபாரம் இல்லை என்றால் கார்ப்பரேட் நிறுவனங்களின் உயிர் நின்றுவிடும். உள்ளே நுழைந்து தேடிப் பார்த்தால், ராணுவக் கருவிகளை தயாரித்து விற்பனை செய்யும் கூட்டமைப்பின் விருப்பத்தைத்தான் இன்றைய உலகம் நிறைவேற்றிக் கொண்டிருக்கிறது.

போராட்டக்களம் இதையொட்டி மேலும் மேலும் என்னை யோசிக்க வைக்கிறது. அதிகாலை தொடங்கி நள்ளிரவுவரை இடைவிடாத முழக்கங்கள் என் காதுகளில் எதிரொலித்துக் கொண்டேயிருக்கிறது. அந்த முழக்கங்களில் எத்தனையோ உணர்ச்சிக் கொந்தளிப்பு. எது தேசபக்தி என்பதற்கு சரியான பார்வையை விவசாயிகளின் போராட்டம் முழக்கங்களாக வெளிப்படுத்துகிறது. மண்ணையும் மக்களையும் பாதுகாத்து, விவசாயிகளுக்கு எதிரான தேசவிரோதச் சட்டத்தை ரத்து செய்ய வேண்டும் என்ற உண்மையான தேசபக்தி முழக்கங்களாக அவை எனக்குக் கேட்கின்றன.

ஆனால் தேசபக்தி, அணுவைச் சுமந்து, கண்டம் விட்டு கண்டம் பாயும் ஏவுகணைகள், மின்னல் வேகத்தில் பறந்து செல்லும் போர் விமானங்கள் ஆகியவற்றில் இருப்பதாக ஆட்சியாளர்கள் கூறுகிறார்கள். அடிப்படையில் இந்திய தேசபக்தி உலக ஆயுத வியாபாரிகளுடன் இணைந்து செயல்படுகிறது. தேசபக்தி ஒரு வெட்கக்கேடான ஆயுத வியாபாரமாகிவிட்டது. ஊடகங்களில் இன்று வலியுறுத்தப்படும் தேசபக்தியில் உலக ஆயுத வியாபாரிகள் தலை மறைத்து வாழுகிறார்கள்.

இன்றைய இந்தியா முன்வைக்கும் தேசபக்தி உலக ஆயுத வியாபாரிகளின் நலனைப் பாதுகாக்கும் தேசபக்திதான். இதற்கும் உண்மையான தேசபக்திக்கும் சம்மந்தம் இல்லை. ஆனால் உண்மையான தேசபக்தி விவசாயிகளின் போராட்டக் களத்தில் தீவிரம் கொண்டு இயங்குகிறது.

30

எது தேச பக்தி?

உண்மையான தேசபக்தி விவசாயத்தையும் பிற தொழில்களையும் நேசிப்பதில் இருக்கிறது என்பதாக போராட்டக் களம் நமக்குப் பாடம் கற்பிக்கிறது.

ஒரு நாட்டின் தேசபக்தி என்பது மனித உழைப்போடு ஆழமான தொடர்புகொண்டது. வியாபாரத்தோடு தொடர்பு கொண்டதல்ல. இதை இன்னமும் ஆழமாக ஆராய்ந்து பார்த்தால், மக்கள் உழைப்பையும் இயற்கை வளத்தையும் சுரண்டும் கூட்டம் மக்களை பயமுறுத்தி அவர்களை நிரந்தர அடிமைகளாக வைத்திருக்க ஆயுதங்களை அச்சுறுத்தும் கருவிகளாகப் பயன்படுத்தி வருகிறார்கள். தேசபக்தியை போராட்டக் களத்தில் மக்கள் எவ்வாறு புரிந்து கொள்கிறார்கள் என்பதற்கு எனக்கு ஒரு அனுபவம் கிடைத்தது.

ஒருமுறை நடுத்தர வயதுக்காரர் ஒருவரைச் சந்தித்தேன். அவர் ராணுவத்தில் அதிகாரியாக செயல்பட்டவர். மிகுந்த நிதானமும் ஆழமும் கொண்டவர். ராணுவம் பற்றியும் போராட்டக் களம் பற்றியும் கூடுதல் தகவல்கள் அவரிடம் இருந்தது. பஞ்சாப் மக்களில் ஓய்வுபெற்ற ராணுவத்தினர் அதிக

எண்ணிக்கையில் இருப்பது உங்களுக்குத் தெரியுமா என்று அவர் என்னிடம் பேச ஆரம்பித்தார் இதைப்போல அரியானாவிலும் மேற்கு உத்திரபிரதேசத்தில் ஜாட் இனத்தைச் சார்ந்த ஓய்வு பெற்ற ராணுவத்தினரும் இருக்கிறார்கள். இவர்கள் கணிசமான அளவில் விவசாயிகளின் போராட்டக் களத்தில் இருக்கிறார்கள் என்றார்.

'ஜெய் கிசான் ஜெய் சவான்' என்ற சொல் அவர் வாயிலிருந்து வெளிப்படுகிறது. இந்த முழக்கத்தை முன்வைத்தவர் லால்பகதூர் சாஸ்திரி அவர்கள். அவர் பிரதம மந்திரியாக இருந்தபோது, இந்த முழக்கம் புகழ் வாய்ந்த முழக்கம். மேலும் அந்த ஓய்வுபெற்ற ராணுவ வீரர் சொன்னார். "எங்கள் நிலங்கள் பறிபோகிறது. எங்கள் விவசாயம் அழிகிறது. இதை பாதுகாப்பதுதான் எங்கள் தேசபக்தி" என்றார்.

இவரிடம் நடத்திய உரையாடலில்தான் நான் சில உண்மைகளைப் புரிந்துகொண்டேன். போராட்டக் களத்திற்கு நான் சென்றபோது எனக்கு நெருக்கடி தந்தது கழிப்பிட பிரச்சனைதான். ஒரு பெட்ரோல் பங்கில் எனக்கான கழிப்பிட வசதி கிடைத்தது காலை 4 மணிக்கெல்லாம் வரிசையில் நின்றுவிடுவேன். அரைமணி நேரத்திற்கு மேல் வரிசையில் நிற்கவேண்டும். சில தருணங்களில் ஒருமணி நேரம் கூட ஆகிவிடும். இந்த நெருக்கடி கொஞ்சம் கொஞ்சமாக குறையத் தொடங்கியது. ஆங்காங்கே சிறு கழிப்பறைகள் அமைக்கப்பட்டன. அவை எல்லாம் தற்காலிக கழிப்பறைகள் என்றபோதிலும் ஒவ்வொன்றும் ஒருவிதத்தில் இருந்தது. கழிப்பறைகளும் ஒரே மாதிரியாக இல்லை. எந்த இடம் எப்படி இருக்கிறதோ அதற்கு ஏற்றவாறும், எந்த பொருள் எங்கு கிடைக்கிறதோ அதை வைத்தும் அவர்கள் கட்டுமானப் பணிகளைச் செய்துவிடுகிறார்கள். இதை கூர்ந்து யோசிக்கும்போதுதான் எனக்குப் புரிந்தது. இவை எல்லாவற்றையும் ராணுவத்திலிருந்து ஓய்வு பெற்றவர்களில் பொறியியல் பிரிவில் பணியாற்றியவர்கள் கட்டியவை என்று. அன்று துப்பாக்கி ஏந்தி களத்தில் நின்ற ராணுவ வீரர்களுக்கு போராட்டக் களம் உண்மையான தேசபக்தி எது என்பதை கற்பித்திருப்பதை மீண்டும் மீண்டும் நினைத்துப் பார்க்கிறேன். போராட்டக் களம் உண்மையான உழைக்கும் மக்களுக்கான தேசபக்தியை உருவாக்கிக் கொண்டிருக்கிறது. இதைத் தவிர வேறொரு பிரச்சனையும் எனக்கு முக்கியமானதாகத் தெரிகிறது.

அறிவார்ந்த பத்திரிக்கையாளர்கள் பலரை போராட்ட

களத்தில் பார்க்க முடிகிறது இதில் சிலர் செய்தி பத்திரிக்கைளிலிருந்து ஓய்வு பெற்றவர்கள். அவர்களிடம் இந்திய விவசாய நிதி ஒதுக்கீடு குறைத்தும் ராணுவ நிதி ஒதுக்கீடு குறித்தும் பவ்வேறு விவாதங்கள் நடைபெற்றுக் கொண்டிருக்கின்றன. அந்தப் பத்திரிகையாளரில் ஒருவர் கேட்ட கேள்வி என்னை அதிர வைத்தது. ஒற்றை வரியில் அவரது கேள்வி அமைந்திருந்தது. ‘‘இந்தியாவின் உண்மையான வளர்ச்சிக்கு தேவையானது விவசாயம் மற்றும் தொழில் வளர்ச்சியா? அல்லது ராணுவ வளர்ச்சியா?” என்ற கேள்வியை எழுப்பினார்? இறுதியாக அவர் “ராணுவ வளர்ச்சி இந்தியாவின் வளர்ச்சியாகிவிடுமா?” என்றார்.

அவர் சொல்வது உண்மைதான். உண்மையான வளர்ச்சியை ஆராய வேண்டுமென்றால்... ஒரு அரசாங்கம், எந்த துறைக்கு எவ்வளவு தொகையை ஒதுக்கியிருக்கிறது என்பதை ஆராய்ந்து பார்க்கவேண்டும். இன்றைய வளர்ச்சிக்கு அடிப்படையானது விவசாயம், தொழில் வளர்ச்சி, கல்வி, மருத்துவம் ஆகியவை.

இந்தத் துறைகளுக்கு ஒன்றிய அரசு எவ்வளவு தொகையை ஒதுக்கியிருக்கிறது? பட்ஜெட் தொகையின் பெரும்பகுதியை ராணுவம் விழுங்கி ஏப்பம் விட்டுவிடுகிறது என்பதுதான் உண்மை. இதைத்தான் 'ராணுவ வளர்ச்சி நாட்டின் வளர்ச்சியாகி விடுமா?' என்ற கேள்வியின் மூலம் பத்திரிக்கையாளர் கேட்டிருந்தார். இதில் உண்மையை மறைத்து, இந்திய மக்களை ஏமாற்ற இந்திய ஆட்சியாளர்களுக்கு ஒரு வசதியான காரணம் கிடைத்துவிட்டது. இதுதான் இன்றைய சிக்கல். அதுதான் இந்தியா-பாகிஸ்தான் மோதல்.

இந்தியாவிலிருந்து பிரிந்து சென்ற பாகிஸ்தானின் இன்றைய மக்கள் தொகை சுமார் 22 கோடி. இது இந்திய மக்கள் தொகையில் ஆறில் ஒரு பகுதி. ஆனால் இதன் ராணுவ பலம் நம்மைத் திடுக்கிட வைக்கிறது. உலகில் ராணுவ பலத்தில் ஐந்தாவது இடத்தில் இருக்கிறது.

அமெரிக்கா கடந்த காலங்களில் தொடங்கிய பல யுத்தங்களில் பாகிஸ்தான் ராணுவம் முழுமையாகப் பங்கெடுத்துள்ளது. ஈராக்குக்கு எதிராக அமெரிக்கா தொடுத்த வளைகுடா யுத்தத்தில் பெரும் எண்ணிக்கையில் பாகிஸ்தான் ராணுவம் பங்கெடுத்தது. இதைப்போல சோமாலியா யுத்தத்திலும், போஸ்னியா மோதல்களிலும் இது பங்கேற்றது.

பாகிஸ்தானின் இந்த ராணுவ வலிமையைக் காரணம் காட்டி தனது வலிமையைப் பெருக்கிக் கொள்வது இந்தியாவிற்கு எளிதாகிவிட்டது. பாகிஸ்தான் ராணுவ வலிமையில் ஐந்தாவது இடத்தில் இருக்கிறது என்றால், இந்தியா ராணுவ உலகில் நான்காவது இடத்தில் இருக்கிறது. போட்டி போட்டுக்கொண்டு இரண்டு நாடுகளும் அணு ஆயுதங்களையும் ராணுவக் கருவிகளையும் பெருக்கிக் கொண்டிருக்கின்றன.

இதனால் கடந்த முப்பது ஆண்டுகளில் இந்திய ராணுவ பட்ஜெட்டில் 259 சதவீத தொகை கூடுதலாக்கியுள்ளது. ராணுவ வலிமையில் அமெரிக்கா, சீனா, ரஷியா, ஆகிய மூன்று நாடுகளுக்கும் அடுத்த இடத்தில் இந்தியா இருக்கிறது. இந்த காலத்தில் பொருளாதார மந்தம் காரணமாக உலகில் பல நாடுகள் தங்கள் ராணுவ பட்ஜெட் தொகையை பெரிய அளவில் குறைத்திருக்கின்றன என்பதையும் நாம் கணக்கில் கொள்ள வேண்டும்.

போராட்டக் களத்தில் நான் சந்தித்த பத்திரிக்கையாளர் மட்டுமல்ல, டெல்லியைச் சுற்றி சிங்கு, காஜ்ஜிபூர், டிக்கிரி ஆகிய

இடங்களில் எழுப்பியுள்ள முக்கியமான கேள்வியும் இதுதான். இந்தியாவும் பாகிஸ்தானும் ராணுவத்திற்காக இவ்வளவு கூடுதலான செலவை ஏன் செய்ய வேண்டும் என்று கேட்கிறார்கள். ராணுவச் செலவை கூடுதலாக்கும் பிரச்சினையை ஆழமாக யோசித்து, அதற்கு அரசு சொல்லும் காரணங்கள் மர்மக்குகை போன்று தெரிகிறது. இதைத் தான் தேசபக்தி என்கிறார்கள்.

'கார்ப்பரேட்டுக்கு செய்யும் சேவையா? அல்லது தேசபக்தியா?' டெல்லி விவசாயிகளின் போராட்டம் இதைத்தான் கேட்கிறது. கார்ப்பரேட்டுகளை தேசவிரோதிகள் என்று அது அறிவித்துள்ளது. உலகமயப் பின்னணியில் மக்கள் வீறுகொண்டு நடத்தும் போராட்டங்கள் அனைத்தும் கார்ப்பரேட்டுகளுக்கு எதிரான போராட்டமாகவே இருக்கிறது.

போராட்டக் களத்தில் முதல்முறையாக பங்கேற்கும் புதியவர்களிடம் பேசிப் பார்க்கிறேன். போராட்டம்,

அவர்களுக்கு அரசியல் ஞானத்தைக் கண்டடையும் இடமாக அமைந்து விடுகிறது. பல்வேறு சிந்தனைகளை கொண்ட இளைஞர்களைப் பார்க்கிறேன். போராட்டக் களம் அவர்களை செதுக்கி சிற்பமாக மாற்றியிருப்பது பளிச்சென்று தெரிகிறது.

நீண்ட அரசியல் வாழ்க்கையில், இந்தப் போராட்டம் தந்த அனுபவம் முற்றிலும் வித்தியாசமானதாக எனக்கு இருக்கிறது. ஏழ்மையை அகற்றி இந்திய மக்களிடம் சமத்துவத்தை உருவாக்கும் செயல்பாடுகள் குறித்த கொள்கைகளில் வளர்க்கப்பட்டவன். கொள்கைகள் இருந்தால் மட்டும் போதாது. காலம் தோறும் அதற்கான விளக்கத்தைப் பெற்று புதுப்பித்துக் கொள்ள வேண்டும். அதற்கான அனுபவம் இங்கு கிடைக்கிறது.

கார்ப்பரேட்டும் கொரானாவும் ஒரே பாதையில் பயணம் செய்பவை. கொரானாவை அழிக்க முயற்சி செய்தால் வேறு உருவத்தை அமைத்துக் கொள்ளும். கார்ப்பரேட்டும் அப்படித்தான். இன்று அது தேசபக்தி போர்வையில் ஒளிந்திருக்கிறது. அதன் முகத்திரையை எவ்வாறு கிழிப்பது என்பதை அங்குள்ள அறிவாளிகளும் இளைஞர்களும் கூடிக்கூடி பேசி ஆராய்ந்து கொண்டிருக்கிறார்கள். அதற்கான புதிய கருதுகோள்கள் அவர்களால் உருவாக்கப்படுகிறது. களமெங்கும் கார்ப்பரேட் எதிர்ப்பு நாளுக்கு நாள் தீவிரமடைகிறது. போராட்டம், நாட்கள், மாதங்கள் என்று ஓராண்டை நோக்கி நகர நகர அவர்களிடம் புதுப் புது யுக்திகள் உருவாகிக் கொண்டிருக்கின்றன. களத்தில் புயலின் வேகத்துடன் உருவாகும் ஒவ்வொரு முன்னெடுப்புகளும், புதிய நம்பிக்கைகளைக் கொடுத்துக்கொண்டே இருக்கிறது.

இந்தியா -பாகிஸ்தான் மோதல் அல்லது இந்து, முஸ்லீம், பிரச்சனை என்று எதை எடுத்துக்கொண்டாலும், அதன் திரைமறைவில் சூழ்ச்சி திட்டங்களுடன் ராணுவ கருவிகளை விற்பனை செய்யும் கார்ப்பரேட் நிறுவனங்கள் பதுங்கியிருப்பதை இன்றைய இளைஞர்கள் கண்டு பிடித்து விடுகிறார்கள். சூழ்ச்சிகளை சரியாகப் புரிந்துகொள்ளும் ஒரு தலைமுறை போராட்டத்தில் உருவாகிக்கொண்டிருப்பது எதிர்கால இந்தியாவிற்கு நம்பிக்கை தருகிறது.

நேர்மையும் அர்ப்பணிப்பும் தோற்றுப் போகவில்லை என்பதில் மனம் நிம்மதி கொள்கிறது.

31
அறிவோர் அவை

அன்று என் மனம் முழுவதிலும் மகிழ்ச்சி ததும்பி நிற்கிறது. நம்மை யாருமே அறிந்து கொள்ள முடியாத தொலைதூர பிரதேசம் ஒன்றில் திடீரென்று கிடைக்கும் அரிய மகிழ்ச்சி அது. ஒருவர் திடீரென்று, தோழர் என்று என் கைகளைப் பற்றிக் கொள்கிறார். திரும்பிப் பார்க்கிறேன். அசோகன், வேலூரை சேர்ந்தவர். பல ஆண்டுகள் பழகிய பழக்கம். அடையாளம் தெரியாத அளவில் குளிர் ஆடைகள் அவர் உடலை மறைத்திருக்கிறது. அரசு போக்குவரத்து கழகத்தில் பணியாற்றும் தொழிலாளி. ஒரு நாள் மட்டுமே போராட்டக் களத்தில் தங்கும் திட்டத்துடன் வந்துள்ளார். மூன்று நாட்கள் அவருக்கு விடுமுறை கிடைத்துள்ளது. அவர் தான் அந்த இடம் குறித்து கேட்டார்.

தமிழர்களின் தொன்மையான திணை சமூகம், அண்மைக் காலத்தில் என்னை கூடுதலாக வாசிக்க வைத்துவிட்டது. வெகு மக்களால் கட்டுப்படுத்தப்படும் அரசு அதிகாரம் என்பது, இன்றைய ஜனநாயகத்தில் முக்கியமாக உணரப்படுகிறது. இதைக் குடிமை சமூகம் என்று கூறலாம். குடிமக்களின் அதிகாரத்தில் செயல்படுவது குடிமை சமூகம். இந்த குடிமை சமூகத்திற்கும்

சி.மகேந்திரன்

திணை சமூகத்திற்கும் ஓர் ஆழமான தொடர்பு இருப்பதாக உணருகிறேன். கிரேக்க, ரோமபுரி சமூகங்களின் ஆரம்ப கால அடித்தள மக்கள், ஜனநாயகத்தை ஆய்வு செய்ததைப்போல தமிழில் செய்யப்படவில்லை என்ற வருத்தம் எனக்கு இருக்கிறது.

திணை சமூகத்தை, ஆதிமனிதப் பண்பாட்டிற்கு தமிழர் வழங்கிய கொடை என்று கூறமுடியும். தொல்காப்பியத்திலும் அதற்கு பிந்தைய சங்க இலக்கியங்களிலும் இதற்கான ஆதாரங்கள் இருக்கின்றன. ஆதித்தமிழர் இனக்குழு வாழ்வில் அறிவுப்பூர்வமான விவாதங்களின் மூலம், மனித இடைவெளிகள் குறைத்து, முரண்பாடுகளை களைந்து, மனித ஒற்றுமை உருவாக்க ஆன்றோர் அவையும், வேறு சில அவைகளும் பயன்படுத்தப்பட்டுள்ளன. இந்த அவைகளை ஜனநாயகத்தின் முக்கியமான பகுதியாக நான் கருதுகிறேன்.

டெல்லியைச் சுற்றிய போராட்டக் களத்தில் இதே சாயல்கொண்ட ஒரு அவையை நான் பார்த்தேன். இதைப் பார்த்தவுடன் என்னிடம் ஒரு வித்தியாசமான உணர்வு எழத்தொடங்கியது. அது ஒரு தொன்மத் தொடர்பு. ஆதி சமூகத்திடமிருந்த ஜனநாயகப் பண்புகள் என்னை கிளர்ச்சியடைய வைத்தன. அர்ப்பணிப்புடன் மாணவர்களுக்கு கல்வி கற்பிக்கும் அந்த பள்ளி ஒன்றில்தான் அந்தச் சொல் எனக்கு அறிமுகமானது. அந்த டெண்டில் அந்தச் சொல் ஆங்கிலத்திலும், இந்தியிலும் எழுதப்பட்டிருந்தது. இந்த சொல் பஞ்சாப் சொல். இதன் அர்த்தத்தை என்னால் புரிந்துகொள்ள இயலவில்லை. இதைப் பற்றி தான் அசோகன் என்னிடம் கேட்டார்.

பேராசியர் ந.முத்துமோகன், பல ஆண்டுகள் நான் அறிந்த எனது தோழர். தத்துவத்தில் ஆராய்ச்சிப் பட்டத்தை ரஷியாவில் நிறைவு செய்தவர். எனக்கு தத்துவம் குறித்த சந்தேகங்கள் ஏற்படும்போது, அவரிடம் உரையாடி தீர்த்துக்கொள்ளும் வழக்கத்தைக் கொண்டிருக்கிறேன். பஞ்சாப் வாழ்க்கை முறை பற்றியும், சீக்கிய மனிதநேயம் குறித்தும் ஆழமாகக் கற்றறிந்தவர். அதற்கு உரிய காரணங்களும் இருக்கின்றன.

மதுரை குருநானக் ஆய்வின் தலைமைப் பொறுப்பேற்று 25 ஆண்டுகள் பணியாற்றியவர், இதன்பின்னர் பஞ்சாப் பல்கலைக்கழகத்தின் உயராய்வு தத்துவப் பிரிவில் 5 ஆண்டுகள் பணியாற்றியவர். இதுபற்றி நிறைய நூல்களையும் எழுதியுள்ளார். அவரிடம் இது குறித்து பேசினேன். சாம்ஜி சத் என்னும்

சொல்லுக்கான விளக்கத்தை குறுஞ்செய்தியில் (Common Place in a Village Where People Use to sit) என்று அனுப்பியிருந்தார். மேலும் விளக்கத்தை செல்பேசியில் அவரிடம் கேட்டபோது, அடித்தள மக்களின் ஜனநாயகச் செயல்பாடு ஒன்று எனக்கு கிடைத்தது.

திணை சமூகத்தில் செயல்பட்ட ஆன்றோர் அவை, மற்ற அவைகளைப் போலவே பஞ்சாபிய சமூகத்திலும் மக்கள் சந்தித்து கருத்து ஒற்றுமையை உருவாக்கிக்கொள்ளும் அவைகள் செயல்பட்டு வருகின்றன. இவை பத்தாம் நூற்றாண்டுக்குப் பின்னர்தான் வலுப்பெற்றுள்ளது. இன்றுவரை, அது தனது வலுவை இழந்துவிடாமல் செயல்பட்டு வருவதாகக் கூறப்படுகிறது. பேராசிரியர் முத்துமோகன், ஐந்து என்ற எண் பஞ்சாப் மக்களிடம் புனித எண்ணாகக் கருதப்படுகிறது என்றார். அந்த எண்ணின் ஜனநாயகச் செயல்பாட்டை அவர் விவரித்தபோது, நான் வியந்துபோனேன். ஐவர் கூடி ஜனநாயக அடிப்படையில் கருத்தொற்றுமையை உருவாக்கி, அதைச் சமூகத்தின் வலிமைமிக்க செயலாக உருவாக்கிவிடுகிறார்கள் என்றார். தமிழ் நாட்டின் எண்பேராயம், ஐம்பெருக்குழு ஆகியவற்றை ஞாபகப்படுத்திக் கொண்டேன்.

என்னையறியாமல் இளமைக்கால வாழ்க்கைக்கு நான் இழுத்துச் செல்லப்படுகிறேன். விரிந்த ஆலமரம். எல்லா நேரத்திலும் பறவைகளின் ஒலிகள் கேட்டுக்கொண்டே இருக்கும். செருப்பணியாத கால்களில் ஆலமரத்தின் பழங்கள் மிதிபட்டு காலில் ஒட்டிக்கொள்ளும். அது ஒரு தனித்துவமான காட்சி. அதன் அருகில்தான் சாவடி அமைந்திருக்கும். அங்கு கிராம கூட்டங்கள் நடைபெறும்.

கிராமக் கூட்டங்களின்மீது, அந்தக் காலத்தில் எனக்குக் கடுமையான விமர்சனம் இருந்தது. சமூக விடுதலைக்கு அவை பெரும்தடை என்ற கருத்து வலுவாக இருந்தது. இதற்கு மாற்றாக கிராமப்புற பஞ்சாயத்து தேர்தல், வாக்குரிமை ஜனநாயகம் இவற்றின் மீது மிகுந்த நம்பிக்கைக் கொண்டிருந்தேன். ஆனால் இன்று கிராமப் பஞ்சாயத்து தேர்தலில் வேட்பாளர்கள் சட்டத்திற்கு புறம்பாகக் கொட்டப்படும் பணம் என்னை அருவருப்படைய வைத்துவிட்டது. முதலில் பணத்தை முதலீடுசெய்து, பின்னர் கொள்ளை லாபம் பெறும் தொழிலாக இதனை மாற்றிவிட்டார்கள். இது என்ன வாக்குரிமை

ஜனநாயகம்?

பிற்போக்குத்தனங்களையும் பழமையையும் நீக்கி, கீழ்மை நிறைந்த சாதியமனோபாவத்தை அகற்றி, மண்சார்ந்த ஜனநாயகத்தை நாம் ஆய்வு செய்யவேண்டும் என்று சிந்திக்கத் தொடங்கினேன். டெல்லி போராட்டக் களம் இது குறித்து என்னை யோசிக்க வைத்துவிட்டது.

சாம்ஜி சத் அவைக்கு அழைத்துச் செல்லப்படுகிறேன். அழைத்துச் சென்றவர்கள், டெல்லி பல்கலைக்கழக மாணவர்கள். சாம்ஜி சத் சபையைப் பற்றி அவர்கள் விளக்கிச் சொல்லிக்கொண்டிருக்கிறார்கள். இது கிராமமக்கள் சபை போன்றதாக நான் புரிந்துகொள்கிறேன். அதன் நடைமுறைகள் என்ன? பஞ்சாப் மக்களின் ஆதி ஜனநாயகம் எவ்வாறு இருந்தது, போன்ற பல்வேறு தகவல்களை அறிந்துகொள்ள ஆவல்

கொண்டிருக்கிறேன்.

சாம்ஜி சத் ஒரு பள்ளமான இடத்தில் அமைக்கப் பட்டிருக்கிறது. சிங்கு போராட்டக் களம், ஜம்மு காஷ்மீர் டெல்லி நெடுஞ்சாலை என்பதால், அதை ஒட்டிய பள்ளத்தில் இந்த டெண்டு அமைக்கப்பட்டிருந்தது. பார்ப்பதற்கு இது கொஞ்சம் வித்தியாசமாக இருந்தது. மேட்டிலிருந்து இந்த டெண்டை நான் பார்க்கிறேன். மேட்டிலிருந்த என்னை மிகுந்த எச்சரிக்கையோடு அழைத்துச் சென்றார்கள். இது மாலை 6 மணி என்றாலும் இருள்கவியத் தொடங்கிவிட்டது.

டெண்டு மிகுந்த ஒழுங்குடன் காணப்பட்டது. காலணிகளை வைப்பதற்கு ஒரு தனி இடம் ஒதுக்கப்பட்டிருந்தது. நெல் வைக்கோலா? கோதுமை வைக்கோலா என்று தெரியவில்லை. அதை அடியில் பரப்பி, குளிர் உடலை பாதிக்காத வகையில் விரிப்புகளை அதன்மேல் விரித்திருந்தார்கள். நூறுபேர் தாராளமாக அமர்ந்து கொள்ளும் விதத்தில் அந்தக் கூடாரம் அமைக்கப்பட்டிருந்தது.

கூட்டத்தில் குறைந்த எண்ணிக்கையில் குழந்தைகள் இருந்தனர். குழந்தைகள் வேடிக்கைப் பார்ப்பதற்கு பல படங்கள் வரையப்பட்டு அங்கு வைக்கப்பட்டிருக்கின்றன. இளைஞர்கள், முதியவர்கள் சம எண்ணிக்கையில் அமர்ந்திருப்பதாக எனக்குத் தோன்றியது. அவர்களின் கல்வி தகுதி பற்றி அறிந்துகொள்ள என்னுடன் வந்த நண்பர்களிடம் கேட்டேன். ஓய்வுபெற்ற பேராசிரியர்கள், உயர் அதிகாரிகள் கூட்டத்தில் இருப்பதாகச் சொன்னார். முன்னாள் ராணுவத்தினர் சிலர் இருப்பதாகவும் கூறினார். மாணவர்களும், படித்த பட்டதாரிகளும் கணிசமான எண்ணிக்கையில் இருப்பதாக உணர்ந்துகொண்டேன். இந்த கூட்டத்தின் மற்றொரு முக்கியமான சிறப்பு என்னவெனில், பெண்கள் பெரும் எண்ணிக்கையில் வந்திருந்தனர். போராட்டக் களத்தில் எல்லா இடங்களிலும் பெண்களை எங்களால் பார்க்க முடிந்தது.

அன்றையக் கூட்டத்திற்கு 60 பேர் வந்திருந்தார்கள். கூட்டத்தின் நடுவில் நிகழ்ச்சிகளை நெறிப்படுத்துவதற்கு என்று ஒருவர் அமர்ந்திருந்தார். அவர் கையில் ஒரு ஒலிபெருக்கி இருந்தது. மற்றவர்கள் பேசுவதற்கு மற்றும் ஒரு ஒலிபெருக்கி வைத்திருந்தார்கள். கூட்டத்தின் வழக்கப்படி எல்லோரும் பேசவேண்டும். கூட்டம் எதிலும் அவசரம் காட்டவில்லை. ஒவ்வொருவர் பேசுவதையும் எல்லோரும் கவனமாகப்

பார்க்கிறார்கள். தேவை கருதி கூட்டத்தில் உள்ளவர்கள் வெளியே செல்கிறார்கள். இவ்வாறு செல்வதற்கு அங்கு எந்தத் தடையும் இல்லை. எல்லோரும் பஞ்சாப் மொழியில் பேசினார்கள். நல்ல கருத்துகளுக்கு கைதட்டி மகிழ்ச்சியை வெளிப்படுத்திக் கொள்ளும் முறையும் இங்கு இருக்கிறது.

என்முறை வந்தது. நானும் பேசினேன். நான் பேசியதை பஞ்சாப் மொழியில் ஒருவர் மொழிபெயர்த்துக் கூறிக்கொண்டிருந்தார். தொலை தூரத்தில் உள்ள ஒரு பாரம்பரியமிக்க ஜனநாயகத்தில் சந்தித்ததைப் போன்ற மகிழ்ச்சி எனக்கு. அருகில் அமர்ந்திருக்கும் ஒருவர் என்னை நேசத்தோடு பார்க்கிறார். அவருக்கு எனக்குமான நட்பு அதன் பின்னர் ஆழமாகிறது. அவர் என்னை வேறொரு உலகத்திற்கு அழைத்துச் செல்கிறார்.

அவர் போராட்டக்களத்திற்கு வந்துசேர்ந்த பயணம் ஒரு வித்தியாசமான பயணம்.

32

அதிசய உலகு

போராட்டக் களம் என்னைப் பொறுத்தவரை ஒரு வாழ்க்கை முறையாகத் தெரிகிறது. இத்தகைய அனுபவத்தை வேறு யாராலும் எங்கும் பெற்றுக்கொள்ள முடியாது எல்லாம் புதுமையாக இருக்கிறது. பஞ்சாப் மக்கள் டெல்லியைச் சுற்றிய போராட்டக் களத்திற்கு, தங்கள் பூர்வீகப் பண்பாட்டு வாழ்க்கையை அப்படியே பெயர்த்து, அடியோடு எடுத்து வந்திருந்தார்கள். நான் வளர்ந்தப் பின்னணியில் இவை ஒவ்வொன்றும் எனக்கு விநோதமாகத் தெரிகிறது. அதில் ஒன்று என்னை தனி உலகத்திற்கு அழைத்து செல்கிறது.

குதிரைகளையும் குதிரை வீரர்களையும் எல்லா இடங்களிலும் பார்க்கிறேன். போராட்டக்களத்தின் சில இடங்களில் குதிரைக் கொட்டில்கள் அமைக்கப்பட்டுள்ளன. அதில் வாட்டசாட்டமான குதிரைகள் தங்கள் ஓரக்கண்ணால் வந்து போகிறவர்களைப் பார்த்துக் கொண்டிருக்கிறது. இதற்கு முன்னர் நான் குதிரை பராமரிப்புகளைப் பார்த்ததில்லை. ஒவ்வொரு குதிரைக்கும் ஒரு நிறம். சிலவற்றில் அதன் நிறத்திற்கு ஏற்றவாறு வெள்ளை நிறத்திலும் கறுப்பு நிறத்திலும் புள்ளிகள்.

கடமை உணர்வோடு ஒருவர் குதிரையின் உடலைக் கழுவி, சுத்தம் செய்து, அதன் உடலை தடவிக் கொடுத்துக்கொண்டிருக்கிறார். அவரது விரல்கள் குழந்தையை கொஞ்சுவதைப்போல குதிரையோடு கொஞ்சி விளையாடிக்கொண்டிருக்கிறது. அவரோடு பேச முயற்சிக்கிறேன், அவர் பேச மறுக்கிறார். போட்டோ எடுக்க முயற்சிக்கிறேன் முகத்தைக் காட்ட மறுக்கிறார். அவர் அகந்தையின் காரணமாக அவ்வாறு செய்யவில்லை என்பதை நான் உணருகிறேன்.

போராட்டக் களத்தில் சிலர் படம் எடுப்பதையோ அவர்களை பாராட்டிப் பேசுவதையோ விரும்புவதில்லை. அவர்கள் போராட்டத்தில் தொண்டர் படையை சார்ந்தவர்கள். குதிரைகள் மீது அமர்ந்து பல வீர சாகசங்களை செய்பவர்களாக பார்த்திருக்கிறேன். இவர்கள் பெரும்பாலும் நீலநிறத்தில் ஆடை அணிந்திருக்கிறார்கள். அவர்களை நியாங் சிக் என்கிறார்கள். நியாங்சிக் சீக்கியர்களில் ஒரு அர்ப்பணிப்பு மிக்க பிரிவினர். இவர்கள் நீண்ட வாள் வைத்திருக்கிறார்கள். மற்றவர்கள் அவ்வாறு வைத்திருப்பதில்லை.

குதிரை பராமரிப்பு போலவே ஒட்டகங்களையும் பார்க்கிறேன். மாட்டுவண்டி கட்டி பயணம் செய்வதைப் போல ஒட்டகங்களில் குடும்பம் குடும்பமாக பாலைவனத்தில் பயணம்

செய்வதை நான் கேள்விப்பட்டிருக்கிறேன். இங்கு கூடாரங்களுக்கிடையே, ஒட்டகங்களும் தலையை நீட்டிக்கொண்டு சுற்றித் திரிகின்றன. ஒட்டகங்களின் நடமாட்டம் போராட்டத்திற்கு புதிய அரசியல் அழகைத் தருகிறது. சாம்ஜி சத் போராட்டக் களத்தின் கிராம கூட்டத்தில் நான் சந்தித்தவர் ஒட்டகத்தில் பயணம் செய்து போராட்டக் களம் வந்திருக்கிறார். இவர் பேச்சு வாக்கில் தன் ஒட்டகத்தைப் பற்றிக் கூறினார். அந்த கணத்தில் பாலைவனப் பெருநிலத்தில் வரிசையாக நடந்துவரும் ஒட்டகங்கள் என் கண்ணுக்கு தெரிகின்றன.

அவர் என்னை தன்னுடைய தங்குமிடத்திற்கு அழைத்திருந்தார். இவ்வாறு மிக அருகில் நின்று ஒட்டகத்தை இதற்குமுன் நான் பார்த்தது இல்லை. ஒட்டகத்தின் ஒவ்வொரு உறுப்பும் ஒருவிதமாக இருக்கிறது. பாலைவனங்களில் ஒட்டகம் இல்லை என்றால் மக்களுக்கு வாழ்க்கை இல்லை. மக்களின் தேவைகள் அனைத்தையும் அங்கு தன் முதுகில் சுமந்து நிற்கின்றன ஒட்டகங்கள். மனிதருக்கு ஆதிகாலம் முதல் விலங்கினங்கள்

சி.மகேந்திரன்

எவ்வாறான உதவிகளை எல்லாம் செய்து வருகின்றன. அதில் ஒட்டகம் தனித்துவமானது.

எனது நண்பர் ஒட்டகத்தைப் பற்றி விபரங்களை எனக்கு தெரிக்கிறார். நாங்கள் ஒட்டகப்பால் குடித்து வளர்ந்தவர்கள் என்று ஆரம்பிக்கிறார். ஆச்சரியத்தோடு ஏற இறங்கப் பார்த்தேன். பேச்சு ஒட்டகப் பால் பற்றியே தொடங்கியது. ஒட்டகத்தைப் பார்த்தவுடனேயே இதன் பால் குடிக்கக்கூடியதாக இருக்குமா? என்ற எண்ணம்தான் நமக்கு வந்துவிடுகிறது. அவர் 'வைட்டமின் ஈ நிறைந்தது ஒட்டகப் பால்' என்றார். எங்கோ படித்தது நினைவுக்கு வருகிறது. பசும்பாலைவிட ஒட்டகப்பாலில் மூன்று மடங்கு வைட்டமின் ஈ அதிகம் உள்ளது. பாலைவன மக்களுக்கு இதைவிட சத்தான உணவு வேறு எதுவும் இல்லை என்றும், பத்து கறவைமாடுகள் கொடுக்கும் பாலை, ஒரு ஒட்டகம் கொடுக்கிறது என்றும், அனல் தகிக்கும் கோடையில்கூட, குறைந்தஅளவு நீரை குடித்துவிட்டு, தன் குட்டிகளுக்கும் பாலை கொடுத்துவிட்டு 15-லிருந்து 20 லிட்டர்வரை நமக்கும் பால் கொடுக்கக்கூடியவை என்றும் அவர் அடுக்கு அடுக்காக சொல்லிக்கொண்டே செல்கிறார்.

யானை பிரம்மாண்டமானது. அதற்கு அடுத்த பிரம்மாண்ட கால்நடைப் பட்டியலில் ஒட்டகமும் ஒன்று. அதன் உடல் எடை 250-லிருந்து 680 கிலோ வரை இருக்கும். உயரம் 7 முதல் 8 அடி வரை இருக்கும். ஒட்டகங்கள் சராசரியாக 30 ஆண்டுகள் முதல் 50 ஆண்டுகள் வரை உயிர் வாழக்கூடியவை. நான் ஒட்டகத்தின் கண்களைப் பார்க்கிறேன். அவை சுருங்கி சுருங்கி, விரிந்து எனக்கு விளையாட்டுக் காட்டிக்கொண்டிருக்கின்றன.

ஒட்டகம் பற்றி எனக்குத் தெரிந்த விபரங்களை அவரிடம் கூறிக்கொண்டிருக்கிறேன். 'நீங்கள் ஒட்டகம் இல்லாத பகுதியில் இருந்தாலும் அதைப்பற்றிய தகவல்களை ஓரளவிற்கு அறிந்திருக்கிறீர்கள்' என்றார். அவரது கண்கள் மேலும் கூர்மைபெற்று, மூளை எதையோ யோசிக்கிறது. நீரின்றி, உணவின்றி, பல மாதங்கள் வாழக்கூடிய அற்புத சக்தியை ஒட்டகங்கள் மட்டும்தான் பெற்றிருக்கின்றன, 'என்ன அதிஅற்புத சக்தி' என்று தனக்குள்ளே சொல்லிக் கொண்டார்.

பாலைவன மக்கள் ஒட்டகத்தை தியாகத்தின் திருவுருவம் என்று அழைத்துக்கொள்கிறார்கள். உண்மையில் இவை பாலைவனத்தின் நன்கொடை என்றால் அது மிகையானது அல்ல. கடும் குளிரையும் கொடிய வெப்பத்தையும் பாலைவனப்

பிரதேசங்கள் சந்திக்கின்றன. இந்த தட்பவெட்ப நிலைக்கு ஏற்ப பரிணாமம் பெற்ற உயிரினம்தான் ஒட்டகம்.

அவர் தனக்குள்ளேயே சிரித்துக்கொள்கிறார். அதன் அர்த்தம் தெரியாமல் நான் விழித்துக்கொண்டிருக்கிறேன். "நாங்களும் ஒட்டகங்களைப்போல் ஆகிவிட்டோம்" என்றார். 'ஆம்... உண்மைதான்' என்கிறது என் ஆழ்மனம். போராட்டக்கள குறுகியகால அனுபவத்தில் இவர்கள் ஒட்டகங்களைப் போலவே எதையும் தாங்கிக்கொள்ளும் உள்ளாற்றலைப் பெற்றவர்கள் என்பதை நான் உணருகிறேன்.

ஒவ்வொரு வாழ்க்கையிலும் எத்தனை அபூர்வங்கள் மறைந்து கிடக்கின்றன. நான் வியந்துபோனேன். ஒட்டகத்தின் உடலில் மிக முக்கிய பகுதியாக உள்ளது, முதுகிலுள்ள தசை புடைப்புப் பகுதி உள்ளது. இது ஒட்டகத்தின் திமில். தனக்குத் தேவையான உணவு மற்றும் தண்ணீரை அதன் தசைப்புடைப்பு பகுதியில் சேமித்துக்கொள்ளும். உணவும் தண்ணீரும் காலியாகிப்போனால் திமில் என்னும் இந்த தசைப்புடைப்பு, தன் வடிவத்தை இழந்து ஒரு பக்கமாகச் சாய்ந்து தொங்கும். அதை

சி.மகேந்திரன் **189**

உணர்ந்த ஒட்டகம், தனக்குத் தேவையான தண்ணீரையும் உணவையும் அதே நேரத்தில் தீவிரமாக சேமிக்க ஆரம்பித்துவிடுகிறது என்பதை உடற்கூறு விஞ்ஞானியைப்போல விளக்கமாகக் கூறத் தொடங்கிவிட்டார்.

மேலும் ஒட்டகத்தின் மேலதிக விபரங்களை அவர் விவரிக்கத் தொடங்கினார். ஒவ்வொன்றிலும் நான் அறியாத விபரங்கள் அதில் கூடுதலாகவே இருந்தன. ஒட்டகத்தின் உடலில் இருக்கும் திமில் சுமார் 45 கிலோ எடை தண்ணீரையும், உடலுக்கு தேவையான புரதத்தையும் சேமித்துக் கொள்ளும். நீர் அருந்தாமல் சில மாதங்கள் இருந்தாலும் மீண்டும் அருந்தும்போது ஒரே மூச்சில் 100 லிட்டர் தண்ணீரைக் குடிக்கும் இயல்பைக் கொண்டது ஒட்டகம். இதில் இரு திமில் கொண்ட ஒட்டகங்களும் இருக்கின்றன. இவை இரண்டு மடங்கு தண்ணீரும் உணவும் சேகரிக்கும் வலிமையைக் கொண்டவை. இந்த தகவல்களைத் தவிர அவர் கூறியதில் மற்றொரு தகவல் எனக்கு ரொம்பவும் புதிதாக இருந்தது. 'ஒட்டகத்திற்கு மூன்று வயிறு இருக்கிறது' என்றார்.

'உண்மையில் இப்படி இருக்குமா?' என்று நான் யோசித்தேன். மூன்று வயிறு இருப்பதை அவர் உறுதிப்படுத்தினார். 'முதல் வயிறு, மேய்ச்சலில் அவசர அவசரமாக கிடைத்த உணவைப் விழுங்கிவிட்டு, பின்னர் நேரம் கிடைக்கும்போது, அதை மீண்டும் தருவித்து அசை போடுவதற்கு முன் சேமித்து வைக்கும் இடம். இரண்டாவது வயிறு, உணவைச் செறிப்பதற்கான திரவப்பொருளை உற்பத்தி செய்யும் உறுப்பு. மூன்றாவது வயிறு, அசை போட்ட உணவை முழுமையாக இரசாயன மாற்றம் அடைய வைத்து ரத்ததில் கலக்க வைக்கும் இடம்' என்றார்.

இவர் கூறிய மற்றொரு தகவலை நான் புரிந்துகொள்ள முடியாமல் கொஞ்சம் சிரமப்பட்டேன். ஒட்டகத்தின் உடல் பற்றிய விபரங்கள் அவை. பொதுவாக வெளிப்புற வெப்பத்தின் அளவு கூடுதலாகும்போது மிருங்களின் உடலில் சிவப்பு அணுக்கள் வெடித்து இறந்துவிடும். ஆனால் ஒட்டகங்களுக்கு மட்டும் அவ்வாறு நிகழ்வதில்லை. இதற்கு ஒரு சிறப்பு ஏற்பாடு அதன் உடலில் அமைக்கப்பட்டுள்ளது. நீர் அருந்தியவுடன் ஒட்டகங்களின் இரைப்பையில் உள்ள அறைகளில் நீர் சேமிக்கப் படுகிறது. பின் அங்கிருந்து கடும் வெப்பக் காலத்தில், 240 சதவீதம் விரிந்து கொடுக்கும் தன்மையைக் கொண்ட, ஒட்டகங்களின் ரத்த சிவப்பணுக்கள், தங்களைப் பாதுகாத்துக்கொள்ள அந்த நீரை

உறிஞ்சிக் கொள்கின்றன. இதனால் இதன் சிவப்பு அணுக்கள் எந்த வெப்பத்தையும் தாங்கிக்கொள்ளும் வலிமை பெற்றுவிடுகின்றது.

வெப்பம், குளிர் ஆகியவற்றிலிருந்து தற்காத்துக்கொள்ள ஒட்டகத்திற்கு கிடைத்துள்ள பாதுகாப்பு கேடயம் அதன் சக்தி வாய்ந்த சிறுநீரகம். மனித உடலில் ரத்தத்திலிருந்து யூரியாவை பிரித்து வெளியேற்றுவது சிறுநீரகத்தின் முக்கியமான பணியாகும். யூரியா வெளியேறவில்லை என்றால் மனிதர் இறந்துவிடுகின்றனர். ஒட்டகத்தின் சிறுநீரகம், அதன் விசேஷ லிவர் மூலம் யூரியாவை மட்டும் இரத்தத்தில் இருந்து தனியே பிரித்து எடுத்து, அதை புரோட்டீனாகவும் தண்ணீராகவும் தன் தேவைக்கு ஏற்ப மாற்றிக்கொள்கிறது.

அன்று அவருடன் கூடுதல் நேரம் செலவழிக்க முடிவெடுத்தேன். புதிதாக அவரிடம் கிடைத்த தகவல்கள், புதிய அரசியல் குறித்த ஆர்வத்தை எனக்குள் உருவாக்கியது.

33

சல்லிக்கட்டுப் போராட்டம்

நெடிய சுதந்திரப் போராட்டத்தின் பல பக்கங்களை என் மனம் ஆழ்ந்து யோசிக்கத் தொடங்கியது. அசைக்க் முடியாதது என்று கருதப்பட்ட ஆங்கிலேயேரின் இரும்புக் கோட்டையை அசைத்துக் காட்டிய அந்த சுதந்திரப் போராட்டம், பெருங்கனவாய் என் மனதில் விரிந்து விரிந்து பல தூண்டல்களை தந்துகொண்டேயிருக்கிறது.

சுதந்திரம் பெற்ற நிகழ்வுகள், இந்திய வரலாற்றுப் பாடங்களில் முழுமையுடன் கூறப்படவில்லை. அதன் முக்கியமான பகுதிகள் மறைக்கப்பட்டுவிட்டன. வரலாற்றுப் பாடப் புத்தகங்களில் கூறப்படுவதைப் போல, சுதந்திரம் எளிதில் கிடைத்துவிடவில்லை என்பதை நாம் முதலில் உணர்ந்துகொள்ளல் வேண்டும்.. இதில் காந்தியடிகள் மட்டுமே இந்தியாவுக்குச் சுதந்திரம் வாங்கிக் கொடுத்தார் என்பது மிகவும் எளிமைப்படுத்தப்பட்ட ஒன்று. இதைத்தான் புரட்சிக் கவிஞர் பாரதிதாசன், ‘சுக்கா, மிளகா சுதந்திரம் அக்கா வாங்கித் தருவதற்கு?’ என்று கேட்டார்.

காந்தியடிகளுக்கும் இந்திய சுதந்திரத்திற்கும் ஆழமான

தொடர்பு உண்டு என்பதை யாராலும் மறுக்க முடியாது. அவரால் மட்டும் சுதந்திரத்தைப் பெற்றுவிட முடியும் என்று அவர் நினைக்கவில்லை. எங்கும் சொன்னதும் இல்லை. உண்மையில் காந்தியடிகள் காங்கிரஸ் கட்சியை ஒரு மக்கள் இயக்கமாக பார்த்தார். இதனால் காங்கிரஸ் கட்சியில் தீவிர இடதுசாரிகள் பலரும் பங்கேற்று செயல்பட முடிந்தது. வலதுசாரிகள் முழுமையாக பங்கேற்கவில்லை என்றாலும் அவர்களுக்கான இடமும் இருந்தது. இதில் இடதுசாரிகளின் பங்களிப்பு குறிப்பாக கம்யூனிஸ்டுகளின் பங்களிப்பு முக்கியமானது.

காந்தியடிகள் கம்யூனிஸ்டுகளோடு முரண்பட்டார் என்பது உண்மை. ஆனால் அவரால் அவர்களை புறக்கணிக்க முடியவில்லை. பகத்சிங் தொடங்கி, இந்திய விடுதலைப் போராட்டத்தில் ஒரு முக்கியமான பங்கை வகித்தனர் கம்யூனிஸ்டுகள். 1946-ஆம் ஆண்டில் மும்பையில் மாபெரும் கப்பற்படை எழுச்சி வெடித்து, சூரியன் அஸ்தமிக்காத பிரிட்டிஷ் சாம்ராஜ்யத்தின் யூனியன் ஜாக் கொடியை கீழே இறக்கியது. மாற்றாக காங்கிரஸ் கொடி, கம்யூனிஸ்டு கொடி, முஸ்லீம் லீக் கொடி அங்கே ஏற்றப்பட்டது. இதன் பின்னர் பல கோடி மக்கள் களம் இறங்கி இந்திய சுதந்திரத்தைப் பெற்றார்கள்.

மகத்துவம் பொருந்திய சுதந்திரப் போராட்டத்தோடு டெல்லியின் விவசாயப் போராட்டத்தை எனக்கு ஒப்பிட்டுப் பார்க்கத் தோன்றுகிறது. ஆரம்ப காலம் முதல் சுதந்திரம் பெறும் வரை நடைபெற்ற ஆட்சி மாற்றங்கள் அனைத்தும் மன்னர் நிகழ்த்திய போர்களின் முலம் நடைபெற்றவை. 1947ல்தான் மக்கள் எழுச்சி மூலமாக ஆட்சி மாற்றம் நிகழ்ந்தது. சுதந்திரம் பெற்ற பின்னர் இதில் சில விமர்சனங்கள் வந்தன என்பதும் மறுப்பதற்கில்லை.

சுதந்திரப் போராட்டம் போன்ற ஒருவிதமான மக்கள் எழுச்சி டெல்லி விவசாயிகள் போராட்டத்தில் தெரிகிறது. இந்தியாவிற்கு சுதந்திரம் வேண்டுமென்ற விடுதலை தீ எவ்வாறு இந்திய மக்கள் அனைவரையும் ஒருங்கிணைத்ததோ அதைப்போல, விவசாயிகள் போராட்டம் அனைத்து மக்களையும் ஒருங்கிணைத்துள்ளது. சுதந்திரப் போராட்டக் காலத்தில் சுதந்திரம் வேண்டும் என்பதில் அனைவரும் ஒன்றுபட்டு நிற்பதைப் போல, ஒன்றிய அரசின் விவசாய விரோதச் சட்டங்கள் அனைவரையும் ஒருங்கிணைத்துள்ளது. பல்வேறு கருத்துக்கள் கொள்கைகளைக் கொண்டவர்கள் ஒருங்கிணைத்த ஒரு புதிய

அரசியல், இதன்மூலம் உருவாவதை என்னால் அங்கு உணர்ந்துகொள்ள முடிந்தது.

உலகமயத்தைக் கார்ப்பரேட் உலகமயம் என்கிறோம். இதன் அரசியல் வித்தியாசமானது. எதிரி நம் கண்களுக்கு தெரியமாட்டார்கள். நாம் மட்டும் எதிரிகளின் கண்களுக்கு தெரிவோம். இது மிகவும் சிக்கலான பிரச்சினை என்றபோதிலும், இதை எதிர்கொள்ளும் போராட்ட முறைகளும் உலகின் பல இடங்களில் உருவாக்கப்பட்டன. உலகமய ஆட்சி தொடங்கியவுடன் புவிப்பரப்பில் வெடித்த போராட்டங்கள், உருவாக்கிய முன்னுதாரணங்கள் ஒவ்வொன்றாக நினைவுக்கு வருகின்றன.

ஒருநாள் ஒரு பொழுதில் சென்னை மெரினாவை அண்ணாந்து பார்த்தால்... அங்கு தை புரட்சி நடந்துகொண்டிருந்தது. 2017 சல்லிக்கட்டு தடைசெய்யப்பட்டது. இது தமிழர்களின் பாரம்பரிய பண்பாட்டு உரிமைப் பறிப்பு என்பதை உணர்ந்த மக்கள் கோபம்கொண்டு களம் இறங்கினார்கள். சென்னை மெரினா கடற்கரையில் போராட்டம் நடைபெற்ற நேரத்தில் அலங்காநல்லூர், மதுரை தமுக்கம் மைதானம், கோவை வ.உ.சி மைதானம், திண்டுக்கல், திருச்சி, சேலம், வேலூர், புதுச்சேரி என்று மாணவர்கள் போராட்டக்களம் அமைக்கத் தொடங்கிவிட்டார்கள்.

தமிழக வரலாற்றில் நடைபெற்ற போராட்டங்களிலேயே இது முற்றிலும் வேறுபட்டிருந்தது. இது ஒரு தன்னெழுச்சியான போராட்டம். எந்த அரசியல் கட்சியின் தலைமையிலும் போராட்டம் நடக்கவில்லை. ஏதாவது ஒரு ஒற்றைத் தலைமைதான் போராட்டத்தை நடத்துகிறதா என்றால் அதுவும் இல்லை. ஒருவிதமான கூட்டு செயல்பாடு. சமூக வலைத்தளங்கள் தீவிரத்துடன் செயல்பட்டன. பத்து லட்சத்திற்கும் மேற்பட்ட இளைஞர்கள் ஒரே இடத்தில் கூடி அமர்ந்தார்கள். அந்த இளைஞர்களிடம் காணப்பட்ட கட்டுப்பாடு எல்லோரையும் தலைநிமிர்ந்து, தமிழ்நாட்டை பார்க்க வைத்தது. போராட்டத்தில் புதிய தலைமுறை ஒன்று பெரும் எண்ணிக்கையில் பங்கேற்றனர்.

தமிழகத்தில் முதல் ஏழுநாட்கள் மக்கள் குடும்பம் குடும்பமாக வந்து பங்கேற்கும் போராட்டமாக நடந்தது. பெரும்பாலும் அறவழியில் நடந்துவந்த போராட்டங்கள், எட்டாவது நாளில் காவல்துறை, வன்முறையாளர்கள் புகுந்துவிட்டார்கள் என்று துப்பாக்கிகளோடு அணிவகுத்து தாக்குதல் நடத்தியது.

போராட்டம் ஒருவாறாக நிறைவுபெற்றாலும், உலகமய அரசியல் உருவாக்கித் தந்த புதிய அரசியல், டெல்லியில் நடைபெறும் போராட்டத்திற்கும், மெரினா போராட்டத்திற்கும் பல வேறுபாடுகள் இருந்தபோதிலும், இரண்டும் உலகமய நெருக்கடியால் வெடித்த இரண்டு போராட்டங்கள்.

துனுசியா நாட்டின், தெருவோர காய்கறி கடைக்காரர் முகமது பௌசீசி, அவர் ஒரு குற்றச்சாட்டைச் சொல்கிறார். மாநகராட்சி அலுவலர்கள் தொடர்ந்து லஞ்சம் கேட்டு தொந்தரவு செய்கிறார்கள் என்பது குற்றச்சாட்டு. அதற்காக மாவட்ட ஆட்சியரை சந்திக்கச் செல்கிறார். அங்கும் மோசமாக ஆளுநர் அலுவலக அதிகாரிகளால் நடத்தப்படுகிறார். விரக்தி, கோபம் அடைந்த பௌசீசி, தனக்குத்தானே நெருப்பிட்டு மாய்த்துக்கொள்கிறார்.

முதலில் அல்-ஜசீரா செய்தி நிறுவனம், முகமது பௌசீசி செய்தியை வெளி உலகத்திற்கு கொண்டு செல்கிறது. மற்ற ஊடகங்கள் அந்த மரணத்தை பற்றியும், அதற்கான காரணம் பற்றியும் செய்திகள் வெளியிட்டன. அனைத்துச் செய்தி ஊடகங்களும் தணிக்கைக்கு உள்ளாக்கப்பட்டன, சில ஊடகங்கள் தடை செய்யப்பட்டன. இதன்பின்னர், சமூக ஊடகங்கள் கோபம் கொண்டன. மக்களின் கருத்துரிமையைப் பாதுகாக்க தனது சிறகுகளை விரித்துப் பறக்கத் தொடங்கின. தேச எல்லைகளை கடந்து, போராட்ட புரட்சித் தீயை சுமந்து சென்றன.

மத்திய கிழக்கு நாடுகளின் பழைய மன்னர்களின் ஆட்சியும், ஜனநாயகம் என்ற பெயரில் சர்வாதிகாரமும் தலை விரித்தாடியது. ஆட்சியாளர்களை எதிர்த்து 'அரபு வசந்தம்' என்ற பெயரில் இளைஞர்களும், பொதுமக்களும் பல நாடுகளில் களம் இறங்கினார்கள் அரபிய வசந்தம் என்று அழைக்கப்பட்ட இதில் பல்வேறு மாற்றங்கள் நிகழ்ந்தன. ஆட்சி மாற்றங்கள் சில நாடுகளில் நிகழ்ந்தன. இதில் ஆராய்ந்து பார்க்கத்தக்க சில பின்னடைவுகள் இருந்த போதிலும், கார்ப்பரேட் அரசியலின் அரசியல் முன்னெடுப்புக்கு இதை மற்றொரு பரிசோதனை என்று கூறமுடியும். இதில் புரட்சிகர தொழிற்சங்கங்கள் அடிப்படையான பணிகளைச் செய்தன.

மற்றொரு எழுச்சி கார்ப்பரேட் உலகமயத்தின் தலைமையிடம் என்று அழைக்கப்பட்ட அமெரிக்காவில் மையம் கொண்டது. அந்தப் போராட்டம் அமெரிக்காவை மட்டுமல்ல உலகம் முழுமையையும் கதிகலங்க வைத்தது. 'வால்ஸ்ட்ரிட்' ஆக்கிரமிப்பு அல்லது 'வால்வீதி முற்றுகை' என்று புகழ்பெற்றது. உலகை கொல்லைப்புறத்திலிருந்து ஆளுகை புரியும் பங்குச் சந்தையை நோக்கி நேரடியான கேள்விகளைப் போராட்டம் எழுப்பியது. பணக்காரர்களுக்கும் ஏழைகளுக்குமான விரிந்துவரும் இடைவெளிக்கு இந்தப் பொருளாதார அமைப்புமுறைதான் காரணம் என்றது. இதுவும் கார்ப்பரேட் அரசியலின் மற்றொரு செயல்வடிவம்.

சுற்றி நடக்கும் அனுபவங்களிலிருந்து டெல்லி விவசாயிகளின் போராட்டம் தனக்கென புதிய அரசியல் செயல்வடிவம் ஒன்றை உருவாக்கிக்கொண்டது. அதை இன்றைய அரசியல்வாதிகளால் இன்னும் உணர்ந்துகொள்ள முடியவில்லை. ஆனால் வெகுமக்கள் அடையாளம் கண்டு டெல்லியை நோக்கி புறப்பட்டு வருகிறார்கள்.

இதில் பெண்களின் பங்கேற்பு திகைப்பை தருவதாக இருக்கிறது.

34

பொதுக் கூட்ட மேடைகள்

மூன்று முக்கிய போராட்டக் களங்களில் ஒன்றான டிக்கிரி எல்லைக்கு செல்ல வேண்டும் என்பது எனது அன்றைய திட்டம். வேறு சில நண்பர்களும் இந்த பயணத்தில் என்னுடன் வருவதாக கூறினார்கள். வாடகை காரில் செல்ல அவர்கள் விரும்பினார்கள். ‘ஓலா’வில் செல்லலாம் என்றார்கள் அதில் எனக்கு உடன்பாடு இல்லை. எனக்கு டெல்லி மெட்ரோவில் செல்ல விருப்பம். அதுவும் தனியாக செல்வதில் கூடுதல் விருப்பம். தனியாக சென்றால்தான் நம்மை சுற்றியிருக்கும் உலகத்தோடு ஆத்மார்த்தமான உரையாடல் ஒன்றை நிகழ்த்திக் கொண்டே செல்ல முடிகிறது. மனதுக்குள் நடக்கும் இந்த உரையாடல்தான் பயணங்களில் முக்கியமானது. அர்த்தமுள்ளவை..

டெல்லி மெட்ரோ இந்திய பிரமாண்டம். இது டெல்லியை சுற்றி அமைந்துள்ள ஸ்ட்டிலைட் நகரங்கள் அனைத்தையும் இணைத்து விடுகிறது. அந்த நகரங்கள் டெல்லியை விரிவுபடுத்தி அதன் நெருக்கடியைக் குறைக்கிறது. பத்து நிறங்களில் வழித்தடங்கள் அமைக்கப்பட்டுள்ளன. ஒரு மெட்ரோ நிலையத்தில் நுழைந்தால் அதன் பிரமாண்டம் ஆரம்பத்தில்

நம்மை பயமுறுத்தத்தான் செய்கிறது. அதோடு நேசம் கொண்டு பழகத் தொடங்கிவிட்டால் எல்லாம் எளிதாகவும் விரைவாகவும் அமைந்து விடுகிறது. மெட்ரோவில் எத்தனை விதமான மனிதர்கள். அவர்களிடம் எத்தனைவிதமான அவசரங்கள். பத்து நிறமுள்ள வழித்தடங்களிலும் மாறி மாறி ஏறிச்செல்ல முடியும்.

மொத்தம் 253 ரயில் நிலையங்கள் டெல்லி மெட்ரோ எல்லைக்குள் அமைந்திருக்கின்றன. காலை 5 மணி முதல் இரவு 11:30 வரை மொத்தம் 2700 தடவைகள் தலைநகரை சுற்றிச் சுற்றி வந்துகொண்டேயிருக்கின்றன. உயரத்தில் செல்வதும் பின்னர் பாதள இருள் பகுதிக்குள் கீழிறங்குவதுமான மெட்ரோவின் சாகசங்கள் நம்மை குழந்தைகளின் குதூகல உலகத்திற்கு அழைத்துச் சென்றுவிடுகிறது. இதில் எனக்கொரு வேதனை அடிக்கடி வந்து விடுகிறது. மெட்ரோவில் பயணம் செய்பவர்களில் பெரும்பான்மையானவர்களுக்குப் பரபரப்பைத் தவிர வேறு எதுவுமே மிஞ்சுவதில்லை. குழந்தைகளின் இந்த குதூகல உலகத்திற்குள் அவர்கள் செல்வதே இல்லை. அது ஒவ்வொரு மனிதருக்கும் தனிப்பட்ட இழப்பாக கருதுகிறேன்.

தனிமையில் பயணம் தொடங்கிய நான் டிக்கிரி மெட்ரோ நிலையம் வந்து சேர்ந்தேன். மெட்ரோவிலிருந்து இறங்கியவுடன் நம் கண்ணில்படுவது போராட்டக் களம்தான். மற்றைய போராட்டக்களங்களுக்கு செல்லவேண்டும் என்றால் ஆட்டோ பிடித்துதான் செல்ல வேண்டும். நான் என் பயணத்தை கால்நடையில் தொடங்குகிறேன். பகல் 12:00 மணி, இன்னமும் பனிவாடை குறையவில்லை.

மனதுக்குள் ஒரு துள்ளல். எதிர்பாராமல் இப்படி ஒரு நிகழ்வை சந்திக்கப் போகிறேன் நான் நினைத்துப் பார்க்கவில்லை. ஒரு பெரும் கூட்டம் என்னை கடந்து செல்கிறது. அவர்கள் இந்தியிலும் பஞ்சாபியிலும் முழக்கமிட்டுச் செல்கிறார்கள் என்பது மட்டும் எனக்குத் தெரிகிறது. கைகளை உயர்த்தி கோபம் கொப்பளிக்க அவர்கள் முழக்கமிட்டுச் செல்வது எனது உணர்வுகளை பொங்கியெழ வைக்கிறது.

காலையில் தான் ஒரு செய்தியை வாசித்தேன் பஞ்சாப் அரியானா வயல் வெளிகளில் நிகழும் புதிய மாற்றங்கள் பற்றியது. இரண்டு மாநிலங்களிலும் பெண்கள் விவசாய வேலைகளில் பங்கேற்று வருகிறார்கள் என்பதை நான் அறிவேன். ஆனால் இப்பொழுது ஆண்கள் அனைவரும் போராட்டக்களம் வந்துவிட்டதால். பெண்கள், ஆண்கள் செய்யவேண்டிய

அனைத்து வேலைகளையும் செய்து கொண்டிருக்கிறார்கள் என்பதை விவரித்து செய்தி, போர்க்காலங்களில் சில நாடுகளில் மக்கள் இவ்வாறான வாழ்க்கையை அமைத்துக் கொண்டிருக்கிறார்கள். இப்பொழுது பஞ்சாப், அரியானா வயல் வெளிகளில் போராட்டம் நின்றுபோகாமல் இருக்க புதிய உத்திகளை உருவாக்கியுள்ளார்கள் பெண்கள்.

போராட்டக்களத்தில் உணர்ச்சி முழக்கங்களோடு இப்பொழுது ஊர்வலமாக சென்றுகொண்டிருப்பவர்கள் பெண்கள். ஒரு ஆணைக்கூட இந்த பேரணியில் என்னால் பார்க்க முடியவில்லை. என் மனம் போராட்டக்களத்தில் பெண்கள் பங்கேற்பை யோசிக்கத் தொடங்கிவிட்டது. வயது முதிர்ந்தவர்கள் இளம் பெண்கள் என்ற வேறுபாடு இல்லாமல் பெண்கள் பெரும் எண்ணிக்கையில் போராட்டத்தில் பங்கேற்று வருகிறார்கள். அவர்களின் விருந்தோம்பும் பண்பும், தைரியமும் போராட்டக் களமெங்கும் நிறைந்து கிடக்கிறது. போராட்டம் தயக்கமின்றி முன்னேறி செல்வதற்கு இவர்களின் பங்கேற்பு தலையாய இடத்தைப் பெற்றிருக்கிறது. போராட்டத்தில் பெண்களின் சிறப்பு என்றால் இங்கு நடைபெறும் பொதுக்கூட்டங்கள் மற்றொரு சிறப்பைக் கொண்டிருக்கிறது.

இந்த பொதுக்கூட்ட முறை, போராட்டக் களத்தில் வித்தியாசமாகத் தெரிகிறது எனக்கு. நான் பார்த்த மூன்று போராட்டக் களங்களின் மேடையோடு நான் என் வாழ்க்கையில் பார்த்த பேச்சாற்றல் மிக்க மேடைகளையும் ஒப்பிட்டு பார்க்கிறேன். இது முற்றிலும் வேறுபட்டுத் தெரிகிறது.

பொதுவாக பொதுக்கூட்டங்கள் ஒரு தலைவரின் உரைக்காக காத்திருக்கும். பல அமைப்புகள் இணைந்து நடத்தும் பொதுப் பிரச்சனைக்கான பொதுக்கூட்டம் என்றால், யார் முன்னால் பேசுவது, யார் பின்னால் பேசுவது என்பதுகூட பிரச்சினையாக வந்துவிடுகிறது. ஆனால், இந்த மாதிரியான பிரச்சனைகளே இல்லாமல் இங்கு பொதுக் கூட்டம் நடக்கிறது. இந்த பொதுக் கூட்டங்களை எப்படி நடத்துகிறார்கள் என்பதை கவனிக்கிறேன். அவை ஒவ்வொன்றும் எனக்கு புதுமையாகத் தெரிந்தது.

ஒவ்வொரு போராட்ட எல்லையிலும் பிரமாண்டமான பொதுக் கூட்ட மேடை அமைக்கப்பட்டுள்ளது. மழை, பனி ஆகியவற்றீன் பாதுகாப்பை மனதில் கொண்டு மேடை அமைக்கப்பட்டுள்ளது. அரங்கு 3 ஆயிரத்து அதிகமான மக்கள் பங்கேற்கும் விதத்தில் அமைந்துள்ளது. இந்த பொதுக்கூட்ட

மேடைக்கு பின்புறத்தில் போராட்டக் குழுவிற்கென்று ஒரு தனி அலுவலகம் இருக்கிறது. அதில் போராட்டக்குழு உறுப்பினர்கள் அடிக்கடி கலந்தாலோசித்து முடிவுகளை எடுகிறார்கள். இந்த இடம் போராட்டக் குழுவின் தலைமை அலுவலகம்.

எங்கிருந்து யார் வந்தாலும், அவர்கள் எந்த விதமான தயக்கமும் இல்லாமல் பேச அனுமதிக்கப்படுகிறார்கள். எனக்கு இந்தக் கூட்டங்களில் பங்கேற்று பேசிய அனுபவம் வித்தியாசமானதாக இருந்தது. கூட்டத்தில் கலந்து கொள்கிறவர்களிடம் முதலில் ஒரு நிபந்தனையை விதிக்கிறார்கள்.

இந்த நிபந்தனையை தமிழகத்தின் மேடைகளில் பேச வந்தவரிடம் நேரில் சொல்ல முடியுமா? அதைக் கேட்கும் பக்குவம் அவருக்கு இருக்குமா என்பது எனக்கு தெரியவில்லை. என்னை பேச அனுமதிக்கும் முன் அவர்கள் மூன்று நிமிடங்கள் மட்டுமே பேச அனுமதி என்று சொன்னார்கள். நான் மேடையில் பேசும்போது ஒரு கருத்தை சொல்லி முடிப்பதற்குள் மூன்று நிமிடங்கள் முடிந்துவிட்டன. மேடையில் நான் விடுத்த வேண்டுகோளை ஏற்று ஐந்து நிமிடங்கள் வரை பேச அனுமதித்தார்கள். யாருக்குமே ஐந்து நிமிடங்களுக்குமேல் பேச

சி.மகேந்திரன்

அனுமதி கொடுப்பதில்லை. இதிலும் சில விலக்குகள் இருக்கத்தான் செய்கின்றன.

போராட்டக்களத்தில் அரசியல் வேகம் குறையாமல் பார்த்துக் கொள்ளும் பணியை இந்த மேடைகள் கவனித்துக்கொள்கின்றன. ஆயிரக்கணக்கில் மக்கள் வருவதும் போவதுமாக இருக்கிறார்கள். ஆயிரக்கணக்கில் குடும்பம் குடும்பமாக மக்கள் வந்து அமர்கிறார்கள். புதிய செய்திகளோடு திரும்பி செல்கிறார்கள்.

நான் சில கூட்டங்களை கவனித்திருக்கிறேன். அமைதியை விரும்பும் செயலூக்க அமைப்புகள் எத்தனை இருக்கின்றனவோ அத்தனையும் இங்கு வந்து பேசி செல்கின்றன. முன்னாள் ராணுவ உயர்அதிகாரிகள், அவர்கள் ராணுவம் கப்பற்படை, விமானப்படை என்று வேறுபாடுகள் இல்லாமல் வந்து பேசிச் செல்கிறார்கள். பஞ்சாப் எழுத்தாளர்கள், திரைப்பட, நாடகக் கலைஞர்கள் என்று பங்கேற்காதவர்களே இல்லை என்று கூறமுடியும். ஒவ்வொரு ஆளுமையின் கருத்தும் ஒருவிதத்தில் இருக்கிறது. இவை எல்லாம் போராட்டக்காரர்களுக்கு புதிய ஊக்கத்தை தருகிறது.

35
டெல்லி சலோ!

அது மாலை நேரம் என்றபோதிலும், சிங்கு எல்லையில் இருள் கவிழ்ந்துவிட்டது. உடலை வளைத்து டெண்டுக்குள் என்னை நுழைத்துக்கொண்டேன். உடலில் ஒருவித அயர்ச்சி. நான் என்னை அறியாமலேயே உறக்கத்திற்குச் சென்றுவிட்டேன். குளிர்பிரதேசத்தில் கண்களை மூடினாலே தூக்கம் வந்துவிடுகிறது. ஆழ்ந்த உறக்கம். திடீரென்று ஒரு குரல் என்னை நினைவுலகத்திற்கு அழைத்து வருகிறது. அது, 'டெல்லி சலோ... டெல்லி சலோ' என்ற இசைப்பாடலைப் பாடிக் கொண்டிருக்கிறது.

போராட்ட எல்லையில் இருந்த நாட்களில் ஒருபோதும் எனக்கு அலுப்புத் தட்டியதே இல்லை. புதிய மனிதர்கள், புதிய சூழல் என்பது மட்டும் அதற்கு காரணமாக இருக்கமுடியாது. இசையும், இசை தரும் உற்சாகமும் காரணம். எத்தனை வாத்தியக் கருவிகள், எத்தனை இசை பயிலும் குரல்கள். வாத்திய இசையை மட்டும் கேட்ட நான், சில வாத்தியக் கருவிகளை பார்ப்பதற்காகவே அவர்களைப் பின்தொடர்ந்திருக்கிறேன்.

இரவு நேரங்களில் தாய்மரங்களில் தங்களை அடைக்கலப் படுத்திக்கொள்ளும் பறவை இனத்தைப் போல, அத்தனை

சி.மகேந்திரன்

இசைக்கூட்டமும் போராட்ட எல்லைகளை நோக்கிப் பறந்து வந்து கொண்டேயிருக்கின்றன. போராட்டக்களம் முழுவதிலும் ஒருவித நாடோடித் தன்மை இருந்தது. இசையும் கலையும் இல்லை என்றால் நாடோடிகள் இல்லை. இவர்கள் எங்கு சென்றாலும் தங்கள் மகிழ்வான மனநிலையையும், இசைக்கருவிகளையும் எடுத்துச் செல்ல தவறுவதே இல்லை. அந்த உலகம் எல்லோருக்கும் சந்தோஷம் தரக்கூடியது.

அந்த இசைக்குரல் எனக்கு பழக்கப்பட்டதாக தெரிகிறது. தாளத்தை ஒழுங்குப்படுத்தி, இசையை வீரியப்படுத்தும் அந்த இசைக்கருவியும், என் காதுகளுக்கு அறிமுகமானவையாக தெரிகின்றன. அந்த பின்பாட்டும், அது பின்புறம் இருந்து முழங்கும் முறையும் மிகவும் அணுக்கமாகத் தெரிகிறது. எந்த மொழியில் பாடுகிறார்கள் என்பதை மட்டும் என்னால் புரிந்துகொள்ள முடியவில்லை. அவசரமாக டெண்டை விட்டு வெளியேறுகிறேன்.

அது ஒரு பெட்ரோல் பங்க். அங்குள்ள மின்ஒளியை ஊடறுத்து என் கண்கள் இசை வெளிப்படும் அதன் இசைப் பரப்பைத் தேடுகின்றன. அந்த டெல்லி சலோ கிடைக்கிறதா என்று பார்க்கிறேன். ஒழுங்கற்ற வட்டமாக ஒரு கூட்டம் தெரிகிறது. கூட்டத்தில் ஒருவரை மட்டும் கண்டுபிடித்து விடுகிறேன். போராட்டக் களத்தில் ஒருவரை அடையாளம் காணுதல் மிகவும் சிரமமான காரியம். ஒவ்வொரும் குளிர் ஆடைகளில் தங்கள் பழைய அடையாளத்தை இழந்திருப்பார்கள். கண்டுபிடித்துவிட்டதில் எனக்குள் தனி உற்சாகம். ராஜு என்று இரண்டு முறை குரல் எழுப்பிப் பார்க்கிறேன். மூன்றாவது குரலுக்கு அவர் திரும்பி பார்க்கிறார்.

தோழர் ராஜு, மக்கள் அதிகாரத்தின் மாநில ஒருங்கிணைப்பாளர். அவருடன் எனக்கான உரையாடல் ஒரு பேருந்து பயணத்தில் நிகழ்ந்தது. சென்னைக்கு செல்லும் பல்லவன் ரயிலில் அரியலூரில் ஏறிக்கொள்ள வேண்டும். தஞ்சையிலிருந்து அவசரமாக பேருந்தில் ஏறுகிறேன். அங்கு தோழர் ராஜு இருந்தார்.

எனது அரசியல் வாழ்க்கை, 1970-ஆம் ஆண்டில் தொடங்கியது. அப்பொழுதிருந்தே மக்கள் கலை இலக்கியக் கழகத்தின் முன்னணி செயல் போராளியாகத் திகழ்ந்த காளியப்பன் அவர்களை நானறிவேன். அவர்களால் அப்பொழுது வெளியிடப்பட்ட பாடல்கள் மிகுந்த ஈர்ப்பைக் கொண்டவை.

தோழர் ராஜு

மிகவும் ரசித்து ரசித்து பலமுறை கேட்ட பாடல்கள் சில உண்டு. ஆனால் அரசியலில் மிகவும் கூடுதலான முரண்பாடுகளைக் கொண்டிருந்த காலம். உலகமயம் எல்லாவற்றையும் மாற்றி அமைத்துவிட்டது. கெடுபிடி யுத்தக்கால அரசியல் (Cold War Politics) இப்பொழுது இல்லை. புதிய அரசியல் ஒற்றுமைக்கான தேவையை கூடுதலாக்கியுள்ளது.

பேருந்து பயணம் இரண்டுமணி நேரம். சுற்றியிருப்பவர்கள், இவர்கள் என்ன பேசுகிறார்கள் என்று ஆர்வம்கொள்ளும் வகையில் எங்கள் உரையாடல் இருந்தது. ஒருசிலர் மிகுந்த ஆர்வத்துடன் எங்கள் உரையாடலை கேட்கத் தொடங்கினர். கம்யூனிஸ்டுகளின் ஒற்றுமை குறித்து, மிக கூடுதலான விபரங்களை அன்று நாங்கள் பகிர்ந்து கொண்டோம். எனக்கு மன நிறைவான உரையாடலாக தோன்றியது.

சிங்கு எல்லையில், குளிர்கால உடையில் இருந்த தோழர் ராஜு அருகில் செல்கிறேன். இதில் பலர் எனக்கு நன்கு அறிமுகமானவர்கள். மாநிலம் விட்டு மாநிலம் தொலைதூரத்தில், அதுவும் ஒரு போராட்டக்களத்தில் சந்திக்கும் மனஉணர்வு எவ்வாறு இருக்கும் என்பதை, என்னால் ஒரு கணம் உணர்ந்துகொள்ள முடிந்தது. தோழர் ராஜு என் கைகளைப் பற்றிக்கொண்டார்.

டெல்லி சலோ பாடல் வரிகளை பெரும்பாலான இந்திய மொழிகளில் கேட்டிருக்கிறேன். (Tamil Nadu) பதாகையுடன் கம்பீரமாக சுற்றி நின்று தமிழில் பாடும் போர்முழக்கப் பாடலைக் கேட்கும்போது தனித்துவமான ஓர் உணர்வு எனக்குள் தோன்றுகிறது. ஒரு பெருங்கூட்டம் கூடிவிடுகிறது. தாள நயம் பொருந்திய பாடல் கிடைத்தால் பஞ்சாபியர்கள் ஆடத் தொடங்கிவிடுவார்கள். இதில் ஆண்கள், பெண்கள் என்ற வேறுபாடுகள் இருக்காது. முதியவர்கள் சிலரும் பங்கேற்றுவிடுவார்கள். கூட்டமே ஆடத் தொடங்கிவிடுகிறது. உணர்வுகளின் உச்சத்திற்கு கூட்டம் சென்றுவிடுகிறது.

எனக்குள் வித்தியாசமான உணர்வுகள் வந்துபோகின்றன. பொதுவுடைமை இயக்கங்களில் அதனதன் இயங்கியல் செயல்தளங்களில் கலையும் இலக்கியமும் அடித்தளமாக இருக்கிறது. உலகில் புரட்சியை சாதித்த நாடுகள், கலை இலக்கிய செயல்பாடு இல்லை என்றால் புரட்சிக்கு மக்களை திரட்டுவதில் வெற்றி பெற்றிருக்கமாட்டார்கள். மக்கள் அதிகாரத்தின் இந்த செயல்பாடுகள் எனக்குள் தனித்துவ மகிழ்ச்சியைக் கொடுத்தது.

நான் தோழர் ராஜூவிடம் இதுகுறித்து விபரமாகப் பேசினேன். நான்கு நாட்கள் சிங்கு, காஜ்பூர், டிக்ரி போராட்டக் களங்களில் பங்கேற்றதாகச் சொன்னார். தமிழ்நாட்டிலிருந்து 436 பேர் ரயிலில் புறப்பட்டு வந்திருக்கிறார்கள். இதில் தலைவர்கள், தொண்டர்கள் என்ற பாகுபாடு இல்லாமல் எல்லோரும் பாடுகிறார்கள். எல்லோரும் முழக்கமிடுகிறார்கள்.

ராஜூ விவசாயிகளின் போராட்ட அனுபவங்களை மிகுந்த பிரமிப்புடன் என்னுடன் பகிர்ந்துகொண்டார். ஒவ்வொரு போராட்ட எல்லையிலும் பெரும் மேடைகள் அமைக்கப் பட்டிருக்கிறது. இங்கு ஆயிரக்கணக்கில் மக்கள் அமர்ந்து கொள்ளும் வசதியும் இருக்கிறது. சிறந்த ஒலிபெருக்கிகளை வைத்திருக்கிறார்கள். கூட்டத்தை முறைப்படுத்த தனிக்குழுக்கள் அமைக்கப்பட்டு, மிகுந்த கட்டுப்பாடுடன் கூட்டங்களை நடத்திவருகிறார்கள். இந்த இடங்களில் கூட்டம் எப்பொழுதும் இருந்துகொண்டேயிருக்கும்.

நானும் இந்தக் கூட்டங்களில் பேசியிருக்கிறேன். எல்லா மேடைகளிலும் பேசியதையும் பாடியதையும் என்னுடன் பகிர்ந்துகொண்டார் ராஜூ. என் மனதுக்குள் ஒரு கனவு விரிந்து கொண்டே சென்றது. அது கம்யூனிஸ்டுகளின் ஒற்றுமை பற்றிய இந்தியக் கனவு.

தமிழகத்திலிருந்து இடதுசாரி இயக்கத்தைச் சார்ந்தவர்கள் குறிப்பிடத்தக்க எண்ணிக்கையில் போராட்டக்களத்திற்கு வந்து சென்றதை நான் அறிவேன். அவர்கள் பற்றிய முழுமையான விபரம் எனக்கு கிடைக்கவில்லை. எதிர்காலத்தில் அந்த தகவல்களையும் திரட்டி மேலும் எழுதவே விரும்புகிறேன். காரணம், இந்தப் போராட்டத்தில் கண்ணுக்குத் தெரியாமல் செயல்பட்ட இடதுசாரி இயக்கங்களின் பங்களிப்பு கூடுதலாக இருப்பதாகவே நான் உணர்ந்துகொண்டேன். இந்தியா முழுமையிலும் இதுதான் நிலை. தமிழ்நாட்டிலிருந்து வந்தவர்களில், நான் நேரில் சந்தித்தவர்கள் பற்றி மட்டும் என்னால் இங்கு எழுத முடிந்தது.

இந்திய மாதர் தேசிய சம்மேளத்தின் செயலாளர் மஞ்சுளா தலைமையில், தமிழகத்தின் பல பகுதிகளிலிருந்து மாதர் சங்க தலைவர்கள் வந்திருந்தார்கள். அவர்களுக்கு குளிர்தான் ஒரே பிரச்சினை. வந்தவர்கள் வெறும் போர்வைகளை மட்டும் எடுத்து வந்திருந்தார்கள். உச்சந்தலையிலிருந்து உள்ளங்கால் வரை உடல் நடுங்க அவர்களுக்கு என்ன செய்வது என்றே தெரியவில்லை. அப்பொழுதுதான் அவர்களுக்கு அந்த பேருதவி கிடைத்தது.

தமிழகத்தில் செயல்படும் 'மனிதி' அமைப்பைச் சார்ந்தவர்கள் செல்வி, வசுமதி ஆகிய இருவரும் இடதுசாரி சிந்தனையாளர்கள். ஆக்கப்பூர்வமான செயல்பாட்டாளர்கள். மிக எளிதில் எல்லோரிடமும் தோழமை கொண்டுவிடுவார்கள். எந்தச் செயலையும் விரைந்து முடிக்கும் திறன் கொண்டவர்கள்.

இவர்கள் செய்த உதவியின் மூலம் போராட்டக் களத்தில் அமைந்த மற்றொன்றையும் என்னால் புரிந்துகொள்ள முடிந்தது.

36

உளவுத்துறையினர்

முதல் நாள்தான் அந்தச் செய்தியை வாசித்திருந்தேன். கல்சா எய்ட் (Khalsa Aid) நிறுவனத்தை சார்ந்தவர்கள் மீது, வருமான வரித்துறையினரின் நடவடிக்கை என்று. இந்த தகவல் காட்டுத்தீ போல் போராட்டக் களத்தில் பரவத் தொடங்கியது. வருமான வரித்துறை செய்வதை, நியாயப்படுத்தி சில ஊடகங்கள், கால்சா எயிட் செய்யும் செயல்கள் அனைத்தும் பயங்கரவாதச் செயல்கள் என்று பிரச்சாரம் செய்தன. போராட்டக் களத்தில் இருந்த எளிய மக்கள் இதைக் கேட்டு கொதிப்படைந்து போயிருந்தார்கள். அவர்கள்தான் உண்மையோடு சம்மந்தப்பட்டவர்கள்.

கல்சா எய்ட் பற்றி தெரிந்துகொள்ள வேண்டிய கட்டாயம் எனக்கு வந்தது. பேரிடர் காலங்களிலும், சமூக மோதல்களால் மக்கள் துயரத்தின் எல்லைக்கு செல்லும் காலங்களிலும் உதவுவதற்கு என்று உலக அளவில் பதிவு செய்து இயங்கும் சட்டப்பூர்வமான அமைப்புதான் கல்சா எய்ட். இதற்கான இந்திய பிரிவும் இங்கு செயல்படுகிறது. இதனுடைய பணிகளை அறிந்துகொள்ள இணையதளத்தை தேடினால் நிறைய தகவல்கள் கிடைக்கின்றன.

நான் டெல்லிப் போராட்டத்தில் கலந்துகொண்டு தமிழகம் திரும்பிய பல மாதங்களுக்குப் பின் இப்பொழுது இணைய தளத்தைத் தேடிப் பார்த்ததில் கோவிட் இரண்டாவது அலைக்கு இவர்கள் செய்த உதவி பெரும் பட்டியலுடன் பதிவாகியிருந்தது. நான் மிகவும் வியந்துபோனேன். உலகம் முழுவதிலுமிருந்து, கப்பல் கப்பலாக ஆக்ஸிஜன் டேங்கர்கள், வெண்டிலேட்டர்கள், சிறிய அளவில் ஆக்ஸிஜன் தரும் செறிவூட்டிகள் என்று இவர்கள் திரட்டி அனுப்பிக் கொண்டிருக்கிறார்கள்.

இதற்கு முன்னர் நேபாளத்தின் பூகம்பத்திலும், கேரளாவை பேரதிர்ச்சிக்கு ஆளாக்கிய வெள்ளச் சேதத்திலும் இவர்கள் பங்களிப்பு மகத்தானது. நெருக்கடி மிகுந்த இடங்களுக்கு இவர்கள் நேரில் சென்று ஆற்றிய அரிய செயல்களை வாசிக்க வாசிக்க அவர்கள் மீதான மதிப்பு கூடிக் கொண்டே சென்றது. இவர்கள் மீது ஏன் பயங்கரவாத முத்திரை என்ற கேள்வி எனக்குள் எழுத் தொடங்கியது.

போராட்டத்திற்கு யாரெல்லாம் உதவி செய்கிறார்களோ, அவர்களை எல்லாம் பயங்கரவாதிகள் என்று மோடி அரசு பட்டியல் தயாரித்து வைத்துக்கொள்வது போராட்டக் களத்தில் ஒரு கொந்தளிப்பை உருவாக்கியிருந்தது. எனக்குள்ளும் இதனால் ஒருவித கோபம் தலைதூக்கியது. அப்பொழுது சென்னையிலிருந்து எனக்கு ஒரு தகவல் வந்தது. இயக்குநர் ராஜுமுருகன் பேசினார். அவர் மீது என்றும் எனக்கு தனி மதிப்பு உண்டு. தமிழகத்தில் சமூகப் பொறுப்புணர்வு கொண்ட இயக்குநர்களில் குறிப்பிட்டு சொல்லத்தக்கவர். போராட்டக் களம் பற்றிய தகவல்களை என்னிடம் ஆர்வமுடன் கேட்டறிந்தவர், போராட்டத்தின் முக்கியப் பகுதிகளை ஆவணப்படுத்த வேண்டும் என்றார். இதன்பின்னர் இதற்கான திட்டமிடுதல் குறித்து தோழர் சிந்தன் என்னிடம் பேசினார் காம்ரேட் டாக்கீஸ் சார்பில் இதை தயாரிப்பதாகச் சொன்னார்கள்.

இது சார்ந்த ஒளிப்பதிவு, கல்சா எய்ட் பற்றி தெரிந்துகொள்ள எனக்கு ஒரு வாய்ப்பை அமைத்துக் கொடுத்து, நேரம் ஒதுக்கி பல இடங்களின் நிகழ்வுகளை பதிவு செய்தோம். இந்தியும் ஆங்கிலமும் தெரிந்த ஒளிப்பதிவாளர் டெல்லியிலிருந்து வந்திருந்தார். இரண்டு நாள்கள் படப்பிடிப்பு. பலரை சந்தித்து பேட்டி எடுத்தோம். அப்பொழுது நாங்கள் திரட்டிய தகவல்களில் எங்களுக்கு ஆச்சரியத்தை அளித்த நிறுவனம், கல்சா எய்ட் நிறுவனம்.

ஒரு நீண்ட வரிசை. ஒவ்வொருவரும் ஒவ்வொரு தேவைக்காக வரிசையில் நின்றார்கள். அவர்களை ஒழுங்குபடுத்தி, தகவல்களை பரிமாற்றம் செய்துகொள்ள, கல்சா எய்ட் தொண்டர்கள் அங்கு காத்திருக்கிறார்கள். அவர்களிடம் கண்டிப்பு தெரிந்தாலும், முகத்தில் ஒருவிதமான புன்முறுவல் இருந்து கொண்டேயிருக்கிறது. இருபதுக்கும் மேற்பட்டவர்கள் மேஜை நாற்காலிகளில் அமர்ந்திருக்கிறார்கள். தனித்தனியான படிவங்கள். ஒவ்வொன்றிலும் பெயர், அலைபேசி எண் ஆகியவை

நிரப்பப்படுகின்றன. வரிசை நகர்ந்து கொண்டேயிருக்கிறது. அவர்கள் நகர்ந்து பொருள் வழங்குமிடத்துக்கு வந்து சேரும்போது, அவர்களுக்கு சேரவேண்டியப் பொருள் அவர்களுக்காக அங்கு காத்திருக்கிறது.

பொறுப்பாளர்களை சந்தித்து பொருள் வைப்பறையை பார்க்க வேண்டும் என்கிறேன். நீங்கள் யார் என்று எங்கள் பின்னணிகளைக் கேட்டார்கள். அவ்வாறு கேட்டு உண்மையை அறிந்துகொள்ள வேண்டிய தேவை அவர்களுக்கு இருந்தது. போராட்டக் களமெங்கும் பத்திரிகையாளர்கள் என்ற பெயரில் உளவுத்துறையினர் ஊடுருவியிருந்தனர். கல்சா எய்ட் தொண்டர்கள் எங்களை அழைத்துச் செல்கிறார்கள். எல்லா இடங்களையும் போல அதுவும் ஒரு டெண்டுதான். என்ன பொருள்தான் அங்கு இல்லை. உணவுப் பொருட்கள், குளிருக்கு தேவையான ஆடைகளிலிருந்து சோப்பு, பற்பசை, பிரஸ், எண்ணெய் என்று அனைத்தும் அங்கு இருக்கிறது. எல்லாவற்றையும் காசில்லாத அன்பளிப்பாய் வழங்குகிறார்கள். மனதுக்குள் ஒரு நிம்மதி.

குளிர் நிறைந்த நெருக்கடி மிகுந்த காலத்தில் அனைவருக்கும் உணவு வழங்குவதையும், குளிரில் தங்களை பாதுகாத்துக்கொள்ள அவர்களுக்கு ஆடை வழங்குவதையும் ஒரு பயங்கர நடவடிக்கை என்று மனசாட்சியை கார்ப்பரேட் கம்பெனிகளிடம் விற்பனை செய்துவிட்டு அரசு கூறுவது எத்தனை மோசடித்தனமானது.

இதற்குப் பின்னர் மாதர் சங்கத்தின் செயலாளர் மஞ்சுளா தலைமையிலான குழுவினர் தங்கள் அனுபவத்தை என்னுடன் பகிர்ந்து கொண்டார்கள். குளிரில் நடுங்கிக் கொண்டிருந்த எங்களை ஒரு மாலைப்பொழுதில் இருவர் அழைத்து சென்றார்கள். மனிதி அமைப்பைச் சார்ந்த செல்வி, வசுமதிதான் அந்த இருவர். 'இரவு வருவதற்குள் நாம் அங்குசென்று பொருட்களை வாங்கவேண்டும்' என்றார்கள். 'நேரமாகிவிட்டது உடனே புறப்படுங்கள்' என்றார்கள். நாங்கள் அனைவரும் அவசர அவசரமாக புறப்பட்டோம்.

அங்குள்ள மக்கள் குளிர் என்றாலும், அதைத் தாங்கிக் கொள்கிறார்கள். நாங்கள் நடுங்கிகொண்டே சென்றோம். எங்களைப் பரிதாபத்தோடு பார்த்தார்கள். தமிழகத்திலிருந்து வந்தோம் என்று சொன்னவுடன் வரிசையில் நின்றவர்கள் எங்களுக்கு வழிவிட்டார்கள். அதற்குள் சிலர் கால்சா எயிட் நிர்வாகத்திற்கு தகவல் கொடுத்துவிட்டார்கள். இரண்டு

இயக்குநர் ராஜுமுருகன்

தொண்டர்கள் விரைந்து வந்தார்கள். எங்களை உடன் அழைத்துச் சென்றார்கள். டீ கொடுத்துவிட்டு, ‘சாப்பிட வேறு ஏதாவது வேண்டுமா?’ என்றார்கள். உயர்ந்தபட்ச கௌரவம் எங்களுக்கு அளிக்கப்பட்டது. ‘வெகு தொலைவிலிருந்து போராட்டத்திற்கு வந்திருக்கிறீர்கள் உங்களை கௌரவப்படுத்துவது, எங்கள் கடமை’ என்று அவர்கள் கூறினார்கள். இதைத் தவிர அங்கே எங்களுக்கு மற்றொரு ஆச்சரியமும் காத்திருந்தது என்றார் மஞ்சுளா.

விண்ணப்பங்கள் எதிலும் எங்கள் பெயரை பதிவு செய்து கொள்ளவில்லை. முகவரி அலைபேசி எதுவுமே கேட்கவில்லை. நேரடியாக பொருட்கள் காப்பறைக்கு அழைத்துச் சென்றார்கள். நீண்ட விசாலமான அறை. எல்லாப் பொருட்களும் வரிசை வரிசையாக அடுக்கி வைக்கப்பட்டிருக்கிறது. ‘உங்கள் அளவு எது என்று பார்த்து, உங்களுக்குத் தேவையானதை தேர்வு செய்துகொள்ளுங்கள்’ என்று கூறினார்கள். தேவையானது எது என்று தேர்வு செய்து எல்லோரும் எடுத்துக்கொண்டோம்.

குளிருக்கு ஆடை கிடைத்தது என்பதைவிட அவர்கள் செலுத்திய அன்பும் வழங்கிய கௌரவமும் எங்களை மெய்சிலிர்க்க வைத்துவிட்டது. ‘போராட்டத்தில் பங்கேற்கும்

ஒவ்வொருவர் குறித்து அவர்கள் எடுத்துக்கொள்ளும் அக்கறை எங்களை மிகவும் நெகிழ வைத்துவிட்டது' என்றார் மஞ்சுளா. இதன்பின்னர் மஞ்சுளாவிடம் அவர்கள் கூறியது இன்னமும் நெகிழ வைக்கிறது. 'பெண்கள் தங்குவதற்கு இடம் வேண்டுமென்றால் சொல்லுங்கள் அதையும் தருகிறோம்' என்று கேட்டிருக்கிறார்கள்.

இரண்டு நாள் ரயில் பயணம். இங்கு வந்தபின், தங்குவதற்கு ஒரு சிறிய இடம்தான் கிடைத்தது. அதில் எல்லோரும் தங்கியிருந்தோம். அது "எங்களுக்கு கொஞ்சம் சிரமமாகத்தான் இருந்தது. இந்த சூழலில் 'எங்களுக்கு தங்குவதற்கு இடம் தருகிறேன்' என்று கல்சா கூறியதில் எங்களுக்கு எதிர்பாராத மகிழ்ச்சி" என்று மஞ்சுளா கூறினார்.

போராட்டக் களத்தில் பல்வேறு நெருக்கடிகளுக்கு இடையில் தொடர்ந்து பல மாதங்கள் மக்கள் அங்கேயே தங்கியிருந்தார்கள். அந்த நேரங்களிலெல்லாம் உடனிருந்து உதவி செய்தவர்கள் கல்சா எய்ட் அமைப்புதான். ஆனால் அதை பயங்கரவாத இயக்கம் என்று பிரச்சாரம் செய்கிறார்கள். இது எத்தனை கேவலமான செயல். உண்மையில் யார் பயங்கரவாதிகள் என்பதை நாம்தான் புரிந்துகொள்ள வேண்டும்.

மற்றொன்றும் இதில் பகிர்ந்துகொள்ள எனக்குத் தோன்றுகிறது. அது ஒவ்வொரு இளைஞர்களின் தனிப்பட்ட செயல்பாடு பற்றியது.

37
புதிய அரசியல்

அது ஒரு மாணவர் பாசறை. இந்தியாவின் எல்லாப் பகுதியிலிருந்தும் மாணவர்கள் பெரும் எண்ணிக்கையில் டெல்லி போராட்டக் களம் நோக்கி குவிந்த வண்ணம் இருந்தார்கள். இவர்களை நெருங்கி அருகில் சென்று பார்த்தால், பல்வேறு சித்தாந்தங்களால் ஈர்க்கப்பட்டவர்களாக தெரிகிறார்கள். அவர்களிடம் அமைந்த தத்துவார்த்த ஆழம் என்னை திகைக்க வைக்கிறது.

என் தலைமுறையை சார்ந்த பல பேர், 1970-கள் 80-களில் இளைஞர்களாக இருந்த போது, தீவிரத்துடன் அரசியலில் பங்கெடுத்தோம். இரவு பகலென்று பாராமல் செயல்பட்டோம். அந்தக் காலத்தில் கம்யூனிஸ்டு கட்சிகளில் பல்வேறு பிரிவுகள் தோன்றிக் கொண்டேயிருந்தன. ஒவ்வொன்றுக்கும் தனித்திட்டங்களும் செயல்பாட்டு அணுகுமுறைகளும் இருந்தன. சர்வதேச அரசியலிலும் கம்யூனிஸ்டுகளுக்கு பல்வேறு தலைமைகள் இருந்தன.

ரஷிய தலைமை, சீனத் தலைமை என்று இரண்டு தலைமைகள் உருவாயின. இதைத் தவிர ஒவ்வொரு நாடுகளின்

தன்மைகளுக்கேற்ப பல கம்யூனிஸ்டு கட்சிகள் செயல்பட்டன. நக்கசல்பாரிகள் போன்ற தீவிர அமைப்புகளும் நாடுகள் தோறும் செயல்பட்டன. இது கம்யூனிஸ்டு உலகத்தில், இரண்டாம் உலகப் போருக்கு முந்தைய காலத்திலிருந்து வேறுபட்ட சூழல்.

அப்பொழுது ஒரு கட்சியை சார்ந்த இளைஞர்கள் மற்றொரு கட்சியை சார்ந்த இளைஞர்களைச் சந்தித்தாலே சந்தேகம் கொள்வார்கள். ஒவ்வொரு அமைப்பும் ரகசிய ஸ்தாபனங்களாக தங்களைக் கருதிக் கொண்டன. இன்று உலகமய அரசியலைக் கொண்ட கார்ப்பரேட்டுகளின் காலம். இந்த காலத்தில் கம்யூனிஸ்டுக்ளுக்கு சீனத் தலைமை, ரஷிய தலைமை என்ற தனித் தனித் தலைமைகள் இல்லை. கார்ப்பரேட் ஆதிக்கத்தை எதிர்த்து பிரச்சினைகள் அடிப்படையில் உழைக்கும் மக்களைத் திரட்டும் ஒரே அரசியல்தான், புதிய அரசியலாக பிறப்பெடுத்துள்ளது.

இந்த புதிய அரசியல், சில புதிய நிலைமைகளை உருவாக்கியுள்ளது. இன்றைப் போராட்டக் களத்தில் பல்வேறு அமைப்புகள் இருந்தாலும் அவர்களிடம் இணைந்து செயல்பட வேண்டும் என்ற கூடுதல் பொறுப்புணர்வுடன் செயல்பாடுகள் இருந்ததை என்னால் உணர முடிந்தது. இன்று அனைத்திந்திய மாணவர் பெருமன்றம், அனைத்திந்திய இளைஞர் மன்றம், இந்திய மாணவர் சங்கம், ஜனநாயக வாலிபர் சங்கம் போன்ற பல்வேறு புரட்சிகர மாணவர் இளைஞர் அமைப்புகள் இங்கு களத்தில் இருப்பதை நான் கவனித்தேன். இவர்களிடம் ஒன்றுபட்டு செயல்படுவதற்கான சித்தாந்தப்பூர்வமான இணக்கம் இருப்பதைப் பார்த்து, இது காலத்தின் வளர்ச்சி என்று புரிந்துகொண்டேன். இன்று அரசியலை உணர்ந்து மாணவர்கள் பங்கேற்கும் புதிய நிலைமை, போராட்டக் களத்தில் உருவாகியுள்ளது. இந்த புதிய வளர்ச்சி, பல இளைஞர்களிடம் பேசி பார்க்கும் எனக்கு தெளிவாக தெரிந்தது. இந்த புதிய நிலை குறித்து இவர்களோடு சந்தித்து உரையாட ஆவல் கொண்டேன்.

நான் முதலில் ஒரு மாணவரை சந்திக்க விரும்பினேன். விவசாயிகள் போராட பஞ்சாபிலிருந்து புறப்பட்டபோது அவர்களோடு புறப்பட்டு இன்றுவரை களத்தில் இருப்பவர். அவருடைய இடத்தைக் கண்டுபிடிப்பது எனக்கு சங்கடமாக இருந்தது. நான் சென்ற வழிகளில் டிராக்டர்களில் அமைக்கப்பட்ட வீடுகள் ஒன்றோடு ஒன்று பிணைப்பைக் கொண்டுள்ளது. எல்லாம் கயிறுகளால் இணைக்கப் பட்டிருந்தன. ஒவ்வொரு கயிறாக தாண்டி செல்வது கொஞ்சம் கஷ்டமாக

இருக்கிறது. ஒருவாறாக அந்த இடத்தை சென்றடைந்துவிட்டேன்.

நான் சென்றது மாலை நேரம். நெருப்பு மூட்டி சிலர் வட்டமாக அமர்ந்து உடலுக்கு கொஞ்சம் வெப்பமேற்றிக் கொண்டிருந்தார்கள். ஒரு நீளமான டிரக், அதன் மீது பகத்சிங் படம் அச்சிடப்பட்ட பேனர் ஒன்று கம்பீரமாக காட்சி தருகிறது. மேல் பகுதியில் குளிர் வராதவகையில் டார்பாலீன் போடப்பட்டுள்ளது. அடியில் வைக்கோல் விரிக்கப் பட்டுள்ளது. மூன்று மண்ணெண்ணை ஸ்டவ்வில் ரொட்டியும் அதற்கு தேவையான சப்ஜியும் செய்து கொண்டிருக்கிறார்கள் இரண்டு பெண்கள். அவர்கள் சமையலுக்கு பயன்படுத்தும் பொருட்கள் மிகவும் எளிமையானதாக இருக்கிறது. அந்த சூழல் பஞ்சாப்பின் கிராமப்புற வாழ்க்கையை பிரதிபலிக்கிறது.

சிறிய கயிற்றுக் கட்டில். அதில் அமர்கிறேன். அந்தப்பெண்களை அணுகி அவர்களுடன் பேசிப்பார்க்கிறேன். அவர்கள் எல்லோருமே மாணவர்கள். பஞ்சாப் பல்கலைக்கழத்திலும் பஞ்சாபி பல்கலைக் கழகத்திலும்

படித்துக்கொண்டிருப்பவர்கள்.

அந்த தருணத்தில்தான், நான் விக்கி மகேஸ்வரியை சந்திக்கிறேன். எனக்கு இவர் புதியவரல்ல. தமிழகத்தில் மகேஸ்வரி என்னும் பெயர், பெண்கள் வைத்துக்கொள்ளும் பெயர். அது அவரின் தாயாரின் பெயராக இருக்கக்கூடும் என்று அவரிடம் கேட்கிறேன். அது அவர் பிறந்த கிராமத்தின் பெயர் என்கிறார்.

பஞ்சாப்பில் விவசாயிகளின் போராட்டம் கொழுந்துவிட்டு எரியத் தொடங்கிய ஆரம்ப காலங்களில் கூடுதல் கொதிப்படையத் தொடங்கிய கிராமங்களில் மகேஸ்வரியும் ஒன்று, விக்கி இந்த ஊரில் விவசாயக் குடும்பம் ஒன்றில் பிறந்தவர். பட்ட மேற்படிப்பில் இரண்டு பட்டங்களை பெற்றுள்ளார். ஒன்று ஆங்கிலம், மற்றொன்று பஞ்சாபி. இரண்டும் மொழிசார்ந்த முதுகலை பட்டங்கள். இதைத்தவிர ஆசிரியர் பயிற்சிப் பட்டமும் பெற்றுள்ளார்.

போராட்டக் களத்தில் தொடர்ந்து ஆறு மாதங்களுக்கு மேலாக இப்பொழுதும் தங்கி வருகிறார். அன்றைய சந்திப்பில் விக்கியின் அனுபவத்தைக் கேட்கிறேன். ‘சென்ற ஆண்டு அக்டோபர், நவம்பர் மாதங்களில் விவசாயிகளிடம், இந்திய ஒன்றிய அரசு கொண்டுவந்த கறுப்புச் சட்டங்களுக்கு எதிராக கிராமப்புறத்தில் கிளர்ச்சி தொடங்கப்பட்டன’ என்றார். இந்த தருணத்தில் பல்வேறு விவசாய சங்க அமைப்புகள் ஒன்றுகூடிய கூட்டுப் போராட்டத்திற்கு அறைகூவல் விடுத்தன. இவ்வாறு விவசாயிகளிடம் ஆழமான ஒற்றுமை உருவாகத் தொடங்கிய தருணத்தில் தான், மற்றொரு முன்னேற்றமும் பஞ்சாப்பில் நிகழத் தொடங்கியது.

மாணவர்களும் பள்ளிகள் கல்லூரிகளில் வேலை நிறுத்தத்தைத் தொடங்கினார்கள். விவசாயிகளோடு இணைந்து போராட்டக் குழுக்களில் பங்கேற்கத் தொடங்கினர். டெல்லி சலோ போராட்டம் தலைநகர் நோக்கிப் புறப்பட்டது. ‘தந்தையரோடு சேர்ந்து மாணவர்கள் டிராக்டர்களில் ஏறி வந்தார்கள். நானும் அவர்களுடனேயே புறப்பட்டு வந்தேன்’ என்றார். ‘இதில் நான் சந்தித்த ஒவ்வொன்றிலும் ஒரு அனுபவம் இருக்கிறது’ என்றார் விக்கி. தன் வாழ்நாளில் தனக்கு கிடைத்த ஒரு முக்கிய போராட்ட அனுபவமாக இதைக் கூறிக்கொண்டார்.

நான் விக்கியின் தங்குமிடத்தை கவனிக்கிறேன். இது ஒரு அமைப்பு சார்ந்த மாணவர்களால் நிர்வகிக்கப்படுகிறது. இந்தியாவின் பல பகுதிகளிலிருந்து மாணவர்கள் இங்கு வந்து

சேருகிறார்கள். நான் அங்கு சென்றிருந்த தருணத்தில் ஆந்திரா, தெலுங்கானா, மகாராஷ்டிரா, பீகார் ஆகிய இடங்களில் இருந்து மாணவர்கள் வந்திருந்தார்கள். சிலர் ரயில் மூலமாக வந்திருந்தார்கள். சிலர் பேருந்துகளில் பல நூறு கிலோ மீட்டர்களை கடந்து வந்திருந்தார்கள்.

எல்லோர் கையிலும் தாளமிடும் டிரம் இருந்தது. தங்கள் புரட்சிகர உணர்வுகளை வெளிப்படுத்தும் வகையில் தங்கள் ஆடைகளில் புரட்சிகர வாசகங்களை எழுதியிருந்தார்கள். கூட்டத்தின் எல்லா இடங்களிலும் பகத்சிங், சேகுவேரா ஆகியோர் நீக்கமற நிறைந்து நின்றார்கள். இது தொடர்ந்து ஒரே இடத்தில் போராட்டத்திலிருக்கும் விவசாயிகளுக்கு எத்தகைய ஊக்க சக்தி என்பதை களத்தில் இருந்து பார்த்தால் மட்டுமே உணர்ந்துகொள்ள முடியும்.

ஒருவிதத்தில் விக்கியை ஒரு இணைப்பு பாலம் என்று சொல்லமுடியும். இவரும், இவரது அமைப்பும் செய்யும் முயற்சியில் இந்தியா முழுமையிலும் உள்ள மாணவர்கள் இங்கு வரவழைக்கப்பட்டு அவர்கள் போராட்ட அனுபவங்களை நேரில் பெற்றுக்கொள்கிறார்கள். இது இன்றைய தலைமுறைக்கு

உயர்வைத் தரக்கூடிய ஒன்று. இன்று கார்ப்பரேட்டை வறுமையுடன் எதிர்க்கும் ஐக்கிய அரசியல் தேவைப்படுகிறது. இந்த புதிய அரசியலை இந்த மாணவர்கள் இங்கு கற்றுக்கொள்கிறார்கள். இதற்கு விக்கி போன்ற பல இடது சாரி மாணவர்கள் கடினமாக உழைத்துக் கொண்டிருக்கிறார்கள்.

இப்பொழுது போராட்டக் களத்திலேயே வாழ்ந்து வரும் விக்கியை நான் சந்திக்கிறேன். டெல்லி செல்லும் போதெல்லாம் அனைத்திந்திய மாணவர் பெருமன்றத்தின் இந்திய பொதுச்செயலாளராக சந்தித்திருக்கிறேன். அந்தவகையில் எனக்கு அவர் நன்கு அறிமுகமானவர். இப்பொழுது நான் சந்திப்பது வேறுபட்ட விக்கியை. ஆறுமாத காலம், மாற்றங்களுக்கான இன்றைய அரசியல் என்ன என்பதை இவர் போராட்டக் களத்திலிருந்து அறிந்து கொண்டவராக எனக்குத் தெரிகிறார்.

இதைப் போன்று மேலும் சில இளைஞர்களை களத்தில் நான் சந்தித்தேன். மனம் பெரும் மகிழ்வு கொள்கிறது.

போராட்டத்தில் விக்கி

38
வீரசபதம்

காஜ்பூர் என்பது டெல்லியையொட்டி அமைந்த விவசாயிகளின் போராட்டக் களங்களில் ஒன்று. டெல்லியிலிருந்து மெட்ரோ ரயில் மூலம் போராட்டக் களத்திற்கு சென்றுவிட முடியும். பனி மிகுந்த ஒருநாளில் காஜ்பூர் பயணமாகிறேன். நான் உடனடியாக பயணத்தைத் தொடங்கியதற்கு ஒரு காரணமும் இருந்தது.

முதல்நாள் பத்திரிகையில் ஒரு செய்தி. போராட்டக் களத்தில் தலைமை தாங்கி செயல்பட்ட விவசாய சங்க தலைவர்களின் மீது தேசத்துரோக வழக்கு. அவர்களை கைது செய்யச் சென்ற டெல்லி போலீசாரை கைதுசெய்ய விடாமல் தடுத்தனர். தடுத்த விவசாயிகளை, பா.ஜ.க.வைச் சார்ந்த எம்.எல்.ஏ. தலைமையில் ஒரு கும்பல் தாக்கி, அவர்களின் டெண்டுகளுக்கு சேதம் விளைவித்துவிட்டார்கள். இதனால் பதட்டம் ஏற்பட்டு கூடுதல் போலீஸ் குவிக்கப்பட்டது என்ற செய்தியைப் பார்த்தேன்.

அந்த தருணத்தில்தான் அந்த வீடியோ காட்சியைப் பார்க்கும் வாய்ப்பு எனக்கு கிடைத்தது. பார்த்தவுடன் நான் துடித்துப் போனேன். அவர் இந்தியில் பேசியிருந்தார். அதை

டெல்லி நண்பர்களிடம் அவர் என்ன சொல்கிறார் என்று கேட்டுத் தெரிந்துகொண்டேன்.

“நாங்கள் விவசாயிகள், இந்த மண்ணின் மைந்தர்கள். நாங்கள் இந்த மண்ணில் உயிரை இழப்போமேயன்றி இந்த மண்ணைவிட்டு வெளியேறமாட்டோம்... இது உறுதி” என்று அவர் பேசியதை மொழிபெயர்த்துச் சொன்னார்கள். பேசும்போது அவரது கண்கள் சிவந்திருந்தன. அவருடைய உறுதிப்பாடு கண்ணீர்த் துளிகளாக கண்ணில் நிரம்பி வழிந்து நின்றது. இவையெல்லாம் என்னை கலங்க வைத்துவிட்டது. நான் உணர்ச்சிவயப்பட்டேன். ஒரு போராட்டக் காரரை இவ்வாறு அவமானப்படுத்துவதா என்று, நேரடியாகச் சென்று பார்க்க வேண்டும் என்ற உணர்வு அந்த கணமே என்னிடம் தோன்றிவிட்டது.

அவரைப் பற்றிய விபரங்களைத் திரட்டுகிறேன். ராகேஷ் திகாயத், மகேந்திரசிங் திகாயத்தின் மகன். டெல்லி காவல்துறை பணியில் சேர்ந்து, அந்தப் பணியில் விருப்பம் இல்லை என்று வெளியேறியவர். அவரது தந்தை மகேந்திரசிங் திகாயத் பற்றி மிகவும் நன்றாக அறிவேன். சென்ற நூற்றாண்டின் எண்பதுகளில் ‘பாரதீய கிசான் சபா’ என்னும் அமைப்பை உருவாக்கியவர். 75 ஆண்டுகள்வரை உயிர் வாழ்ந்த அவர், இந்திய விவசாயிகளுக்காக தன்னை அர்ப்பணித்துக் கொண்டவர். மேற்கு உத்தரப் பிரதேசத்தின் ஒவ்வொரு கிராமமும் இவரை நன்றாக அறியும்.

இந்திய சமூகம் அடிப்படையில், ஒரு சாதி சமூகமாகத்தான் செயல்படுகிறது. மகேந்திரசிங் திகாயத், ஜாட் சமூகத்தைச் சார்ந்தவர். மேற்கு உத்தரப்பிரதேசம் அரியானா, ராஜஸ்தான், பஞ்சாப், டெல்லி, ஆகிய மாநிலங்களில் ஜாட் சமூகம் குறிப்பிடத்தக்க எண்ணிக்கையில் வாழ்கிறார்கள். இதில் மற்றொரு தகவல் என்னவென்றால் பாகிஸ்தான் மகாணத்தில் பஞ்சாப், சிந்து மகாணங்களிலும் இவர்கள் கணிசமான எண்ணிக்கையில் வாழ்கிறார்கள் என்பதாகும். இதில் திகாயத் என்றால் என்னவென்று அறிந்துகொள்ள மனம் பெரிதும் விரும்புகிறது.

மேற்கு உத்தரப்பிரதேசத்தில் முசாப்பர் மாவட்டம் கிசிலி என்னும் பகுதியைச் சுற்றிய 80 கிராமங்களில் ஜாட் இன மக்கள் வாழுகிறார்கள். கி.பி. ஏழாம் நூற்றாண்டிலிருந்து, இவர்கள் ஒரு இனக்குழு சமூகமாக வாழ்ந்து வருவதாக வரலாறு கூறுகிறது. இவர்களில் தலைமைப் பொறுப்பு ஏற்பவர்களுக்கு திகாயத்

என்று பட்டம் தரப்படுவதாக அறிகிறேன். இதனால் மகேந்திரசிங் திகாயத்தின் மகன் ராகேஷ் திகாயத் சமூகத்தின் தலைமைத்துவமாக அறியப்பட்டு, போராட்டக் களத்தில் முன்னணியில் இருக்கிறார்.

ராகேஷ் திகாயத் வீரசபதம் எடுத்த வீடியோ காட்டுத் தீயைவிட வேகமாக பரவியது. விவசாயம் சார்ந்த இந்திய வாழ்க்கையில் ஒவ்வொரு இடங்களில் எண்ணிக்கையில் அதிகமாக இருக்கும் சாதிகள் கிராமப்புற ஆதிக்கத்தை தங்கள் கைகளில் வைத்திருக்கிறார்கள் என்பது உண்மைதான் என்ற போதிலும், கார்ப்பரேட் ஆதிக்கத்தை எதிர்ப்பதில் இவர்கள் முன்னணிக்கு வந்துவிடுகிறார்கள். பல நேரங்களில் தாங்கள் கொண்டிருக்கும் பழமைவாதங்களிலிருந்து விடுபட இவ்வாறான போராட்ட அனுபவங்கள் மிகச்சிறந்த வாய்ப்பை தந்துவிடுகிறது. ஜாட் இன மக்களிடமும் இவ்வாறான ஒரு மாற்றம் இப்பொழுது நிகழ்ந்துகொண்டிருக்கிறது.

அரியானாவில் பி.ஜே.பி.யை ஆட்சியில் அமர்த்திய ஜாட் இன மக்கள் இன்று விவசாயிகளின் போராட்டத்தில் களம் இறங்கி, முன்னணியில் இருக்கிறார்கள். பி.ஜே.பி.யின் முதல்வர் மனோகர்லால் கட்டாரி விவசாயிகளுக்கு எதிராக எதையும் பேச முடியாதவராகி விட்டார். அவரை விவசாயிகள் வீட்டுச் சிறைக்குள் வைத்துவிட்டதாக ஊடகங்கள் செய்தி வெளியிடுகின்றன.

இந்தச் சூழலில் திகாயத் சபதம் ஏற்கும் வீடியோ, ஜாட் மக்களின் ஒதுக்குப்புற கிராமங்களைக் கூட சென்றடைந்து விட்டது. ரௌடிகள் தங்களையும் தங்கள் தலைவரையும் தாக்க முயற்சிப்பதா என்ற கோபக்கனல் அந்த மக்களிடம் கொழுந்துவிட்டு எரியத் தொடங்கியது. அவர்கள் ஒரு முடிவுக்கு வந்துவிட்டார்கள். உத்தரப்பிரதேச காவல்துறையால் அதைக் கண்டுப்பிடிக்க முடியவில்லை. அமித்ஷாவின் உளவுத்துறை விழி பிதுங்கி நின்றது. பஞ்சாப் விவசாயிகளிடம் நடந்ததுதான், மேற்கு உத்தரப்பிரதேச விவசாயிகளிடமும் நடந்தது.

இரவோடு இரவாக புற்றீசல்களைப்போல டிராக்டர்கள் காஜ்பூரை நோக்கிப் புறப்பட்டன. உத்தரப்பிரதேச அரசு அவசரம் அவசரமாக தடைகளை எழுப்பிப் பார்த்தது. அவை எல்லாவற்றையும் தகர்த்தெறிந்த டிராக்டர்கள், காஜ்பூர் எல்லை வந்து சேர்ந்தன. இன்று போராட்டக் களம் அசைக்க முடியாத இரும்பு கோட்டையாக மாறிவிட்டது.

ஒரு மாபெரும் அரசியல் உண்மையை போராட்டக் களம் இப்பொழுது நிரூபித்துவிட்டது. இன்றைய காலங்களில் போராட்டங்களை மக்களும் அலட்சியமாகப் பார்க்கிறார்கள். ஊக்கம் கொண்டு போராடுவதில் போராட்டக்காரர்களும் அலட்சியம் காட்டுகிறார்கள். இதை மாற்றி அமைத்துள்ளது டெல்லி போராட்டம். மக்களிடம் விழிப்புணர்வை உருவாக்கி மாபெரும் அரசியல் மாற்றத்தை உருவாக்கி வருகிறது இந்த போராட்டம்.

போராட்டக் களத்தை கூர்ந்து கவனிக்கும் வேளையில், ஒரு ஆட்சி மாற்றம் நிகழப் போவதற்கான அறிகுறிகள் அங்குள்ளதை நான் உணர்ந்துகொண்டேன். நாடு தழுவிய அளவில் இந்த அடையாளத்திற்கான ஆதாரங்கள் இருப்பதையும் ஊடகங்கள் எழுதுகின்றன. இதற்கிடையில் டெல்லியில் வெளிவரும் நாளிதழின் ஒன்றின் ஆய்வுக் கட்டுரையையும் வாசித்தேன். அது எனக்கு ஏற்புடையதாக இருந்தது. சேகர் குப்தா என்ற புகழ் மிக்க

பத்திரிகையாளர், அந்தக் கட்டுரையை எழுதியிருந்தார்.

உத்தரப்பிரதேசத்தின் மேற்கு பகுதியில் மொத்தம் 11 மாவட்டங்கள் இருக்கின்றன. இதன் வெற்றியை ஜாட் வாக்காளர்கள் மட்டுமே நிர்ணயித்து வந்தார்கள். சென்ற நாடாளுமன்ற, சட்டமன்றத் தேர்தல்களில் இவர்கள் பி.ஜே.பி.க்கு வாக்களித்து வெற்றியைத் தேடித் தந்தார்கள். இப்பொழுது, இவர்களிடம் இந்தப் போராட்டம் அரசியல் விழிப்புணர்வை உருவாக்கி ஒன்றிய அரசு கார்ப்பரேட்களின் கைகூலிகள் என்பதை புரிய வைத்துவிட்டது.

அந்த ஆய்வுக் கட்டுரை மேலும் சில விபரங்களை கூறுகிறது. அரியானாவில் மொத்தம் 90 சட்டமன்றத் தொகுதிகள். இதில் 47 தொகுதிகளில் வெற்றி வாய்ப்பை ஜாட் இன மக்கள்தான் முடிவு செய்கிறார்கள். அரியானாவில் ஜாட் மக்களும் சீக்கியர்களும் இணைந்தால் அது பெரும் வாக்கு வங்கியாக மாறிவிடும் என்கிறது ஆய்வு. இப்பொழுது நடைபெறும் போராட்டம் இந்த இரண்டு சமூகங்களுக்கிடையே ஆழமான ஒற்றுமையை உருவாக்கியுள்ளது. இதைப்போலவே ராஜஸ்தானிலும் பல தொகுதிகளில் ஜாட் மக்களின் வாக்குகள் நிர்ணயிக்கும் சக்தியாக இருக்கிறது என்று கட்டுரை குறிப்பிடுகிறது.

வாக்குகளை மட்டும் ஆய்வு செய்திருந்த அந்தக் கட்டுரை, வித்தியாசமான வேறொரு தகவலையும் வெளியிட்டிருந்தது. அது எனக்கு ரொம்பவும் புதிதாக இருந்தது. ஜாட் இன மக்களில் 55 சதவிகிதம் இந்து மதத்தில் இருப்பதாகவும் 35 சதவிகிதம் முஸ்லிம் மதத்தில் இருப்பதாகவும், 20 சதவிகிதம் சீக்கிய மதத்தில் இருப்பதாகவும் குறிப்பிட்டிருந்தது. இந்த பகுப்பாய்வில் இந்த மூன்று மதம் சார்ந்த ஜாட் இன மக்களும் பி.ஜே.பி.யை எதிர்ப்பதாக கட்டுரை கூறுகிறது.

காஜ்பூரில் நடந்த தாக்குதலுக்குப் பின்னர் டிராக்டர்கள் படையெடுத்து வந்ததைப்போல இளைஞர்களும் வரத் தொடங்கினர். இவர்கள், களத்தில் முன்னர் தங்கியிருந்த இளைஞர்களுடன் இணைந்து பல புதிய பணிகளைச் செய்தனர்.

39
அவதூறு

விவசாயிகளுக்கு எதிராக கறுப்பு சட்டத்தைக் கொண்டு வந்துள்ள மோடி அரசுக்கு ஆதரவான தமிழகத்தின் அன்றைய ஆட்சி அகற்றப்பட வேண்டும் என்ற உணர்வு 2021 சட்டமன்ற தேர்தலில் எல்லா இடங்களிலும் காணப்பட்டது. டெல்லியில் போராட்டக் களத்தில் இருந்தவர்கள் என்னோடு தொடர்புகொண்டு இதைப் பற்றி நிறையவே பேசினார்கள். சமூக ஊடகங்களில் இது பற்றிய கருத்துக்களை வலியுறுத்திக் கூடுதலாகவே அங்கிருந்து எழுதிக் கொண்டிருந்தார்கள். ஆனாலும் விவசாயிகள் போராட்டத்தின் எதிர்காலம் குறித்த கவலை எனக்குள் இருந்துகொண்டே இருந்தது.

போராட்டக் களத்திற்கு வெளியே இருப்பவர்கள் எல்லோரிடமும் ஒரு கேள்வி இருந்தது. நீண்ட காலத்திற்கு தாக்குப்பிடிக்க முடியாமல் போனால் என்ன செய்வது என்ற சந்தேகம். போராட்டம் நின்று போகும் என்ற எண்ணம் எனக்கில்லை. அவர்களிடம் அமைந்த மன உறுதி என்ன என்பதை நான் நேரில் பார்த்தவன். அதில் எதிர்பாராமல் ஏற்படும் நெருக்கடிகள் எனக்குள் அச்சம் தருவதாக இருந்தது. அங்கு நடை

பெறும் போராட்டங்களின் நிலவரம் குறித்து அறிந்துகொள்ள ஒருவரை நம்பி இருந்தேன். அவர் பெயர் திருமலை ராமன்.

பல ஆண்டுகள் என்னோடு பழகியவர் திருமலை. டெல்லியில் திருமலை என்றால் பலருக்கு புரிவதில்லை. கடவுச்சீட்டில் உள்ளபடி திருமலைராமன் என்றால்தான் புரிந்துகொள்கிறார்கள். திருவண்ணாமலை மாவட்டத்தைச் சார்ந்த இவர் இப்பொழுது டெல்லியில் அனைத்திந்திய இளைஞர் பெருமன்றத்தின் பொதுச்செயலாளராக பணியாற்றி வருகிறார். அவருக்கு போராட்டக் களத்தில் நிறைய தொடர்புகள் உண்டு. இவரும் இவரது தோழர் ஆப்தா ஆலம் கானும் இணைந்து இந்தியா முழுவதிலிருந்து இளைஞர்களைத் திரட்டி போராட்டக் களத்திற்கு அழைத்து வந்து கொண்டிருக்கிறார்கள். ஆப்தா ஆலம்கான் இளைஞர் பெருமன்றத்தின் தேசியத் தலைவர். ஜார்கண்ட் மாநிலத்தைச் சார்ந்தவர்.

ஊடகங்கள் தொடர்ந்து ஒரு செய்தியை வெளியிட்டுக் கொண்டிருந்தன. பஞ்சாப், மேற்கு உத்திரப்பிரதேசம், அரியானா ஆகிய மாநிலங்களில் இது விவசாய காலம். போராட்டக் களத்திலிருந்து விவசாயிகள் வெளியேறி விவசாயம் செய்ய சென்று கொண்டிருக்கிறார்கள் என்றும். இதனால் போராட்டம் முடிவுக்கு வந்துவிடப் போகிறது என்பதைப் போல செய்திகள் வெளிவந்தன. இது உண்மையா என்று திருமலை ராமனிடம் செல்பேசியில் கேட்டேன். திருமலை மிகவும் வித்தியாசமானவர். அவர் உணர்ச்சிவசப்பட்டால், ஒலிபெருக்கி முன் நின்று கம்பீரமாக கோபக்கனல் பறக்க பேசுவதைப்போல் நம்மிடம் செல்பேசியில் பேசத் தொடங்கிவிடுவார் நான் கேட்ட கேள்வி அவருக்கு கோபத்தை உருவாக்கி இருக்க வேண்டும். என் மீதல்ல. ஊடகங்களின் மீது.

உங்களுக்கு தெரியுமா? அவர்கள் கல் வைத்து நெடுஞ்சாலைகளில் வீடு கட்டத் தொடங்கிவிட்டார்கள். கழிப்பறை, குளியல் அறைகள் கட்டப்படுகின்றன என்றார். எனக்கு சிரிப்பு வந்துவிட்டது. இது சில ஊடகங்களைப் பார்த்த சிரிப்பாகக்கூட இருக்கலாம். ஒன்றிய அரசு இவர்களை விரட்டியடிக்க வேண்டும் என்று நினைக்கிறது. இவர்கள் கான்கிரிட் தங்குமிடங்களை கட்டிக்கொண்டிருக்கிறார்கள். வெளியுலகில் ஊடகங்கள் உருவாக்கும் கருத்து உருவங்களுக்கும் போராட்டக் களத்தில் உண்மையில் நிகழும் செயல்பாட்டிற்கும் எத்தனை வேறுபாடுகள் இருக்கின்றன.

உண்மையில் திருமலை என்னிடம் கூறிய கல் கட்டிடங்கள் குறித்து யோசித்துப் பார்த்தேன். போராட்டம் அப்பொழுது ஐந்து மாதத்தை நெருங்கிக் கொண்டிருக்கிறது. இந்தப் பகுதியில் எவ்வாறு குளிர் தாக்குப்பிடிக்க முடியாமல் இருந்ததோ அதைப் போல கோடைக்காலத்தில் வெயிலையும் தாக்குப் பிடிக்க முடியாது. இப்பொழுது இவர்கள் குடியிருக்கும் டிராக்டர்கள் வெயில் காலத்தில் மிகவும் கூடுதலான வெப்பத்தை உமிழத் தொடங்கிவிடும்.

வெப்பத்தை தாக்குப்பிடிப்பதற்குரிய வசிப்பிடங்கள் இவர்களுக்கு தேவை. இதை கல் வைத்து கட்டிக் கொண்டிருப்பதாக திருமலை என்னிடம் கூறினார். ஒரு நிமிடம் மெய்சிலிர்த்துப் போனேன். அவர்களது தைரியமும் போர்க்குணமும் என்னை மீண்டும் கவர்ந்து இழுத்துக் கொண்டே இருந்தது. பஞ்சாப் மக்களை 'இந்தியாவின் கொடை' என்று சொல்லலாம். அவர்கள் மீது சுமத்தப்படும் பழிக்கு அளவே இல்லை.

சில ஆண்டுகள் தொடர்ந்து டெல்லியில் செயல்படுவதால் திருமலையிடம் வட இந்தியா பற்றிய சில அரிய தகவல்கள் இருந்தன. போராட்டத்தில் பஞ்சாப் மக்களின் பண்பாடும் போர்க்குணமும் என்னை வெகுவாக கவர்ந் திருந்தது. ஆனால் இந்தியாவின் திரைப்படங்களில் பஞ்சாபியர்களை

திருமலை ராமன்

நகைச்சுவைக்கு உரியவர்களாக காட்டுகிறார்கள். ஈடு இணை யில்லாத இந்த வீரம் செறிந்த மக்கள் ஏன் கிண்டலுக்கு உரியவர்களாக காட்டப்பட வேண்டும் என்ற கேள்வி எனக்குள் இருந்து கொண்டே இருந்தது.

இதற்கு திருமலை வரலாற்றுப்பூர்வமாக அதன் பின்னணியை எனக்கு விளக்கத் தொடங்கினார். பிரிட்டிஷாரை எதிர்த்து நாடு தழுவிய சுதந்திரப் போராட்டம் என்பது கிட்டதட்ட 200 ஆண்டுகள் நடைபெற்றன. இதில் எல்லா மொழி பேசும் மக்களும் ஒவ்வொரு காலங்களில் பங்கேற்றுள்ளனர். வீரபாண்டிய கட்டபொம்மன், மருது இருவர், புலித்தேவன், வேலுநாச்சியர் என்று பல தமிழர்கள் தொடக்க காலத்தில் பங்கெடுத்து போராட்டத்தைத் தொடங்கி வைத்தார்கள். சுதந்திரப் போராட்டத்தின் இறுதி கட்டத்தில் கூடுதலாகப் பங்கெடுத்தவர்கள் பஞ்சாப் மக்கள்தான்.

சர்தார்ஜி ஜோக் என்பதாக பஞ்சாப் மக்களைப் பற்றி உருவாக்கிய கிண்டல்கள். அவர்களது வீரத்தை கொச்சைப் படுத்துவதற்காக ஆங்கிலேயர் காலத்தில் கட்டியமைக்கப்பட்ட அவதூறுகள் என்று திருமலை கூறினார். இது முற்றிலும் உண்மையானதுதான். வீரம் செறிந்த கீழைத்தேச மக்களின் மீது இவ்வாறான பல்வேறு கட்டுக் கதைகளை உருவாக்க 'ஓரியண்டல் பார்வை' என்ற தனி ஆய்வையே ஆங்கிலேயர் உருவாக்கி வைத் திருந்தனர். இதை இன்றைய பின்னை காலனித்துவ ஆய்வுமுறை கள் முழுமையாக அம்பலப்படுத்தி வருகின்றன.

ஆப்தா ஆலம்கான்

40
இந்திய இரண்டாவது விடுதலை

போராட்டக் களத்தில் அந்த வகையான புகைப்படங்களும் ஓவியங்களும் என்னைக் கைப்பிடித்து எங்கெல்லாமோ அழைத்துச் சென்றுகொண்டிருந்தன. சுதந்திரத்தின் தகிப்பு விரிந்த பரப்பைக் கொண்டது. ஒவ்வொருவருடைய மனதிலும் புயல் காற்றென எழுந்துவிட்ட சுதந்திரத்தின் வெப்பம் எவ்வாறான மாற்றங்களை நிகழ்த்தின என்ற பெருங்கதையாடல் ஒன்றை அது என்னிடம் உருவாக்கி இருந்தது.

இப்பொழுது டெல்லியில் நடைபெறும் போராட்டக் களம், இந்திய விடுதலைப் போராட்டத்தோடு ஒரு தனிப் பாதையை அமைத்துக் கொண்டுள்ளது என்பதை இதன்மூலம் என்னால் உணர்ந்துகொள்ள முடிந்தது. புகைப்படங்கள், கோட்டோவியங்கள், பல வண்ணங்களைக் குழைத்து எழுதிய காட்சி ஓவியங்கள் என்று இவை பலதரப்பட்டவை, இவை அனைத்தும் சுதந்திரப் போராட்டத்தில் பதிவு செய்யப்படாமல் மறுக்கப்பட்ட விவசாயிகளின் பங்களிப்பை பற்றியவை.

இந்திய விடுதலைப் போராட்டத்தை, அடிப்படையில்

விவசாயிகளின் விடுதலைப் போராட்டம் என்றுதான் கருத வேண்டும். காந்தியடிகளின் வருகை இந்திய விடுதலைப் போரை தீவிரப்படுத்தியது என்றால், அதற்கு விவசாயிகளிடம் ஏற்பட்ட கொந்தளிப்பு காந்தியடிகளுக்கு புதியவாசலை திறந்து வைத்தது என்பதுதான் காராணமாக இருக்க முடியும். காந்தியடிகளின் சுதந்திரப் போராட்ட வருகையும், இந்திய விவசாயிகள் பிரிட்டிஷை எதிர்த்து நடத்திய கலகங்களும் ஒரே காலத்தில் நிகழ்ந்தன. இது இன்றைய இந்திய சுதந்திரப் போராட்ட வரலாற்றில் முழுமையாக சொல்லப்படவில்லை. ஆனால் இவை காட்சிகளாக இன்றைய இளைய சமூதாயத்தால் போராட்டக் களத்தில் வைக்கப்பட்டிருப்பது எனக்கு இன்ப அதிர்ச்சியாக இருந்தது.

பீகார் மாநிலத்தில் சம்பரான் என்னுமிடத்தில் விவசாயிகளுக்கான போராட்டத்தில் காந்தியடிகள் பங்கெடுத்தார். 1918-1919ஆம் ஆண்டுகளில் இந்த போராட்டம் நடைபெற்றது. மூலிகைச் சாயங்களுக்கும், செயற்கை சாயங்களுக்கும் அடிப்படையான வேறுபாடுகள் உண்டு. தொழிற்புரட்சிக்கு பிந்தைய காலங்களில் ஐரோப்பியர்கள் செயற்கை சாயத்தைக் கூடுதலாகப் பயன்படுத்தினர். துணி வியாபாரம் உலக வியாபாரமாக மாற்றம் அடைந்தபோது, செயற்கை சாயங்களை மிக கூடுதலாகப் பயன்படுத்தியவர்கள் ஐரோப்பியர்கள்.

மூலிகை நிறத்தை பயன்படுத்துதல் இந்தியாவின் தொன்மையான கலை. இதில் உலகில் பல நாடுகளுக்கு நாம் முன்னோடிகள். புதுக்கோட்டை சித்தன்னவாசல் ஓவியத்தில் பயன்படுத்தப்பட்டுள்ள நிறங்களைப் பற்றி ஆய்வுகள் இன்று உலக அளவில் விவாதிக்கப்பட்டு வருகிறது.

இந்தியாவில் இயற்கை நிறங்களின் முக்கியத்துவத்தை ஆங்கிலேயே முதலாளிகள் ஒரு கட்டத்தில் உணரத்தொடங்கினர். பாம்புக் கடி, ஒவ்வாமை, தோல் நோய், போன்றவற்றிற்கு பயன்படுத்திய அவுரியை, இந்தியாவில் இயற்கை சாயமாக பயன்படுத்தி வந்ததை கண்டறிந்த இவர்கள் இதுவரை பார்த்திராத ஒருவித ஊதா நிறத்தை போன்ற ஒன்று இதில் இருந்ததைக் கண்டு அதிர்ந்துபோனார்கள்.

இதைப் பெரிய அளவில் பயன்படுத்த ஆங்கிலேயரின் வியாபார புத்தி குரூரமான குறுக்கு வழிகளை கண்டுபிடித்தது. அப்படி கண்டுபிடித்த திட்டம்தான் அவுரிச்செடியை இந்திய

விவசாயிகள் பயிரிடும் திட்டம். ஆனால் இந்தக் காலத்தில் பஞ்சத்தில் பல்லாயிரக்கணக்கான மக்கள் மரணமடைந்து கொண்டிருந்தார்கள். விவசாயிகள் மறுத்தும் உணவு தானியங்கள் பயிரிட வேண்டிய நிலங்களில் அவுரி செடிகளைப் பயிரிட அரசு அதிகாரம் செய்தது.

அரசாங்கத்திற்கு பயந்து பலர் அவுரி செடிகளை பயிரிட்டனர். ஆனால் அவுரிச் செடியை கொள்முதல் செய்வதில் பல்வேறு மோசடிகளை ஆங்கில வியாபாரிகள் செய்யத் தொடங்கினர். இது புதிய நெருக்கடியைத் தோற்றுவித்தது. இதனால் விவசாயிகள் பெரிதும் கோபம் அடைந்தார்கள். இந்த நிலையில்தான் காந்தியடிகள் போராட்டத்தைத் தொடங்கினார். முதலில் வரிகொடா இயக்கமாக மாறியது.

இதன் பின்னர், விவசாயிகளின் கொதிப்பு ஒத்துழையாமை இயக்கத்தில் கொழுந்துவிட்டு எரிந்தது. 1922-ஆம் ஆண்டில் ஒத்துழையாமை இயக்கம் தொடங்கப்பட்டது.

சௌரி சௌரா உத்திரப்பிரதேச மாநிலம் கோரக்பூர் அருகில் உள்ள ஒரு சிறிய நகரம். இங்கு தொடங்கிய போராட்டத்தில் பொதுமக்கள் மூன்று பேர் கொல்லப்பட்டனர். இதை பொறுத்துக்கொள்ள முடியாத நிலையில் மக்கள், காவல் நிலையத்திற்கு தீ வைத்தனர். அங்கிருந்த போலீசார் 22 பேர் தீயில் கருகி உயிரிழந்தனர்.

இதை சுதந்திரப் போராட்டத்தையே ஒடுக்கும் அடக்குமுறை யாக பிரிட்டிஷார் மாற்றிக் கொண்டனர். முன்னணியில் செயல்பட்டவர்களில் பலருக்கும் காவல்நிலைய தீ வைப்புக்கும் சம்பந்தமே இல்லை. அவர்கள் அனைவரும் குற்றவாளிகளாக சேர்க்கப்பட்டு 228 பேர் கைது செய்யப்பட்டனர். இதில் விசாரணை கைதியாக இருந்த நிலையிலேயே 6 பேர் சித்ரவதை செய்துக் கொல்லப்பட்டனர். நீதிமன்றத்தில் வழக்கு நடந்து, 172 பேருக்குத் தூக்குத் தண்டனை விதிக்கப்பட்டது. உலகமே இந்த தீர்ப்பைப் பார்த்து அதிர்ச்சியடைந்து நின்றது.

அப்பொழுதுதான் பிரிட்டிஷ் நாடாளுமன்றத்தில் ஒரு விவாதம் நடைபெற்றுக்கொண்டிருந்தது. இதில் எத்தனை பேர் இறந்தார்கள்? அதில் எத்தனை பேர் ஆங்கிலேயர்? எத்தனை பேர் தூக்கிலிடப் பட்டவர்கள்? என்பதில் எல்லாம் அவர்கள் அதிகம் கவலைப்பட்டுக் கொள்ளவில்லை. இந்திய மக்கள் வரியின் மூலம் செலுத்தும் வருமானம் பெரிய அளவில் குறைந்தது என்பதை விவாதித்துகொண்டிருந்தாகக் கூறப்படுகிறது. இதுதான்

அதுல்குமார் அஞ்சான் ஹன்னன் முல்லா ஆ

அன்றைய பிரிட்டிஷ் பாராளுமன்றத்தின் நிலை.

எத்தனை ஆண்டுகள் கடந்துவிட்டன. எல்லோரும் இதை மறந்துவிட்டார்கள். சுதந்திரப் போராட்டத்தில் நடந்த இந்த முக்கிய நிகழ்ச்சிகளைப் போராட்டக் களம் மறக்கவில்லை. இது அங்கு காட்சிப்படுத்தப்பட்டுள்ளது. போராட்ட வரலாறு மீண்டும் புதிதாய் பிறப்பெடுப்பதாக நான் புரிந்துகொண்டேன். சுதந்திரப் போராட்டத்தின் இந்த தாக்கம் இன்றைய விவசாயப் போராட்டத்திற்கான ஊக்க சக்தியாக மாறியுள்ளதுதான் இன்றைய எதார்த்தம்.

சுதந்திரப் போராட்டத்தின் இரண்டாவது கட்டம், அகில இந்திய விவசாயிகள் சங்கம் தோற்றம். 1936-ஆம் ஆண்டில் இது லக்னோவில் தோற்றுவிக்கப்படுகிறது. முதுபெரும் சோசலிஸ்டு தலைவர் எம்.ஜி.ரங்கா, ஜெயப்பிரகாஷ் நாராயணன், எழுத்தாளர் ராகுல் சாங்கிருத்யாயன், இ.எம்.எஸ். நம்பூதிரிபாத், இசர்டு.ஏ.அகமது போன்றவர்கள் தலைமைப் பொறுப்பேற்று செயல்பட்டு வந்துள்ளனர். ஆனால் பிற்காலத்தில் கம்யூனிஸ்டு சங்கமாக இது அறியப்படுகிறது. இந்திய கம்யூனிஸ்டு கட்சி, மார்க்சிஸ்டு கம்யூனிஸ்டு கட்சி ஆகியவை இரண்டாகப் பிரிந்தபோது, 1964-க்கு பிறகு, சங்கங்களும் இரண்டாக பிரிந்து செயல்படுகின்றன. அதுல்குமார் அஞ்சான், ஹன்னன் முல்லா ஆகிய இருவரும் இந்த இரண்டு சங்கங்களுக்கும் பொதுச்செயலாளர்கள்.

இந்த சங்கம் சுதந்திரத்திற்கு பிந்தைய காலங்களில் பல்வேறு பிரச்சனைகளை கையிலெடுத்துப் போராட்டங்களை நடத்தியுள்ளது. உழுபவனுக்கு நிலம் சொந்தமாக இருக்கவேண்டும் என்று நாடு தழுவிய போராட்டத்தை தொடங்கி, நில உச்சவரம்பு சட்டங்களைக் கொண்டு வந்துள்ளது.

நாடு விடுதலைப் பெற்றதற்குப் பின்னர், விவசாயத்திற்கு தேவையான தண்ணீர் பெரும் பிரச்சினையாக உருவெடுத்தது. ஐந்தாண்டு திட்டங்கள் மூலம் பல அணைகள் கட்டப்பட்டன என்றாலும் அதற்கான கோரிக்கைகளை முன்வைத்து, பல்வேறு போராட்டங்களை தொடர்ந்து நடத்தியது இந்த விவசாய சங்கங்கள்தான்.

பசுமைப் புரட்சி பல்வேறு நெருக்கடிகளை இந்திய விவசாயத்தில் ஏற்படுத்திவிட்டது. இரசாயன உரங்கள் இல்லாமல் விவசாயம் இல்லை என்றாகிவிட்டது. மற்றைய இயந்திரப் பயன்பாடுகள் கூடுலாகிவிட்டது. விவசாயம் பொருளாதார நெருக்கடியில் சிக்கிக்கொண்டது. இன்றைய நவீன விவசாயம், பல்வேறு சிந்தனைகளை நம்மிடம் தோற்றுவித்துள்ளது. சுற்றுச்சூழல் பாதிப்பில்லா விவசாயம், உடல் நலத்தையும் மண் நலத்தையும் பாதிக்காத விவசாயம், இரசாயன உரங்கள் இல்லாத விவசாயம், கார்ப்பரேட் கொள்ளையிலிருந்து தங்களை பாதுகாத்துக் கொள்ளும் தற்சார்பு விவசாயம் என்று பல்வேறு சிந்தனைப் போக்குகள் வளர்ந்துள்ளன.

விவசாயத் துறையில் பல்வேறு சிந்தனைப் போக்குகள் வந்துள்ளதால், பலதரப்பட்ட விவசாய சங்கங்களின் தோற்றமும் தவிர்க்க முடியாமல் நிகழ்ந்துவிட்டது. கல்வி கற்ற புதிய தலைமுறையிடமும் மண்ணையும் விவசாயத்தையும் பாதுகாக்க வேண்டும் என்ற உணர்வு கூடுதலாகி, சிறியதும் பெரியதுமான பல்வேறு செயல்பாட்டுக் குழுக்களும் தோற்றம் கண்டுள்ளன. அழுத்தம் திருத்தமாக என்னால் கூறமுடியும், இது இரண்டாவது இந்திய விடுதலையை நோக்கிய பயணம் என்று.

பன்மைத் தன்மை கொண்ட இவை எல்லாவற்றையும் இவ்வாறு இணைப்பது எது என்ற கேள்விக்கு சரியான பதில் இதுவரை கிடைக்கவில்லை. இப்பொழுது கிடைத்துள்ளது. அந்த பதில், இந்திய விவசாயிகளின் அவிழ்க்க முடியாத முடிச்சுகளை அவிழ்த்துவிடும் என்று நான் நம்புகிறேன்.

41

இந்திய பண்பாட்டின் பேரழகு

நான் டெல்லி மாநகரை பலமுறை பார்த்திருக்கிறேன். எனது முதல் பயணம் 1975-ஆம் ஆண்டில். கடந்த 45 ஆண்டுகளில் டெல்லியில் தலைகீழ் மாற்றங்கள் நிகழ்ந்துள்ளன. இதுவரை டெல்லியில் பார்க்காத இடங்களை அன்று பார்க்கிறேன். ஒருநாள் முழுவதும் ஒய்வற்றப் பயணம்.

அன்று குடியரசு நாள். சுதந்திரத்திற்குப் பின் ஒவ்வொருவரும் தங்களை இந்த நாட்டின் குடிமக்களாக உணர்ந்துகொண்ட நாள். இந்த கொண்டாட்டம் டெல்லியை உற்சாகவெள்ளத்தில் மூழ்கடித்துவிடும். ஒவ்வொரு ஆண்டும் கொண்டாட்டத்தை கூடி நின்று ஆரவாரம் செய்து, மகிழ்ச்சி பெருவெள்ளத்தில் டெல்லி மக்கள் மிதந்து களிப்படைவார்கள். ஆண்டுக்கு ஆண்டு கொண்டாட்டங்களில் வேறுபாடுகள் இருந்து கொண்டேயிருக்கும்.

இந்திய ஒற்றுமையின் முக்கியமான கொண்டாட்ட மையம்தான் குடியரசு நாள். ஒவ்வொரு மாநிலமும் தங்கள் பண்பாட்டை தேசத்திற்கு தெரிவிக்கும் விதத்தில் தங்கள் சிறப்பை

இங்கு கொண்டுவந்து அரங்கேற்றுவார்கள். 'ஒருங்கிணைந்த இந்தியப் பண்பாட்டின் பேரழகு' இது. பார்ப்பவர்களை கிறக்கமுற வைத்துவிடும். அனைத்துப் பண்பாட்டையும், டெல்லி அந்தநாளில் சந்தித்துவிடும்.

இதன்பின்னர் ராணுவ அணிவகுப்பு நடைபெறும். முப்படைகளைச் சார்ந்தவர்கள் அணிவகுப்பில் கலந்துகொள்வார்கள். படையின் முன்வரிசையில் உயர்ரக டாங்கி அணிவகுத்துச் செல்லும். கப்பல், விமானப்படைகளின் உயர்திறனை உலக நாடுகளுக்கு அறிவிக்கும் அணிவகுப்பாக இது அமையும். திடீரென்று வான்வெளியில் விமானங்கள் தலைகாட்டும். இதையடுத்து விண்ணில் சாகசங்கள் தொடங்கிவிடும். இந்த நிகழ்வுகள் அனைவரையும் வேற்றுலகத்திற்கு அழைத்துச் சென்றுவிடும்.

ஆனால் அன்றைய எனது குடியரசு தினம் முற்றிலும் வேறுபட்டிருந்தது. இதுவரை டெல்லி பார்த்திராத வித்தியாசமான குடியரசு தின எழுச்சி. இது விவசாயிகளின் குடியரசு தின அணிவகுப்பு.

இந்த குடியரசு அணிவகுப்பு மூன்று இடங்களிலிருந்து புறப்பட்டது. நான் சிங்கு எல்லையிலிருந்து புறப்பட்டு அணிவகுப்பில் கலந்துகொள்வதாக முடிவு செய்திருந்தேன். என்னை தனது வாகனத்தில் ஏற்றிச் செல்வதாக உறுதி அளித்தவர் ஒரு பஞ்சாப் விவசாயி. பட்டதாரி இளைஞர். அவரிடம் ஒரு நவீன டிராக்டர் இருந்தது. அது சுதந்திரப் போராட்ட வீரர்களின் தியாகத்தால் அலங்கரிக்கப்பட்டிருந்தது. விவசாய சங்கக் கொடியும் தேசியக் கொடியும் இணைந்து பறந்து கொண்டிருந்தன.

நாங்கள் சிங்கு எல்லையிலிருந்து புறப்பட வேண்டும். திரும்பிய இடமெல்லாம் டிராக்டர். நான் அதிகாலை ஐந்து மணிக்கெல்லாம் அங்கு சென்றுவிட்டேன். சாப்பிட்டுவிட்டு ஏழுமணிக்கு வந்தால் போதும் என்று அந்த நண்பர் குறிப்பிட்டார். கூட்டம் உருவாக்கிய அத்தனை நெருக்கடிகளையும் கடந்து நான் மீண்டும் 6:30 மணிக்கு வந்து பார்த்தேன். அதற்குள் டிராக்டர் புறப்பட்டுவிட்டது. கடந்த பத்து நாட்களாக நான் இந்தப் பேரணியில் கலந்துகொள்ளும் கனவில் இருந்தேன். எனக்கு மிகப்பெரிய ஏமாற்றம்.

என்னை அழைத்துச் செல்வதாக சொன்ன அந்த பஞ்சாபிய இளைஞர் மீது எனக்கு கோபம் வரவில்லை. ஆனால் மோடியின்

மீது கோபம் வந்தது. குடியரசு தின டிராக்டர் பேரணியை நடைபெறாமல் தடுத்துவிடுவதற்கு, இந்திய அரசின் உளவுத்துறை பல்வேறு மட்டரகமான தந்திரங்களை உருவாக்கி வைத்திருந்ததை விவசாயிகளின் போராட்டத் தலைமை முன்கூட்டியே புரிந்துகொண்டது. அவர்கள் மதிநுட்பம் கொண்டவர்கள். சிறந்த கட்டுப்பாடுடன் எதையும் லாவகமாக எதிர்கொள்ளும் சிறப்பைக் கொண்டவர்கள். சதி அறிந்து, அவசரமாக திட்டமிட்ட நேரத்திற்கு முன்பாகவே பேரணியைத் தொடங்கிவிட்டனர். நான் என்ன செய்வது என்று திகைத்துப்போய் நின்றுகொண்டிருந்தேன்.

வரிசையாக டிராக்டர்கள் விரைந்து சென்றுகொண்டிருக்கின்றன. அதில் ஏறிச் செல்லும் விருப்பத்தில் ஒவ்வொன்றையும் நிறுத்திப் பார்க்கிறேன். அவர்களில் சிலர் என்னை பரிதாபத்துடன் பார்க்கின்றனர். அவர்களுக்கு என்னை வண்டியில் ஏற்றிச் செல்ல விருப்பம் இருந்திருக்கலாம். தர்மசங்கடமான சூழல். வண்டிகள் விரைந்து வந்து கொண்டிருக்கின்றன. அவர்களுக்கு நிறுத்துவதற்கு போதிய நேரம் கிடைக்காது. அப்படி மீறி நிறுத்தினால் அது விபத்தில் போய் முடிந்துவிடும்.

அப்பொழுதுதான், எனக்கு திடீரென்று அந்த எண்ணம் தோன்றியது. அது கொஞ்சம் ஆபத்தான எண்ணம்தான். இந்த வயதில் இதை நம்மால் செய்ய முடியுமா? இது தேவைதானா? என்பதையும் சிந்திக்கத் தொடங்கிவிட்டேன். இருந்தாலும் முயற்சித்துப் பார்த்துவிடுவது என்ற முடிவுக்கு வந்தேன். இது, என்னை அறியாமல் என்னிடம் இன்றுவரை வாழ்ந்து வரும் இயல்பு.

அது ஒரு பழைய ரக டிராக்டர். அதன் கட்டமைப்பு நீண்டகாலம் உயிர் வாழ்ந்துவிட்டதை தெரிவிக்கிறது. மற்ற டிராக்டர்களுக்கு ஈடுகொடுத்து விரைந்து செல்ல இதனால் முடியவில்லை. ஓட்டத்தில் பின்தங்கிவிட்டது. அதனால் அது ஒரு ஓரத்தில் ஒதுங்கிச் சென்றுகொண்டிருந்தது. நான் கையில் எந்தப் பொருளையும் வைத்திருக்கவில்லை. இந்தக் காலத்தில் இளைஞர்களைப்போல முதுகில் சுமக்கும் ஒரு நடுத்தர பை மட்டும் வைத்திருந்தேன். அந்த டிராக்டரோடு சிறிதுதூரம் சேர்ந்து ஓடினேன். அவர்களிடம் எந்த விதமான அனுமதியும் கேட்கவில்லை. எனது உடலிலுள்ள சக்தியை எல்லாம் திரட்டி டிராக்டர் பின் இணைப்பு பெட்டிக்குள் ஏறிவிட்டேன். அவர்கள்

பேசிய மொழி பஞ்சாபியா? இந்தியா? எனக்குப் புரியவில்லை. என்னை கடுமையான சொற்களால் பேசியிருக்க வேண்டும். நான் எதைப் பற்றியும் கவலைப்படாமல், ஒரு ஓரத்தில், பின்னால் வரும் டிராக்டர்களையும் பொதுமக்களையும் பார்க்கக்கூடிய ஒரு இடத்தில் வசதியாக அமர்ந்துகொண்டேன். அதில் ஆறு பெண்களும் நான்கு ஆண்களும் இருந்தார்கள். அது எனக்கு மறக்க முடியாத ஒரு நாள் உலகமாகிப் போனது.

டிராக்டரில் இருந்தவர்களிடம் நல்ல போராட்ட அரசியலின் ஞானம் இருந்தது. உணர்வுப்பூர்வமாக ஒவ்வொருவரும் ஒரு தகவலை வெளியிட்டுக்கொண்டிருந்தார்கள். எல்லோருமே பா.ஜ.க. அரசாங்கத்தின் மீது உச்சகட்ட கோபத்தில் இருந்தார்கள். அவர்கள் என்னிடம் பல்வேறு தகவல்களைக் கூறிக்கொண்டிருந்தபோது, வெளியே தீவிரமான முழக்கங்கள் கேட்டுக்கொண்டே இருந்தது. நான் வெளியே திரும்பிப் பார்க்கிறேன்.

அணிவகுப்பு நான்கு வரிசைகளில் வந்துகொண்டிருக்கிறது. ஒவ்வொன்றிலும் உற்சாகப் பெருவெள்ளம். என் வாழ்நாளில் எத்தனையோ அணிவகுப்புகளைப் பார்த்திருக்கிறேன். ஆனால் இது போன்றதொரு அணிவகுப்பைப் பார்த்ததில்லை. கண்ணுக்கு எட்டிய தூரம்வரை டிராக்டர்கள். பின்னர் இதுகுறித்து அறிந்து கொண்டவை மிகவும் முக்கியமானவை.

பஞ்சாப், அரியானா ஆகிய இரண்டு மாநிலங்களில்

மட்டுமே 12 லட்சம் டிராக்டர்கள் இருப்பதாக பத்திரிகைள் எழுதின. இதில் குறைந்தது 10 லட்சம் பேரணியில் கலந்துகொண்டிருக்கும் என்று அதில் குறிப்பிடப்பட்டிருந்தது. டெல்லி டிராக்டர் பேரணி பற்றி மற்றொரு தகவலும் வெளிவந்திருந்தது. பல மாநிலத்தைச் சார்ந்த விவசாயிகள் உ.பி மாநிலத்தின் மூலம்தான் டெல்லிக்கு வந்து சேரமுடியும். இவர்கள் மீது உ.பி. அரசு பெரும் அடக்குமுறையை ஏவத் தொடங்கியது. மொழி அறியாது பிற மாநில விவசாயிகளின் டிராக்டர் பறிமுதல் செய்யப்பட்டது. உத்திரப்பிரதேச மாநிலத்தின் சில பகுதிகளில் கோபம்கொண்ட பொதுமக்கள் பெரும்கூட்டமாக காவல் நிலையத்தில் நுழைந்தார்கள். போலீசாரால் தடுக்க முடியவில்லை. அவர்களே விவசாயிகளை விடுதலை செய்து டெல்லிக்கு அனுப்பி வைத்திருக்கிறார்கள் என்ற தகவலும் அதில் இருந்தது. எல்லா மாநிலங்களிலிருந்தும் வந்த டிராக்டர்கள் குறைந்த பட்சம் 12 லட்சம் இருக்கும்.

டிராக்டர் ஊர்வலத்திற்கான அனுமதி டெல்லி (Ring Road) சுற்றுச் சாலையில் வழங்கப்பட்டிருந்தது. காலை 7:00 மணிலிருந்து இரவு எட்டு மணி வரை டிராக்டர் பயணம். இரண்டு பக்கங்களிலும் மக்கள் பெருவெள்ளம், திரண்டு மலர் தூவி வரவேற்றார்கள். கூட்டம் கூட்டமாக ஓடிவந்து தண்ணீர் பாட்டில்களை வழங்கிக்கொண்டேயிருந்தார்கள். உணவுக்குப் பஞ்சமே இல்லை. கைகாட்டி டிராக்டரை மெதுவாக ஓடச் செய்து, வழங்கிக்கொண்டேயிருந்தார்கள். நான் மீண்டும் சிங்கு எல்லையில் இறங்கும்வரை கூட்டம் இருந்துகொண்டேயிருந்தது.

நான் விடுதலைப் போராட்டத்திற்கு பின்னர் பிறந்தவன். சுதந்திரப் போராட்டத்தின் விடுதலைதினத்தை சிறுவயதில் பலமுறை கற்பனை செய்து பார்த்திருக்கிறேன். ஆனால் என்னைப் பொறுத்தவரை நான் அன்று பார்த்தது குடியரசு தின விவசாயிகளின் பேரணி அல்ல. 'இரண்டாவது இந்திய சுதந்திரப் போராட்ட வெற்றி விழாவுக்கான ஒத்திகை' என்று மனம் நினைத்துக்கொண்டது .

ஆனாலும் அன்று இரவு எனக்கு கிடைத்த தகவல் எனக்குள் ஒருவிதமான நெருடலை ஏற்படுத்திவிட்டது.

42
மாபெரும் சதி

நேற்று பார்த்த மகிழ்ச்சியை அந்த இளைஞனின் முகத்தில் என்னால் இன்று பார்க்க முடியவில்லை. வழக்கமாகவே மிகுந்த சுறுசுறுப்புடன் காணப்படுவார். பழகுவதற்கு இனிமையான அவர் அரசியல் விவாதங்களுக்கு மிகவும் பொருத்தமானவர். அவருடன் அரசியல் பேசினால் அலுப்பு என்பது தட்டுவதே இல்லை.

முதல்நாள் நான் அவரை சந்தித்தபோது அவர் மிகுந்த உற்சாகத்துடன் இருந்தார். அவர் மட்டுமல்ல... போராட்டக் களமே உற்சாகத்துடன் காணப்பட்டது. எல்லோர் முகத்திலும் ஓட்டப் பந்தய வீரரின் பரபரப்பு தெரிந்தது. விவசாயிகளின் குடியரசு நாள் டிராக்டர் அணிவகுப்பு தயாரிப்பிலிருந்த நாள் அது.

வரலாறு காணாத விவசாயிகள் குடியரசு தின பேரணி சிறப்பாக நிறைவு பெற்ற மகிழ்ச்சியில் இப்பொழுது அவர் இருந்திருக்க வேண்டும். அவ்வாறான மகிழ்ச்சி அவர் முகத்தில் இல்லை. டிராக்டர் பேரணியில் நடந்த நிகழ்வு ஒன்று அவரை பெரிதும் பாதித்துவிட்டது. விவசாய போராட்டத்தின்

நன்மதிப்பை மக்கள் மத்தியிலிருந்து அகற்றுவதற்கு இந்த நிகழ்ச்சியை இரவு பகலென்று பாராமல் காட்சி ஊடகங்கள் படம் எடுத்துக் காட்டிக்கொண்டிருந்தன.

அச்சு ஊடகங்களும் விதவிதமான கற்பனைக் கதைகளை எழுதிக் கொண்டிருந்தன. கடந்த காலத்தில் உருவாக்கப்பட்ட கட்டுக் கதைகளை எல்லாம் ஒருங்கிணைத்த அவதூறுகள் அதில் அதிகம் காணப்பட்டன. இதையெல்லாம் கண்ணுற்ற பல மாதங்கள் களத்தில் வாழ்ந்த போராட்டக்காரர்கள் மிகவும் வேதனையடையத் தொடங்கினார்கள். குடியரசு தின டிராக்டர் பேரணியில் நடந்த வேண்டத்தகாத நிகழ்வை ஆரம்பத்திலேயே கண்டறிந்து தடுத்திருக்க வேண்டும் என்ற மனவுணர்வை என்னிடம் வெளிப்படுத்தினார்கள்.

பேரணியில் கலந்துகொண்டவன் என்ற முறையில் இதை 'பிரமாண்டத்தின் பிரமாண்டம்' என்றுதான் சொல்லவேண்டும். பேரணியில் நடந்த அந்த நிகழ்வு, யாருமே எதிர்பார்க்காதவை. பேரணி முடிந்த அன்று இரவு தான் ஓரளவிற்கு இது பற்றிய விபரங்கள் எனக்கு கிடைத்தன. அந்த இளைஞரிடம் மட்டுமல்ல பேரணியில் கலந்து கொண்ட பல இளைஞர்களிடமும் இந்த வேண்டாத வேலையை ஏன் செய்தார்கள் என்ற கோபம் இருந்தது.

ஐடிஓ என்பது டெல்லியின் மையப் பகுதிகளில் ஒன்று. அங்கிருந்து டெல்லி செங்கோட்டைக்கு ஒரு சாலை பிரிந்து செல்கிறது. டிராக்டர்களின் ஒரு சிறுபிரிவினர் இங்கிருந்து பிரிந்து சென்று செங்கோட்டையில் கொடியை ஏற்றிவிட்டனர். இவர்கள் இவ்வாறு செல்வதற்கு வாய்ப்பே இல்லை. இது போராட்டக் குழுவை பொறுத்த வரை ஒரு அத்துமீறிய செயல்.

டெல்லி இப்பொழுது உயர் பாதுகாப்பு மண்டலத்தில் இருக்கிறது. டெல்லியைப்போல கட்டுபாடு நிறைந்த பகுதி இந்தியாவில் வேறு எங்குமே இல்லை. விஞ்ஞான தொழிற்நுட்ப மின்னணு புரட்சியில் ஒவ்வொரு மனிதரும் எங்கு இருக்கிறார் என்ன செய்து கொண்டிருக்கிறார் என்பதை ஒன்றிய ஆட்சி யாளர்களால் கண்டறிந்து, குடிமக்களில் ஒவ்வொருவரையும் இன்றைய அரசால் வேவு பார்க்க முடியும்.

குடியரசு தினம் இந்தியாவின் பெருமைக்குரிய நிகழ்வு. அந்த பெருமையெல்லாம் கொஞ்சம் கொஞ்சமாக மறைந்து, இப்பொழுது அச்சமும் பதட்டமும்தான் மிச்சமாக இருக்கிறது. எங்கிருந்தோ யாரோ பதுங்கி பதுங்கி டெல்லிக்கு வருவதாகவும் குண்டுகள் வெடிக்கலாம் என்ற சந்தேகத்துடன் குடிரயசு தினம்

சி.மகேந்திரன்

வருவதற்கு சில வாரங்களுக்கு முன்னரே செய்திகள் வரத் தொடங்கிவிடும். இதைப் பின்தொடர்ந்து இவை எல்லாவற்றையும் கண்டறிந்து அரசு தடுத்துவிட்டது என்பதாகவும் செய்திகள் வந்துகொண்டேயிருக்கும்.

'இத்தகைய உயர் பாதுகாப்பு எப்படி தகர்க்க முடிந்தது? பல கட்டுக்காவல்களை மீறி எவ்வாறு செங்கோட்டைக்கு செல்ல முடிந்தது' என்று இன்னமும் புரியாத புதிராகவே இருக்கிறது. எல்லாம் மாயமாகவும் மர்மமாகவும் இருக்கிறது.

விபரங்களை கேள்விப்பட்டவுடன், போராட்டத்தில் எதிர்மறையான விளைவுகளை உருவாக்கக்கூடிய அபாயம் இருப்பதாகக் கருதினேன். பெரும் ஆதரவை தந்த மக்களிடமிருந்து ஆட்சியாளர்கள் போராட்டத்தை தனிமைப்படுத்த எல்லா நடவடிக்கைகளையும் எடுப்பார்கள் என்று நினைத்தேன்.

இதைப் போராட்டக் குழு எவ்வாறு சமாளிக்கப்போகிறது என்ற பயமும் இருந்தது. இது குறித்த போராட்டக்காரர்கள் பலரிடமும் பேசிப் பார்த்தேன்.

போராட்டக் களம் எந்த அளவிற்கு அவர்களை பக்குவப்படுத்தியிருக்கிறது என்பதை என்னால் புரிந்துகொள்ள முடிந்தது. பெரும் எண்ணிக்கை கொண்ட மக்கள் தங்கள் விருப்பத்திற்கு எதிரான அத்துமீறிய செயல். என இதை உறுதிபடக் கூறி நடவடிக்கையைக் கண்டித்தார்கள். இது ஒன்றிய அரசு திட்டமிட்டு வகுத்து நிறைவேற்றிய சதி என்பதை தெளிவுபடக் கூறினார்கள்.

மாபெரும் மக்கள் போராட்டத்தை நசுக்குவதற்கு இதுபோன்ற நடவடிக்கைகளில் ஆதிக்க சக்திகள் ஈடுபடுவது உலக வரலாற்றில் பலமுறை நிகழ்ந்துள்ளது.

1885-ஆம் ஆண்டில் நடைபெற்ற மே தின போராட்டம் உலகறிந்த ஒன்று. அமெரிக்க தொழிற்சங்க வரலாற்றில் தங்கள் வேலை, ஓய்வு, உறக்கம் ஆகியவை சரிவிகிதத்தில் இருக்க வேண்டும் என்பதற்கான கோரிக்கைகளை முன்வைத்திருந்த காலம். எட்டுமணி நேரம்தான் வேலை செய்வோம் என்ற உறுதியான முழக்கத்தை முன்வைத்திருந்தார்கள்.

தொடர்ந்து கூட்டங்களும் பேரணிகளும் நடந்துகொண்டிருந்தன. இவ்வேளையில் திடீரென்று கூட்டத்தில் வெடிகுண்டு வீசப்பட்டதில், அந்த இடத்திலேயே காவல்துறையினர் சிலர் பலியானார்கள். பின்னர் போலீசார்,

கூட்டத்தினர் மீது துப்பாக்கிச் சூடு நடத்தி தொழிலாளர்களைத் தாக்கினர். அத்துடன் தொழிலாளர் தலைவர்களை கைது செய்து வழக்குத் தொடுத்தனர். இந்த வழக்கில் ஏழு பேருக்கு தூக்குத் தண்டனை வழங்கப்பட்டது. இடையில் மூன்றுபேர் இறந்து போனார்கள். தொழிலாளர் தலைவர்கள் ஆகஸ்ட் ஸ்பைஸ், ஆல்பேர்ட் பார்சன்ஸ், அடொல்ஃப் ஃபிஷர், ஜோர்ஜ் ஏங்கல் ஆகியோர் தூக்கிலிடப்பட்டனர். ஓராண்டு காலம் நடைபெற்ற விசாரணையில் தூக்கு தண்டனை விதிக்கப்பட்ட தொழிற்சங்க தலைவர்கள், தங்கள் புகழ்மிக்க விவாதத்தை நீதிமன்றத்தில் வைத்தனர். இது, இன்று உலகத் தொழிலாளர்களுக்கு வழிகாட்டும் கொள்கை ஆவணங்களாக இருக்கின்றன. சரியாக ஐந்து ஆண்டுகளுக்குப் பின்னர் நடைபெற்ற பொது விசாரணையில் இவர்கள் யாரும் எந்தக் குற்றமும் செய்யவில்லை என்பது நிரூபிக்கப்பட்டது. முதலாளிகளின் கூலிப்படை காவல்துறை யுடன் கூட்டு சேர்ந்து இதைச் செய்தது என்பது உறுதி செய்யப்பட்டது.

இதைப்போன்ற மற்றொரு நிகழ்ச்சி ஹிட்லரின் ஜெர்மனிய ஆட்சியில், 1933 ஆண்டில் நடைபெற்றது. பெர்லினில் நாடாளுமன்றத்திற்கு தீ வைக்கப்பட்டது. இதற்காக கம்யூனிஸ்டு தலைவர் ஜார்ஜ் டிமிட்ரோ உள்ளிட்ட சிலர் மீது வழக்குத் தொடரப்பட்டது. இதைக் காரணம் காட்டி ஜெர்மன், கம்யூனிஸ்டு கட்சி தடை செய்யப்பட்டது. 18 ஆயிரம் கம்யூனிஸ்டு தலைவர்கள் நாடு தழுவிய அளவில் கைது செய்யப்பட்டனர்.

இதில் பலர் கொல்லப்பட்டனர். பிற்காலத்தில் ஹிட்லரின் சதி அனைத்தும் அம்பலமானது. பின்னர் நீதிமன்றத்தில் இவர்கள் குற்றமற்றவர்கள் என்று விடுதலை செய்யப்பட்டனர். டெல்லிப் போராட்டமும் தொடங்கிய காலத்திலிருந்து இது காலிஸ்தான் தீவிரவாதிகளின் போராட்டம் என்று கூறப்பட்டு வந்தது. 'விவசாயி இல்லை என்றால் உணவு இல்லை' என்று கூறுவது பயங்கரவாதமா தீவிரவாதமா?

மோடி அரசு தங்கள் கார்ப்பரேட் ஆதரவு முகத்தை மூடி மறைத்துக் கொள்ள, கைக்கூலிகளை கையில் வைத்துக்கொண்டு, அவதூறு பிரச்சாரம் செய்யத் தொடங்கினார். காலிஸ்தான் தீவிரவாதிகள் என்றும், பிரிவினைவாதிகள் என்றும் தீவிரப் பிரச்சாரத்தை செய்து வருகிறது.

பஞ்சாப் விவசாயி ஒருவர், இது குறித்து என்னிடம் பேசிக்கொண்டிருந்தபோது எங்கள் மாநிலத்தில் தந்தை விவசாயி என்றால், மகன் ராணுவ வீரன். 'இதுதான் எங்கள் வாழ்க்கை. நாங்கள் காலிஸ்தான் தீவிரவாதிகளா? பிரிவினை வாதிகளா' என்று அவர் கேட்டபோது, அந்தக் கேள்வி என் கன்னத்தில் ஓங்கி அறைந்ததைப் போல இருந்தது. அந்த மக்களுக்கு ஒன்றிய அரசு எத்தகைய அநீதியை செய்கிறது. டெல்லிப் பேரணியின் செங்கோட்டையில் கொடியேற்றமும் இதைப்போன்ற சதிசெயல் என்று பகிரங்கமாக குற்றம்சாட்டினார்கள்.

போராட்டம் குறித்த மாபெரும் அரசியல் உரையாடல் ஒன்று இன்று தேவைப்படுகிறது. இதை இந்தியா முழுமைக்கும் எடுத்து செல்லும் கடமையும் நமக்கு ஏற்பட்டுள்ளது. இதையொட்டி போராட்டக் களத்தில் பல்வேறு அரசியல் இயக்கங்களை சார்ந்தவர்களை சந்தித்துப் பேசி அவர்களின் கருத்துக்களை தெரிந்துகொள்ள வேண்டும் என்ற ஆர்வம் எழுந்தது. இன்று இந்திய போராட்ட அரசியலில் இடதுசாரி சக்திகள் தவிர்க்க முடியாதவை.

போராட்டத்தில் ஒரு விதியைப் பயன்படுத்துகிறார்கள். இது இன்றுவரை ஒரு தொடர்விவாதத்தை எழுப்பி வருகிறது. 'இவ்வாறு முடிவெடுத்திருப்பது சரியில்லை' என்று ஒரு பகுதியினர் தொடர்ந்து கூறி வருகிறார்கள். ஆனாலும் 'வேறுவிதமான சிக்கல்களை தவிர்த்துக் கொள்வதற்காக இதை நாங்கள் செய்து வருகிறோம்' என்கின்றனர் போராட்டக்காரர்கள். 'அரசியல் கட்சிகள் நேரடியாக போராட்டக் களத்தில் பங்கேற்க வேண்டாம்' என்பது போராட்டக் களம் எடுத்துள்ள முடிவு.

இதுகுறித்து ஒருசில தலைவர்களிடம் நான் டெல்லியில் பேசிப் பார்த்தேன்.

தோழர் டி.ராஜா இன்று இந்திய கம்யூனிஸ்டு கட்சியின் தேசியப் பொதுச் செயலாளர். பல ஆண்டுகள் என்னோடு நெருங்கிப் பழகியவர். அவரை சந்தித்து, போராட்டம் குறித்த அவரது கருத்துக்களை அறிந்து கொள்ள முயற்சி செய்தேன். டெல்லி அலுவலகத்திலிருந்து போராட்டத்திற்கான அனைத்து உதவிகளையும் செய்து கொண்டிருந்தார். அவரது கவலையெல்லாம் போராட்டத்தைப் பற்றி இருந்தது. கடும் குளிரில் விவசாயிகள் படும் துயரத்தைப் பற்றிய அவருடைய வேதனையை என்னிடம் பகிர்ந்துகொண்டார்.

போராட்டத்தில் அரசியல் கட்சிகள் நேரிடையாக பங்கெடுக்க வேண்டாம் என்று சொல்கிறார்களே அதைப்பற்றி முதலில் அவருடைய அபிப்பிராயம் என்னவென்று புரிந்து கொள்ள முயற்சி செய்தேன். அவரது பதில் ஆழம் கொண்டதாக இருந்தது. “சதிகள் நிறைந்த காலம். அரசியல் கட்சிகள் எல்லாம் நுழைந்தால் அதில் பா.ஜ.க

அமர்ஜித் கவுர்

பினாய் விஸ்வம்

ஆனிராஜா

ஜி.எச். வெங்கடாஜலம்

வும் நுழைய வாய்ப்பு இருக்கிறது என்பதில் விவசாயிகள் எச்சரிக்கையுடன் இருப்பதில் தவறில்லை. இதனால் ஏற்படும் குழப்பங்களை தவிர்ப்பதற்கான உத்தி இது" என்றார். அவர் கூறியவை எனக்கு உடன்பாடாய் இருந்தது.

இடதுசாரி கட்சிகளான சி.பி.ஐ., சி.பி.எம். சி.பி.ஐ.எம்.எல். ஆகிய கட்சிகளின் வெகுஜன அமைப்புகளை போராட்டக் களத்தில் கூடுதல் எண்ணிக்கையில் சந்தித்தேன். மாணவர், இளைஞர், விவசாயிகள், பெண்கள், தொழிற்சங்கங்கள் என்று அதன் வெகுஜன அமைப்புகளின் தலைவர்கள் தீவிரமாக செயல்பட்டுக்கொண்டிருந்தார்கள். அவர்கள் அனைவரிடமும் போராட்டக்களம் கூடுதல் ஊக்கத்தை அளித்திருந்தது.

இடதுசாரி கட்சிகளின் உயர்மட்ட தலைவர்களை சந்திக்க திட்டமும் என்னிடம் இருந்தது. அதற்கும் காலம் இடம் தரவில்லை. வாய்ப்பு அமையுமானால் மீண்டும் அவர்களை சந்தித்து அவர்களின் உணர்வுகளை பதிவு செய்யவேண்டும் என்ற உணர்வு மட்டும் என்னிடம் இப்பொழுதும் இருந்துகொண்டே இருக்கிறது. கார்ப்பரேட் உலகமய பின்னணியில் உலக அளவில் பல்வேறு போராட்டக் களங்களில் மாற்று அரசியல் ஒன்று உருவாகிக்கொண்டிருக்கிறது. இந்திய விவசாயிகளின் போராட்டக் களமும் மாற்று அரசியலுக்கான தீவிர பரிசோதனைகள் பலவற்றை செய்துகொண்டிருப்பதாக நான் உணர்கிறேன். போராட்டங்களை விஞ்ஞானப்பூர்வமாக ஆய்வு செய்பவர்கள் இடதுசாரி இயக்கங்கள்தான். இவர்கள் எதிர்காலத்தில் இதைப்பற்றி அதிகமாக ஆய்வு செய்யும் அவசியத்தைக் கொண்டிருக்கிறார்கள். இதுகுறித்த வேறு சில சந்திப்புகளையும் பதிவு செய்யவேண்டிய கட்டாயம் எனக்கு இருக்கிறது.

சிங்கு எல்லையிலும் காஜ்ஜிபூர் எல்லையிலும் ஆரம்ப காலங்களில் ஒருவர் அளித்த ஊக்கத்தைப் பற்றி இளம் தோழர்கள் உணர்வுப்பூர்வமாக என்னிடம் பகிர்ந்து கொண்டார்கள். அவர்தான் நாடாளுமன்ற மக்களவை உறுப்பினர் பினாய் விஸ்வம். கேரளத்தில் அமைச்சராக சிறப்புடன் பணியாற்றிவர். இவர் கம்யூனிஸ்டு கட்சியின் இந்திய செயலாளர்களில் ஒருவராக இப்பொழுது பணியாற்றிவருகிறார். ஆரம்ப காலங்களில் மிகவும் கூடுதலாக களத்திற்கு சென்று உதவி செய்து வந்தவர். இவருடைய அணுகுமுறையை களத்தில் சில தோழர்கள் மிகுந்த ஆர்வத்துடன் பாராட்டினார்கள். அவரையும்

சந்தித்து உரையாடினேன். இளைஞர்களை அரசியலாகவும் போராட்டங்கள் மூலமாகவும் வளர்த்தெடுத்து உருவாக்குதல் பற்றி, இவர் என்னிடம் உரையாடிக் கொண்டிருந்தார். 'இன்றைய காலத்தில் இளம் தோழர்களை வளர்த்தெடுப்பது மிகவும் அவசியம்' என்ற இவருடைய கருத்தோடு நான் பெரிதும் உடன்படுகிறேன்.

களத்தில் நின்று, போராடும் விவசாயிகளுக்கு அகில இந்திய விவசாயிகள் சங்கத்தின் பொதுச்செயலாளர் அதுல்குமார் அஞ்சான் வழிகாட்டிக்கொண்டிருக்கிறார். போராட்ட குணம் மிகுந்த கம்பீரமான விவசாய சங்கத் தலைவர். தேசத்தின் பரந்த ஒற்றுமையில் விவசாயிகள் தொழிலாளர்களின் ஒற்றுமை அடிப்படையானது. தொழிற்சங்கத்தின் சார்பில் போராட்டத்திற்கு நிறைய உதவிகள் கிடைத்துள்ளன. இப்பொழுது ஏ.ஐ.டி.யு.சி.யின் அகில இந்திய செயலாளர் தோழர் அமர்ஜித் கவூர். அவரை நான் மாணவர் பெருமன்றத்தில் பணியாற்றிய எண்பதுகளிலிருந்து அறிவேன். ஏ.ஐ.டி.யூ.சி. உதவியைப் பற்றி போராட்டக் களத்தில் பலர் என்னிடம் தெரித்தார்கள்

விவசாயத்திற்கும் வங்கிகளுக்கும் ஆழமான உறவு இருக்கிறது. வங்கிகள் தேசியமயமாக்கப்பட்ட பின்னர் வங்கிகளால் விவசாயிகளும், விவசாயிகளால், வங்கியும் பெரும் முனேற்றம் அடைந்துள்ளன. இன்றைய 'அனைத்திந்திய வங்கி தொழிலாளர் சம்மேளனம்' வங்கிகள் கார்பரேட் மயமாவதை எதிர்த்து களத்தில் நிற்கிறது. அதன் பொதுச்செயலாளர் ஜி.எச். வெங்கடாஜலம் அவர்கள் போராட்டத்திற்கு பெரும் உதவிகளை செய்துள்ளார்.

ஆனிராஜா, போராட்டக் களங்களில் எப்பொழுதுமே முதலிடத்தில் இருப்பவர். டெல்லியைச் சுற்றியுள்ள போராட்ட பகுதிகளுக்கு அவர் அடிக்கடி சென்றதை என்னால் அறிந்துகொள்ள முடிகிறது. இந்திய தேசிய மாதர் சம்மேளனத்தைச் சார்ந்தவர்கள் கூடுதல் எண்ணிக்கையில் போராட்டத்தில் பங்கேற்று வந்தார்கள்.

இவர்கள் அனைவருடன் நான் நடத்திய உரையாடல்களும் அவர்களின் செயல்பாட்டு அனுபவங்களும் போராட்ட அரசியலை மேலும் புரிந்துகொள்ள எனக்கு உதவியது. அவர்களுக்கு என் நன்றி!

43

வசந்த காலம்

நான் போராட்டக் களத்தில் 25 நாட்கள் மட்டுமே, தங்கியிருந்தேன். இன்னமும் கூடுதல் நாட்கள் தங்கியிருக்க வேண்டும். மேலும் கூடுதல் அனுபவங்களை அது கற்றுத் தந்திருக்கக்கூடும். அந்த வாயப்பை நான் இழந்துவிட்டேன். அன்றாட அரசியலும் தமிழகத்தின் தேர்தலும் கட்டாயப்படுத்தி என்னை அழைத்து வந்துவிட்டது. தமிழக சட்டமன்றத் தேர்தலும் விவசாயப் போராட்டத்தோடு சம்பந்தப் பட்டிருந்தது.

தேர்தல் காலத்தில் விவசாயிகளுக்கு எதிரான மூன்று சட்டங்களையும் ரத்துசெய்ய வேண்டும் என்று திராவிட முன்னேற்றக் கழகத்தின் மதசார்பற்ற முற்போக்கு கூட்டணியின் தலைவர் திரு.மு.க.ஸ்டாலின் அறிவித்திருந்தார். தேர்தலில் வெற்றி பெற்று முதலமைச்சர் பொறுப்பேற்ற பின்னரும், அதே உறுதியுடன் 'மூன்று விவாசாய சட்டங்களயும் ரத்து செய்யவேண்டும் என்பதுதான் தங்கள் அரசின் கொள்கை' என்று குறிப்பிட்டுள்ளார். இது போராட்டத்திற்கான மகத்தான மக்கள்

ஆதரவை தெரிவிக்கிறது. தமிழக முதல்வரின் உறுதிபாட்டை அனைத்து விவசாயிகளும் பாராட்டுகின்றனர்.

தேர்தல் வெற்றிக்குப் பின்னர் மீண்டும் எனது அந்த 25 நாட்களை நினைத்துப் பார்க்கிறேன்., வானவில் போன்று என் மனத் தோட்டத்தில் பல வண்ணங்களில் புதிய மலர்களை பூக்க வைத்திருக்கிறது போராட்டக் களம்.

'மேடு, பள்ளங்கள் நிறைந்த சமுதாய வாழ்க்கையை சமத்துவ நிலைக்கு கொண்டுவந்து சமப்படுத்த வேண்டும்' என்ற ஒருவித ஆவேசத்தோடு 18 வயதில் அரசியலில் அடியெடுத்து வைத்தேன். கம்யூனிஸ்டு கட்சியில் இணைந்து ஐம்பது ஆண்டுகள் நிறைவடைந்துவிட்டன. வாழ்நாளின் பெரும் பகுதியை அரசியலில் செலவிட்டேன் என்றாலும், இன்று போல் ஒரு நெருக்கடியான காலத்தை இதற்கு முன்னர் பார்த்ததில்லை.

சட்டமன்றம், நாடாளுமன்றம், நீதிமன்றம் என்று எல்லாவற்றிற்கும் தனித் தனி விலை வைத்துவிட்டது கார்ப்பரேட் உலகமயம். யாரை தூக்கி உயரத்தில் வைக்கவேண்டும், யாரை பள்ளத்தில் தள்ளி மண்போட்டு மூடவேண்டும் என்ற திட்டம் இதற்கு இருக்கிறது. மக்கள் நலன் சார்ந்த சித்தாந்ததை அழித்தொழிப்பதையும், அதை அமல்படுத்தப் போராடு கிறவர்களை, சதித்திட்டம் தீட்டி. குற்றவாளிகளாக்கித் தண்டிப்பதையும் அன்றாடக் கடமையாகக் கொண்டுள்ளது.

இன்று கார்ப்பரேட் உலகமயம் தந்த கடுமையான நெருக்கடியில் எல்லா அரசாங்கங்களும் நிதி பற்றாக்குறையால் தள்ளாடுகின்றன. ஆனால் அதே நேரத்தில் உலகத்தையே விலைக்கு வாங்கும் அளவிற்கு ஒரு சில கார்ப்பரேட் நிறுவனங்களிடம் பணம் குவிந்துவிட்டது. இதுதான் இன்றைய முரண்பாடு. இதனை எதிர்க்கும் உலகம் தழுவிய சித்தாந்த அரசியல் இடதுசாரி சூழலியல் மனித உரிமை புரட்சிகர சக்திகளிடம் இருக்கிறது.

சட்டமன்றத்திலும் நாடாளுமன்றத்திலும் இடதுசாரிகளின் எண்ணிக்கை போதிய அளவில் இன்று இல்லை. இந்த எண்ணிக்கை குறைவைக் காட்டி, ஊடகங்களின் மூலம் இடதுசாரிகள் மிக மோசமாக கொச்சைப்படுத்தப்படுகிறார்கள். பொதுத்தளங்களில் திட்டமிட்டு அவதூறுகள் உருவாக்கப்படுகின்றன. உண்மையில் இந்திய புரட்சிகர சக்திகளின் செயல்பாடுகள் கூடுதலாகியுள்ளது. இதைப் பார்த்து,

வீட்டில் போய் முடங்கிவிடவில்லை. கடந்த காலத்தைவிட கூடுதலாக செயல்படுகிறார்கள். கூடுதல் போராட்டங்களை நடத்துகிறார்கள். ஆனாலும் இது ஒரு முக்கியப் பிரச்சனை.

நாடாளுமன்ற சட்டமன்ற எண்ணிக்கை குறைவு, சிலரிடம் கொஞ்சம் அவநம்பிக்கையை வளர்ந்திருந்தது. இவர்களில் சிலர் இந்த அவநம்பிக்கையை அடிப்படையாகக் கொண்டு என்னிடம் பேசிக் கொண்டேயிருந்தார்கள். இவ்வாறு பேசிக் கொண்டேயிருப்பது என்னை செயலற்றவனாக்கிவிடுமோ என்ற அச்சம் எனக்குள் எழுந்துகொண்டே இருந்தது. இதுவும் டெல்லிப் போராட்டத்திற்கு விரைந்து செல்ல காரணமாக அமைந்தது. டெல்லியை நோக்கி சிறகடிக்கத் தொடங்கி விட்டேன்.

வாழ்க்கையில் நம்பிக்கை ஊற்றுக்கண் சில தருணங்களில்தான் கிடைக்கின்றன. போராட்டக்களம் நம்பிக்கையின் ஊற்றுப்பெருக்கு. சில ஊற்றுகளில் எந்தக் காலத்திலும் நீர் வற்றிப்போவதே இல்லை. டெல்லியைச் சுற்றிய போராட்டக்களங்களும் அப்படித்தான். அங்கு அந்த நம்பிக்கை ஊற்றுநீரை அள்ளிப் பருகியபோது, நான் பெற்ற புத்துணர்ச்சிக்கு அளவே இல்லை.

பல்வேறு முழக்கங்களை வரலாறு நெடுகிலும் வாசித்திருக்கிறேன். மேடையில் பலர் முழங்கவும் கேட்டிருக்கிறேன். ‘போராட்டத்தில் வெற்றி பெறாமல் ஊர் திரும்பமாட்டோம்’ என்று அவர்களிடமிருந்த தீவிரத்தை, ‘வாழ்வா? சாவா?’ என்ற முழக்கத்தோடு ஒப்பிட்டுப் பார்த்துக்கொண்டேன். ‘வெற்று முழக்கங்கள் எவ்வாறு வேண்டுமானாலும் இருக்கலாம். மனித விடுதலையின் உண்மையான சாத்தியங்கள் இப்படித்தான் இருக்கும்’ என்று நினைத்துக்கொண்ட போது மனம் உயர்ந்தபட்சத் தீவிரத்தை அடைந்தது.

எல்லா காலங்களிலும் எல்லா இடங்களிலும் போராட்டக் காரர்களை ஆதிக்க கூட்டம் அனாதையாக்கிவிடவே பார்க்கிறது. விவசாயிகளும் சிங்கு, காஜ்ஜிபூர், டிக்கிரி எல்லைக்கு ஒரு அனாதையைப் போலத்தான் வந்து சேர்ந்தார்கள். அவர்களிடம் டிராக்டரைத் தவிர வேறு எதுவுமே இல்லை. வெட்டவெளி... வந்தவர்களில் பலர் குளிர் தாங்காமல் இறந்துபோனார்கள். அனைவருக்கும் தங்க இடம் வேண்டும், உணவு வேண்டும், ஆடை வேண்டும், மருத்துவ வசதிகள் வேண்டும். இது கிடைக்காமல்,

இந்த நெருக்கடியில் விவசாயிகள் திரும்பிப் போய்விடுவார்கள் என்பதுதான் ஆட்சியாளர்கள் சதியின் கணக்கு.

போராட்டக்களங்கள் அலாவுதீனின் அற்புத விளக்காக மாறியது.. 'தங்களுக்கு தேவையான எல்லாவற்றையும் தாங்களே உருவாக்கிக் கொள்வோம்' என்ற உறுதி எடுத்து செயல்படத் தொடங்கினார்கள். வெற்றியை சாதித்த கடந்தகால

போர்க்களங்களில் கிடைத்த இந்தப் பாடத்தை, தன் வாழ்க்கை வழிகாட்டியாக மாற்றிக்கொண்டார்கள் தங்களுக்குத் தேவையானவற்றை தாங்களே உருவாக்கிக்கொள்ளும் தனித்துவமான அமுதசுரபியாக போராட்டக்களம் மாறியது. இன்று அங்கு உணவு, உடை, குடிநீர், மருத்துவம், தங்குமிடம் எதற்கும் விலையில்லை. நாம் கற்பனையில் கனவு காணும் உலகம் ஒன்று அங்கு பரிசோதனை செய்யப் படுகிறது. விலையில்லாத, அதேசமயம் விலை மதிப்பற்ற உலகம் அது.

ஒன்றிய அரசு இன்று சந்தித்துவரும் போராட்டங்களில் இது வித்தியாசமானது. மோடி அரசு பல கொடிய சட்டங்களை

பிறப்பித்தது. காஷ்மீரில் அரசியல் சட்டத்தின் 370 நீக்கம், தேசிய குடியுரிமை பதிவு போன்ற சட்டங்களால் பெரும் போராட்டங்கள் கடந்த காலத்தில் நடந்தன. இவை எல்லாவற்றையும் ராணுவத்தையும் போலீஸையும் வைத்து குரூரமாக இவர்களால் அடக்க முடிந்தது. ஆனால் இதை அடக்க முடியவில்லை; அடக்கவும் முடியாது என்பதுதான் போராட்டம் நிரூபித்துக் கொண்டிருக்கிறது.

இதுவரை இந்திய வரலாற்றில் சுதந்திரத்திற்குப் பின்னர் இதுபோன்ற போராட்டம் நடந்ததில்லை. இதை இந்திய ஊடகங்கள் மறைத்தாலும், உலகம் முழுவதும் உள்ள ஊடகங்கள் ஆச்சரியத்தோடு விவரிக்கின்றன. அண்மையில்

வெளியிடப்பட்ட ஒரு அறிவிப்பு ஆதிக்க சக்திகளை நடுநடுங்க வைத்துள்ளது. 'கறுப்புச் சட்டத்தை அகற்றவில்லை என்றால் 2024, மோடி ஆட்சியிலிருந்து கீழே இறங்கும்வரை முற்றுகை தொடரும்' என்கிறது இந்த அறிவிப்பு.

திறன்கொண்ட வலிமை அனைத்தையும் ஒருங்கிணைத்து மாற்றங்களை செய்வதுதான் புரட்சி. ஒவ்வொரு காலத்திலும் இதுதான் அரசியல் போராட்டமாக வளர்ச்சி பெறுகிறது. எந்த ஒரு ஆட்சியையும் தூக்கியெறியும் சக்தி மக்களுக்கு இருக்கிறது. அது எத்தகைய பயங்கரத்தன்மை கொண்டதாக இருந்தாலும் மக்கள் அதைப்பற்றி கவலை கொள்ளாமல் தூக்கியெறிந்துவிடுவார்கள். வெகுமக்கள் எதையும் புரட்டிப் போட்டுவிடும் நெம்புகோல்கள்.

டெல்லியைச் சுற்றிய விவசாயிகளின் போராட்டத்தில் அளவற்ற ஆற்றல் தோன்றிக் கொண்டே இருக்கிறது. இத்தகைய அளவிட்டுப் பார்க்க முடியாத ஆற்றலை உற்பத்தி செய்துகொண்டிருப்பதுதான் ஒரு உண்மை போராட்டத்தின் உள் வலிமை. மக்கள் மகாசமுத்திரமாக திரளும் அந்த மகத்தான ஒருங்கிணைப்பில் வலிமை இயல்பாகவே வந்துவிடுகிறது. பஞ்சாப், அரியானாவில் விழுந்த நெருப்பு, நாடு முழுவதும் பரவத்தொடங்கி அரசியல் போராட்டமாக எழுச்சி பெற்றுவிட்டது.

கார்ப்பரேட்கள் வலையில் சிக்கிக்கொண்டுள்ள மோடி அரசு, பொறியில் சிக்கிக் கொண்ட எலியைப் போல திண்டாடுகிறது. அவர்கள் இந்தச் சூழலை புரிந்துகொள்ளப் போவதும் இல்லை, தன்னை மாற்றிக்கொள்ளப் போவதும் இல்லை.

"என் இந்திய விவசாயியே...

நீ புறப்பட்ட திசை நோக்கி கை கூப்பி நிற்கிறேன். ஆப்பிரிக்காவின் காபிரியனைப் போல இந்திய மண்ணில் முதலில் விதைக்கக் கற்றுக்கொண்டவன் நீதான். மனிதக் கூட்டம் உணவைத் தேடி பட்டினியோடு அலைந்தபோது மடியில் அமரவைத்து உணவு ஊட்டிய ஆதித்தாயும் நீதான். இந்த பூமியும் நீயும் வேறில்லை. நீதான் பூமி, பூமிதான் நீ. உன் சிலிர்ப்பில் பூகம்பங்கள் தோன்றும். அமைதி காத்து வரும் எரிமலைகள் சீற்றம் கொள்ளும்.

போராட்டக் களத்தில் நீ எதைத்தான் சந்திக்கவில்லை.

கடுமையான குளிர் காலம் கோடை காலம் என்று அனைத்துப் பருவங்களையும் உன் போராட்டக் களம் சந்தித்துவிட்டது. வசந்தகாலம் மட்டும் இன்னமும் வரவில்லை. அது உனக்காக காத்திருக்கிறது. அந்த வசந்த காலத்திற்காகத்தான் நானும் காத்திருக்கிறேன்.

நீயும் நானும் நமது மக்களும் இணைந்து இந்த நாட்டை கார்ப்பரேட்டுகளிடமிருந்து விடுதலை செய்யும் காலம்தான், நமக்கான வசந்த காலம்.

வா என் தோழனே!
நமது வசந்த காலத்தை வென்றெடுப்போம்.

குறிப்புகளுக்காக...